TRỞ VỀ TỪ XỨ XA

Hành Trình Của Người Con Đồng
Tính Quay Về Với Đức Chúa Trời

Hành Trình Của Người Mẹ Đau Khổ
Tìm Thấy Hy Vọng

Christopher Yuan và Angela Yuan

Bản dịch tiếng Việt: **Văn Phẩm Hạt Giống**

reSource Leadership International

Bản dịch bản quyền © 2022 reSource Leadership International for Theological Education.

Bản dịch tiếng Việt: Văn Phẩm Hạt Giống

Thiết kế bìa: Hoàng Bảo Trân

ISBN: 978-1-988990-74-3

eISBN: 978-1-988990-76-7

Phần Kinh thánh được trích dẫn từ Bản Truyền Thống Hiệu Đính, trừ những phần có ghi chú bản dịch cụ thể. Bản quyền © 2010 bởi Liên Hiệp Thánh Kinh Hội. Đã được phép sử dụng. Bản quyền được bảo lưu.

Mục lục

Lời Khen Ngợi Dành Cho *Trở Về Từ Xứ Xa*

"Christopher Yuan và Angela Yuan đã kể câu chuyện về hành trình diệu kỳ của họ từ những cuộc đời, những mối quan hệ và những ước mơ tan vỡ đến một nơi tràn đầy hy vọng và sự chữa lành. *Trở Về Từ Xứ Xa* giúp chúng ta hiểu rõ chân lý sống động rằng giữa một thế giới đau khổ và tổn thương, Đức Chúa Trời đang hành động để cứu chuộc, phục hồi và giải hoà những người Ngài yêu quý. Tôi đặc biệt vui mừng được giới thiệu quyển sách này, bởi vì cũng như tôi, Christopher khốn khổ trong cảnh tù đày và được Đấng Christ chuộc cứu."

Chuck Colson, người sáng lập Prison Fellowship và Chuck Colson Center for Christian Worldview

"Đọc *Trở Về Từ Xứ Xa* giống như đọc phiên bản hiện đại của ngụ ngôn người con trai hoang đàng, chỉ có điều nó thú vị hơn. Hành trình Christopher Yuan đã trải qua hiếm khi được ghi lại. Hãy chuẩn bị tinh thần, vì cảm xúc nguyên sơ của cả người mẹ lẫn người con đều để lại dấu ấn chân thật qua từng trang sách. Những bài học thuộc linh được rút ra từ quyển sách này cũng rất nhiều. Mong rằng nhiều độc giả đọc được cuốn sách này!"

Tiến sĩ J. Paul Nyquist, Viện trưởng Viện Kinh thánh Moody

"Đây là một câu chuyện xúc động thuật lại thể nào tình yêu mỏng manh của một người mẹ Châu Á lại trở thành sức mạnh tha thứ đầy bền bỉ, nhẫn nại với tinh thần cầu nguyện. Đây cũng là câu chuyện hấp dẫn về một đứa con trai đi tìm cảm nhận thuộc về và ý nghĩa cuộc sống. *Trở Về Từ Xứ Xa* đem lại hy vọng cho từng tấm lòng đang tuyệt vọng."

Lisa Espineli Chinn, Giám đốc Mục vụ sinh viên quốc tế của Nhóm Thông Công Mỹ

"Người Chăn Nhân Lành biết chiên mình và gọi tên chúng. Khi đang mắc kẹt trong cuộc sống nghiện ngập ma tuý và nhục dục, Christopher Yuan đã nghe tiếng gọi đó và đứng lên đi theo Chúa Giê-xu. Câu chuyện về hành động đứng lên của anh và mẹ anh là câu chuyện sâu sắc về sự cứu chuộc mà tất cả chúng ta, những người sống trong thế hệ đau khổ này, đều cần được nghe."

Duane Litfin, Hiệu trưởng danh dự của Wheaton College ở Illinois

"Thích hợp, can đảm, hấp dẫn và còn hơn thế nữa. Tôi biết gia đình Yuan đã nhiều năm, và cuộc đời của họ đúng với những gì họ nói. Câu chuyện quan trọng và cần được kể này đi ngược chiều gió, nhưng chắc chắn một trăm phần trăm là đúng hướng."

Tiến sĩ George Verwer, người sáng lập và nguyên giám đốc quốc tế của Operation Mobilisation

"*Trở Về Từ Xứ Xa* là một câu chuyện ngụ ngôn có thật ngoài đời, nói về ân điển cứu rỗi của người mẹ có đứa con hoang đàng và của cả đứa con ngỗ nghịch cần sự tha thứ của Chúa. Câu chuyện của họ sẽ sưởi ấm tấm lòng và khích lệ tinh thần mỗi bậc phụ huynh đang cầu nguyện cho đứa con lầm lạc của mình và cho tất cả những tín hữu cần được nhắc nhở vì sao Phúc âm là tin tốt lành."

Tiến sĩ Philip G. Ryken, hiệu trưởng Wheaton College ở Illinois

"Angela và Christopher đã từng có lúc sống trong hai thế giới hoàn toàn khác nhau. Tôi đã nghe câu chuyện của họ không biết bao nhiêu lần, nhưng chưa bao giờ thấy câu chuyện ấy cũ kỹ. Tôi biết bạn sẽ kinh ngạc khi thấy Đức Chúa Trời đã làm một việc bất khả thi là đem người mẹ và người con trai trở về với nhau."

Alan Chambers, hiệu trưởng Exodus International

"Đây là câu chuyện Đức Chúa Trời kiên trì đeo đuổi đứa con lầm lạc thông qua lời cầu nguyện và tình thương của người mẹ kiên định. Nhưng không chỉ thế, đây còn là lời chứng rằng yêu mến Chúa là sự tìm kiếm mang lại sự thoả lòng hơn nhiều so với việc đeo đuổi dục vọng cá nhân. Cám ơn Christopher và Angela đã sẵn sàng nói hết tất cả về hành trình của họ. Ước muốn theo Chúa bất chấp khó khăn của Christopher làm gương mẫu cho tất cả những ai khát khao yêu Chúa bằng cả tấm lòng."

Tiến sĩ Joseph M. Stowell, Hiệu trưởng Cornerstone University ở Grand Rapids, Michigan

"Đức Chúa Trời đã cứu Christopher Yuan ra khỏi một cuộc đời hết sức trống rỗng và ban cho cậu niềm hy vọng của Chúa Giê-xu Christ. Đây là câu chuyện về sự cứu chuộc, tình yêu và lòng thương cảm của Chúa trong tình trạng tội lỗi chôn vùi và tấm lòng xa cách Chúa. Hãy lấy hai quyển-có thể bạn muốn tặng nó cho một người bạn đang cần Chúa Giê-xu."

Tiến sĩ James MacDonald, Mục sư quản nhiệm Harvest Bible Chapel ở Rolling Meadows, Illinois

Câu chuyện được kể trong quyển sách này hoàn toàn là sự thật. Nhằm bảo vệ tính riêng tư của những người đã đụng chạm đến cuộc đời của các tác giả, tên một số nhân vật được nói đến trong sách đã được thay đổi.

Tặng Leon, người chồng và người cha: Cám ơn anh đã sẵn sàng thay đổi, không từ bỏ mẹ con em, mà tiếp tục tìm kiếm Đấng Christ.

Lời Tựa

Những sách truyền cảm hứng thường ghi lại câu chuyện ngụ ngôn Chúa Giê-xu đã kể về người con trai hoang đàng, tức cậu em trong hai người con trai của một gia đình nọ, đã bỏ nhà để đi tìm cuộc sống khác. Trong Kinh thánh, chúng ta chỉ biết vài chi tiết về lựa chọn của chàng trai hoang đàng này cùng kết quả sự lựa chọn của cậu. Nếu chúng ta biết thêm được nhiều điều đã xảy ra nơi xứ xa ấy, thì tôi nghĩ câu chuyện Chúa Giê-xu ký thuật trong phúc âm Lu-ca sẽ thu hút sự chú ý của chúng ta. Điều chúng ta được biết là người em đã sống cuộc đời do chính mình lựa chọn, sau đó quay về trong thân xác một kẻ bại trận thảm thương. Điểm sáng của câu chuyện là ở chỗ chàng ta vẫn được người cha yêu thương, trông ngóng và chào đón chàng quay về.

Câu chuyện được kể trong sách này cũng có những yếu tố tương tự, nhưng lại là bức tranh của hai kẻ hoang đàng, chàng trai trẻ và cả mẹ của cậu. Cậu con trai bỏ nhà để theo học một trường cao đẳng, sau vài năm bắt đầu sống cuộc đời ngược hẳn với chuẩn mực giá trị của cha mẹ mình. Mẹ của cậu, do tình yêu thúc đẩy, nhưng cũng do cảm thấy xấu hổ và bị quẫn trí vì cuộc hôn nhân vô nghĩa, đã buông tay (xem Lu-ca 15: 17, KJV). Dù tình cảnh thật gay go, nhưng đây lại chính là bước ngoặt cho cả hai mẹ con.

Trở Về Từ Xứ Xa tác động trực tiếp tới bất kỳ ai đã từng sống lang thang phiêu bạt, dù ngắn hay dài. Đây là câu chuyện có thật, mà bất kỳ thanh niên nam nữ nào từng sống hoang đàng, và cả bậc phụ huynh của họ, cũng đều sẽ hiểu và cảm thông. Câu chuyện có lúc thật đau lòng và luôn trung thực tới mức thô mộc. Cuộc chiến diễn ra trong tâm hồn nhân vật thật dai dẳng và khó cầm cự, thế nhưng mãi tới khi mọi vết thương lòng đều rướm máu thì ta mới thấy được kết quả.

Kết cuộc câu chuyện về người con hoang đàng đã hạ mình ăn năn ấy-dù là con trai, con gái hay bậc phụ huynh-là vòng tay rộng mở, tình yêu cùng sự hi sinh và ân điển cứu chuộc của Đức Chúa Trời. Câu chuyện đó không bao giờ mất đi sức mạnh của nó.

Câu chuyện được kể lại ở đây sẽ truyền cảm hứng cho bạn và là câu chuyện mà bạn có thể học hỏi được nhiều từ nó. Câu chuyện sẽ dẫn bạn đến chỗ tìm kiếm Đức Chúa Trời cùng sự cứu giúp của Ngài, ngay cả lúc cuộc đời bạn không còn chút hy vọng nào. Christopher Yuan và Angela Yuan là hai con người hoang đàng, cuối cùng đã chọn quay về với Cha. Câu chuyện của họ sẽ mang lại hy vọng cho bạn—hoặc phục hồi hy vọng nếu bạn đã từng đánh mất.

"Nhưng khi còn ở đằng xa, người cha thấy nó thì động lòng thương xót, chạy ra ôm lấy cổ nó mà hôn." *Lu-ca 15: 20, TTHĐ*

Kay Warren, Người đồng sáng lập Hội thánh Saddleback, Lake Forest, California; Người thành lập HIV/AIDS Initiative, Hội thánh Saddleback

Lời Tri Ân

Trước hết, xin cám ơn anh Bucky Rosenbaum vì đã nhìn thấy tiềm năng trong câu chuyện này và tin vào nó ngay từ đầu. Cám ơn anh đã hướng dẫn chúng tôi trên hành trình đầy thú vị này.

Cám ơn Chris Fabry đã giúp chúng tôi sắp xếp ý tưởng. Cám ơn Kate Etue, chị là "nhân viên cứu nạn" của chúng tôi. Nếu không có chị, chúng tôi không thể hoàn tất quyển sách. Sự tận tâm và năng lực của chị đã thể hiện qua phiên bản cuối cùng của sách.

Cám ơn Julie, Jessica, Anna, Eric, Vivian, Bruce, Stephanie, Christine, Betty, Winne, Steven, Tiffanie và Jenny, các bạn đã cần mẫn chép lại các bản ghi âm phỏng vấn trong khoảng thời gian rất ngắn. Cám ơn về tốc độ và sự chính xác của các bạn. Julie Chen, tài năng của bạn thật sự hữu ích khi chúng tôi còn rất ít thời gian. Cám ơn Sarah Lin đã hết lòng giúp đỡ chúng tôi dù ở tận Đài Loan.

Hơn bao giờ hết chúng tôi biết ơn các gia đình trong hội thánh và các bạn trong nhóm Thông công Học Kinh thánh (BSF). Quý vị đã cùng cầu nguyện với chúng tôi và cột dải ruy băng vàng để chào đón đứa con trai hoang đàng này trở về nhà. Chúng tôi biết ơn Viện Thánh Kinh Moody và Đại học Wheaton vì đã cho Christopher cơ hội thứ hai và cám ơn về những hỗ trợ nhiệt thành không ngừng của quý vị.

Lời tri ân của Angela

Muriel Milem, chị là người cố vấn, là chiến binh cầu nguyện, là người khích lệ và người bạn của tôi. Sự giúp đỡ của chị trong việc biên tập bố cục sách và trong bản thảo của chúng tôi thật vô giá. Sandy Long, trong suốt những năm tháng chờ đợi mỏi mệt, chị đã cùng khóc với tôi, cùng cười với tôi, và còn hơn thế nữa là giúp tôi vượt qua khó khăn. Mabel

Jung, thân thiết với tôi hơn cả một người chị. Chị đã cùng tôi đi qua những thăng trầm suốt năm mươi lăm năm. Hover và Joanne, các bạn lúc nào cũng luôn sẵn lòng và tràn đầy tâm tình của người phục vụ.

Lời tri ân từ Christopher

Joe Hendrickson, anh là một người anh tuyệt vời trong Đấng Christ, người cầu nguyện với tôi và làm cố vấn để tôi được chia sẻ và giải trình suốt nhiều năm. Cám ơn anh vì đã cùng tôi chạy đua. Karen Swanson và Brenda Ratcliff, quý vị đã khích lệ tôi viết quyển sách này và là hai trong số những người cổ vũ quan trọng nhất của tôi! Rosalie de Roset và Karyn Hecht, cám ơn đã dành thời gian đọc và sửa các bản thảo đầu tiên. George Verwer, anh như người cố vấn với vô số cuộc gọi đúng lúc từ khắp nơi trên địa cầu. Sự quan tâm của anh đến sức khoẻ và hành trình thuộc linh của tôi là niềm hạnh phúc vô biên đối với tôi.

———

Vô cùng cảm ơn Ron Lee cùng nhóm của anh ở WaterBrook Multnomah đã đồng hành với chúng tôi trong suốt hành trình lý thú này, cũng như đã làm cho trải nghiệm cảm xúc sâu sắc này trở thành một trải nghiệm thú vị khi kể lại câu chuyện cuộc đời của chúng tôi trên những trang giấy!

Cuối cùng, chúng tôi muốn cám ơn Cứu Chúa Giê-xu Christ. Ngài mới là Tác giả thật sự của câu chuyện này.

Ôi, sự giàu có, khôn ngoan và hiểu biết của Đức Chúa Trời thật sâu nhiệm biết bao! Sự phán xét của Ngài làm sao biết được, đường lối Ngài làm sao hiểu được!

"Vì ai biết được ý tưởng Chúa, ai làm cố vấn cho Ngài?"

Hoặc "ai đã cho Chúa trước, để được Ngài trả lại?"

Vì muôn vật đều từ Ngài, bởi Ngài, và hướng về Ngài. Vinh quang thuộc về Ngài đời đời vô cùng! Amen.

Rô-ma 11:33-36

"Ta không hỏi người chịu khổ anh thuộc quốc tịch nào và tôn giáo nào? Ta chỉ cần nói anh đang đau khổ, vậy là đủ đối với tôi. Đó là bổn phận của tôi, và tôi sẽ giúp anh."
Louis Pasteur

"Lạy Đức Chúa Trời, con sẽ thực hiện điều con hứa nguyện với Ngài; Con sẽ dâng tế lễ cảm tạ lên Chúa. Vì Chúa đã giải cứu con khỏi chết, và giữ chân con khỏi vấp ngã, Để con đi trước mặt Đức Chúa Trời trong ánh sáng của sự sống."
Thi Thiên 56:12-13

— 1 —

Thế Giới Của Tôi Kết Thúc

Angela, ngày 15 tháng 5 năm 1993

Trời Chicago những ngày tháng Năm. Hơi ấm mùa xuân bắt đầu lan tỏa khắp thành phố mà chúng tôi gọi là nhà suốt hai mươi bốn năm qua. Nhưng tối hôm đó chúng tôi ngồi trong im lặng, cầm nĩa xăm món thịt xào cũng lạnh tanh và khô cứng như trái tim chúng tôi vậy.

Bữa ăn tối thật khổ sở, mà điều đó chẳng liên quan gì tới thức ăn.

Bạn sẽ cho rằng sau nhiều năm sống chung với Leon, người chồng thường cãi vã và không hiểu mình, thì tôi đã quen với cảnh chịu khổ. Nhưng đêm nay tôi choáng váng cách bất thường.

Christopher, con trai nhỏ của tôi, mới về thăm nhà. Nó vừa học xong năm thứ nhất trường nha ở Louisville, Kentucky, sau khi chuyển từ Phân Khoa Nha của Đại học Loyola ở Chicago vào mùa thu trước đó. Còn chồng tôi, bản thân cũng là nha sĩ, lấy làm hài lòng vì Christopher nối gót mình. Cả hai đều nghĩ rằng chỉ một năm nữa thôi thì hai bố con sẽ cùng làm việc chung với nhau trong phòng nha mới mở của chúng tôi.

Dĩ nhiên, chính tôi cũng từng mong Christopher về thăm mình. Giống như bất kỳ bà mẹ người Hoa đúng nghĩa nào, tôi cũng bị "ghiền" hai con trai của mình, nhưng riêng Christopher thì tôi luôn đặc biệt thân thiết gần gũi. Thường thì việc cháu ở nhà giữ cho không khí trong gia đình bớt căng thẳng quá mức. Nhưng lần này, sự hiện diện của Christopher trong bàn ăn chỉ làm tăng cảm xúc căng thẳng thường trực của gia đình mà thôi.

———

Vài hôm trước ngày Christopher về thăm, chồng tôi kiểm tra bộ phận cách nhiệt trong khu vực chứa hệ thống đường ống nước ngay bên ngoài phòng ngủ của Christopher. Trong lúc anh đang bò ra khỏi chỗ đó, thì thanh kim loại trong đèn bấm của anh rớt trên cửa thông gió. Anh khám phá ra một cuộn băng VHS không dán nhãn trong một hộp bìa cứng đã cũ mòn, và mang xuống cầu thang cho tôi xem.

Ngay khi nhìn thấy cuộn băng video đầy bụi bặm, người tôi cứng đơ. Tôi biết nó là cái gì, nhưng trong lòng mong đợi sự thật không phải vậy. Sự thật là, đã sáu năm rồi tôi vẫn luôn sợ rằng vấn đề của Christopher chưa thực sự được giải quyết.

Tôi đã không đủ can đảm để xem nội dung cuộn băng, nên đã đưa cho chồng tôi. Anh nhận từ tay tôi rồi đi vào phòng khách để xem. Cuối cùng, anh quay vào nhà bếp, ném cuộn băng trên kệ bếp rồi bảo: "đúng là như thế."

Như thế. Thậm chí anh cũng không thể nói được lời nào. Đó là cuộn băng khiêu dâm đồng tính.

Tôi lập tức nhớ lại lúc Christopher được mười sáu tuổi, nghe anh nó kể rằng cháu từng có quan hệ tình dục với một người đàn ông ba mươi tuổi. Christopher đã liên lạc với người đó và người đó mời cháu tới nhà. Có thể Christopher đã tự tìm đến người đó, nhưng dù sao thì người đó cũng đã lạm dụng và làm vấy bẩn con trai tôi.

Không lời nào có thể nói hết cảm nghĩ của tôi lúc đó. Nỗi đau buồn và khổ sở ngập tràn lòng tôi. Nhưng tôi cũng giận người đã lạm dụng con tôi. Christopher đã bị tước đoạt cơ hội để sống như một thiếu niên bình thường. Điều tệ hại hơn nữa là tôi đã không thể kể lại cho ai nghe chuyện đó. Tôi muốn nhìn thấy người đàn ông này bị toà án trừng phạt, mà điều đó đồng nghĩa với việc đem chuyện đồi bại riêng tư ra cho công chúng biết. Mà tôi thì không chấp nhận để cho Christopher gánh chịu sự nhục nhã đó. Cho nên chúng tôi quyết định không kiện cáo, mà giữ kín nỗi đau và sự ô nhục này.

Thêm vào nỗi ô nhục khủng khiếp đó còn là nỗi lo triền miên. Suốt thời niên thiếu của con trai tôi, mỗi ngày tôi đều tràn ngập sợ hãi. Tôi lo mọi người nói gì khi biết được sự việc. Tôi lo Christopher sẽ đau khổ ra sao, và liệu sự việc này có ảnh hưởng đến tương lai của cháu hay không. Điều tôi lo lắng nhất là liệu cháu có trở thành... người đồng tính không.

Dù rằng đây là vấn đề vô cùng riêng tư, nhưng tôi biết cần phải tìm kiếm sự cứu giúp. Ngày hôm đó, tôi đã lướt qua tài liệu từ một công ty quản lý phòng nha. Công ty này giúp chúng tôi quản lý phòng nha của chúng tôi tốt hơn để tăng doanh thu. Trong tài liệu này, tôi thấy có một chương trình tư vấn của hội cha mẹ, hứa tìm nguồn trợ giúp để giải quyết các vấn đề trong cuộc sống, mà nhà bảo trợ chính là Giáo hội Khoa luận giáo (Church of Scientology). Tôi chưa từng nghe về Khoa luận giáo. Tôi hoài nghi nhưng lại đang tuyệt vọng. Tôi muốn làm bất cứ điều gì để giúp con mình.

Thế là Christopher cùng tôi từ Chicago đi tới Hội truyền giáo Khoa luận giáo ở San Francisco, nơi chúng tôi ghi danh vào chương trình đòi hỏi học cả sáng lẫn chiều suốt hai tháng. Rõ ràng phương pháp của họ có chút kỳ quặc—ngồi trong phòng tắm hơi suốt nhiều giờ hoặc cầm lon kim loại trong suốt các buổi tư vấn (hay "dự thính"). Nhưng tôi quyết tâm làm vì Christopher. Thất bại không phải là lựa chọn tôi muốn nhận.

Sau hai tháng và tốn hơn mười lăm ngàn đô la, chúng tôi kết thúc chương trình thanh lọc. Điều quan trọng hơn là Christopher bảo đảm với tôi rằng cháu đã vượt qua được chặng đường đó và sẵn sàng tiến bước trong cuộc sống. Tôi nghĩ chúng tôi đã kiểm soát được mọi thứ.

––––––––

Nhưng vào một buổi chiều đẹp trời tháng 5 năm 1993, tôi ngồi thọc vào dĩa đồ xào. Tôi đang chờ đến lúc thích hợp để lên tiếng, mà tôi cũng không biết phải nói gì. Tôi liếc mắt qua bên phải nhìn chồng tôi, cố gắng đọc xem đôi mắt u buồn của anh muốn nói điều gì. Liệu anh có thẳng thắn đối mặt với Christopher như tôi mong đợi không? Anh liếc nhanh nhìn tôi, rồi tiếp tục ăn, không biết đến nỗi thống khổ của tôi. Anh chẳng nói gì, và như thường lệ, sự vô tâm của anh luôn khiến tôi nổi điên. Một lần nữa, chúng tôi không suy nghĩ giống nhau. Một lần nữa, anh chẳng hiểu tâm trạng của tôi lúc ấy.

Tôi có thể nói là Christopher biết tôi đang giận. Mối quan hệ giữa chúng tôi trở nên căng thẳng mấy tháng gần đây. Cháu cư xử thô lỗ với tôi—giống như một thiếu niên bất mãn hơn là một sinh viên trường y ở tuổi hai mươi hai. Và buổi tối hôm nay chỉ làm cho không khí căng thẳng tăng thêm. Cháu chăm chăm nhìn xuống chiếc đồng hồ đeo tay và có vẻ đang tính chuồn lẹ.

Chồng tôi vẫn chẳng nói tiếng nào, còn Christopher thì sắp rời khỏi bàn. Tôi cần câu trả lời từ con trai và biết mình phải là người nói ra điều đó. Nếu tình dục đồng giới vẫn còn là nan đề đối với Christopher, thì tôi cần phải hành động.

"Christopher à, bố tìm thấy một cuộn băng video trong khu vực cách nhiệt bên ngoài phòng con". Giọng tôi run rẩy—vì sợ hãi hay thất vọng? Tôi chưa hề tránh né sự đối đầu, nhưng lần này thì khác.

Christopher nhìn tôi, vẻ mặt trống rỗng, vô cảm. Không chút xúc cảm, không hề tỏ ra mình phạm lỗi, thậm chí cũng chẳng chút ngạc nhiên.

Tôi thì thầm: "Bố đã xem cuộn băng đó." Tôi cố nén giận, ước ao sự việc chỉ là cơn ác mộng, để rồi sau khi thức giấc thì mọi chuyện lại ổn thôi. Tôi mong con trai mình sẽ nói ra điều tôi muốn nghe—cho dù điều đó không có thật đi nữa. Hơn nữa, làm sao Christopher có thể như vậy được? Sau bao nhiêu điều tôi đã làm cho cháu.

Nhưng cháu chỉ lơ đãng nhìn tôi.

"Christopher"—tôi ráng sức la lớn—"con... con vẫn cứ...?"

Câu hỏi lơ lửng ở đó, nhưng chỉ trong giây lát. Christopher ngồi thẳng lên, nhìn vào mắt tôi, và với giọng hoàn toàn cương quyết, nói: "Đúng rồi thưa mẹ, con vẫn làm. Con là người đồng tính."

Cháu nói với giọng đầy tự tin, không chút hổ thẹn hoặc hối tiếc. Tôi không thể tin vào tai mình. Cháu nói thật mạnh dạn, như thể vô cùng hãnh diện về điều đó. Còn tôi thì lại vô cùng xấu hổ. Không thể nào như vậy được! Con trai tôi không phải như thế, đó không phải là Christopher của tôi. Lúc ấy tôi chỉ mong cho ngôi nhà đổ sập xuống đầu để kết thúc chuyện rắc rối này.

Tôi vẫn luôn mường tượng ra cuộc đời của từng người trong chúng tôi. Christopher và anh nó sẽ lớn lên và làm được nhiều điều quan trọng trên đời. Cả hai đều học làm nha sĩ. Sau khi nhận bằng, chúng sẽ hành nghề chung với bố, và cuối cùng là thừa kế sản nghiệp của gia đình. Lúc ấy vợ chồng tôi vừa làm xong một phòng khám nha khoa mới toanh và rất tối tân. Tôi sẽ lo việc quản lý, điều hành phòng khám nha khoa và bảo đảm mọi chuyện trôi chảy như cỗ máy được bôi dầu. Tôi sẽ có được cuộc sống mình ao ước—dành thời gian cho gia đình và giúp mọi người luôn được ở bên nhau.

Mà bây giờ thì như vậy đó.

Tôi đưa mắt nhìn sang chồng tôi, rồi quay lại. Tôi thất vọng về chồng tôi, như trước giờ vẫn thế. Dù rằng hôn nhân của chúng tôi hoàn toàn thiếu sức sống, nhưng ít ra anh cũng phải quan tâm tới con trai của mình chứ. Bởi thế, hôm nay khi Christopher thông báo cháu là người đồng tính, sao anh ấy lại không hành động để can thiệp chứ? Sao anh ấy chẳng nói tiếng nào? Sao anh ấy không nổi giận? Sao anh ấy không nói cho Christopher biết là cháu không được như vậy, không thể là... người đồng tính?

Hiển nhiên tôi cho là Christopher đã không suy nghĩ sáng suốt. Nó chẳng biết là nó không thể chọn cả hai—tức là vừa làm nha sĩ lại vừa sống theo kiểu đó sao? Nếu mọi người biết được, chồng tôi sẽ mất hết khách hàng. Nếu mọi người biết, thì chẳng nhân viên nào chịu làm việc với chúng tôi nữa. Nếu mọi người biết, họ sẽ sợ bị lây nhiễm AIDS. Christopher cần tỉnh táo và nhớ rằng sự nghiệp của gia đình là tất cả. Đó từng là giấc mơ chung của chúng tôi—là điều chúng tôi hướng đến—suốt gần hai mươi năm qua.

"Christopher", tôi thốt gọi tên con trong chán nản. *Con phải chọn. Con phải chọn gia đình hoặc chọn cuộc sống đồng tính*". Tối hậu thư này sẽ đánh thức nó. Nó sẽ phải chọn gia đình và không vứt bỏ tương lai tươi sáng trong phòng mạch mới của chúng tôi.

Con trai nhìn tôi và nói: "Đây không phải là điều con có thể tự chọn. Con sinh ra đã như vậy... Con là người đồng tính". Cháu hít một hơi thật sâu rồi nhìn sang chỗ khác. Cổ cháu co lại và hàm nghiến chặt trong khi cháu ngoảnh nhìn tôi với nét mặt tôi chưa từng thấy trước đây. "Nếu mẹ không thể chấp nhận con, thì con không còn lựa chọn nào khác, mà phải ra đi thôi".

Cháu lùi khỏi bàn rồi thốt ra lời bình phẩm sau cùng sắc như dao. "Con biết thế nào mẹ cũng phản ứng như vậy. Nhưng không sao. Con có gia đình của mình. Gia đình thực sự là những bạn bè ở Louisville chấp nhận con"—giọng cháu đứt quãng—"chấp nhận con người thật của con".

Cháu về phòng riêng. Sau vài phút, cháu quay lại, xách túi đi ngang qua nhà rồi thẳng ra cửa. Dường như cháu đã toan tính chuyện này từ lâu. Không cần bàn cãi, không có thời gian thương lượng. Thế đấy. Kết cuộc là như vậy.

Đầu gối tôi sụm xuống và tôi ngã lăn trên sàn nhà. Tôi cảm thấy như thể máu trong người chảy sạch ra khỏi cơ thể. Cánh tay, bàn tay, đôi chân tôi lạnh như nước đá. Sức nặng từ cảm giác sốc và không thể tin đè nặng lên ngực tôi khiến tôi phải cố gắng lắm mới thở được. Không thể như vậy được.

Tôi bắt đầu thở hổn hển. Tôi đang ngạt thở trong làn nước mắt, biết chắc mình hoàn toàn thất bại. Hôn nhân của tôi đã thất bại suốt nhiều năm, bây giờ thì tới thất bại trong vai trò làm cha mẹ. Chồng tôi không chịu đứng bên tôi. Con trai lớn đã phản loạn. Và giờ đây Christopher, đứa con mà tôi nghĩ sẽ không bao giờ đối xử như thế với tôi, đã khước từ tôi.

Tôi muốn giữ Christopher lại, nhưng không có quyền lựa chọn. Còn chồng tôi thì vẫn chẳng lên tiếng. Anh không quát tháo cũng chẳng tranh cãi với Christopher. Anh cũng chẳng vòng tay ôm lấy tôi hoặc cầm tay tôi. Anh chỉ bỏ đi, mặc tôi nằm một mình trên sàn nhà, thở dốc trong cơn thổn thức.

Một ý tưởng lóe lên trong tâm trí tôi khi tôi nhớ lại điều mà mẹ chồng tôi từng nói với chồng tôi. Mẹ chồng tôi nói, các bà vợ thường dùng ba chiêu trò mỗi khi không đạt được điều mình muốn. Thứ nhất là khóc lóc; thứ nhì là nổi cơn tam bành; thứ ba là dọa treo cổ tự tử. Hôm đó tôi chẳng dùng chiêu trò nào cả, tôi biết chắc mình chẳng còn lý do nào để sống nữa.

2

Tiết Lộ Bí Mật

Christopher, ngày 15 tháng 5 năm 1993

Lúc tôi đóng cửa bước ra, tôi thấy mẹ ngã xuống sàn. Tôi nghĩ, lại là một kịch bản gán tội nữa từ các bà mẹ người Hoa. Tôi đã thấy quá nhiều suốt những tháng năm bị kiểm soát bởi cảnh này. Hơn nữa, tôi chẳng phải là người Hoa. Tôi là người Mỹ, sinh ra và được nuôi dạy ở Chicago.

Những người bạn đồng tính của tôi ở Louisville có nói cho tôi biết trước chuyện gì sẽ xảy ra khi cho cha mẹ biết sự thật —la lối, khóc lóc, câu nói thường là "sau bao vất vả cha mẹ đã làm vì con". Mẹ tôi không thất vọng, chắc chắn là như vậy. Còn bố tôi thì vẫn thế. Ông thậm chí còn không quan tâm đủ để bênh vực hay phản đối tôi.

Sau gần một năm tích cực sinh hoạt với tập thể đồng tính ở Louis-ville, tôi đã sẵn sàng để nói cho bố mẹ biết. Khi về nhà vào Ngày Của Mẹ một tuần trước, tôi đã lên được một nửa kế hoạch, nhưng vẫn không biết phải nói như thế nào. Vì thế, tại bàn ăn, tôi thực sự nhẹ nhõm khi mẹ chất vấn tôi. Bây giờ cuối cùng tôi đã tiết lộ được bí mật. Trong cộng đồng người đồng tính, việc nói ra sự thật với cha mẹ là một giai đoạn chuyển mình (rite of passage). Đó là bước cuối cùng để hoàn toàn sống theo khuynh hướng tình dục đồng giới của mình. Và sau khi hoàn thành bước đó, tôi đã leo lên một nấc cao hơn trên bậc thang xã hội của mình.

Sau khi nghe các mẩu chuyện kinh dị của bạn bè, tôi chờ đợi bị đá ra khỏi nhà bố mẹ tôi –và đó chính là chuyện đã xảy ra. Khi mẹ bảo tôi chọn giữa việc sống lối sống đồng tính và gia đình, thì có nghĩa là tôi không thể vừa thành thật với bản thân *lại vừa* được bố mẹ chấp nhận. Và giữa vòng bạn bè, thì tôi đã quen được họ chấp nhận rồi. Thế là mẹ tôi đã tống khứ được tôi ra khỏi nhà.

Thật là đau. Nhưng nỗi đau đó được phủ che bởi cảm giác nhẹ nhõm trong tôi. Cuối cùng tôi có thể quên đi bố mẹ. Tôi chẳng phải lo lắng gì cho cha mẹ nữa, vì rõ ràng họ có quan tâm gì tới tôi đâu. Họ không phải là gia đình đích thực của tôi. Gia đình đích thực thì phải chấp nhận con người thật của tôi chứ. Các bạn đồng tính của tôi ở Louisville mới là gia đình thật của tôi bây giờ.

Càng lái xe về phía nam rời xa Chicago, tôi càng cảm thấy tự do hơn. Thật sự, tôi chưa bao giờ cảm thấy tự do đến thế. Chẳng cần phải trốn tránh. Chẳng cần phải bịa chuyện. Chẳng còn bị gia đình ràng buộc. Chẳng còn phải chịu đựng những cú điện thoại ban đêm từ nhà để "kiểm tra."

Cả cuộc đời tôi đã bị quấn chặt trong váy mẹ. Bà kiểm soát từng khía cạnh đời tôi—hoặc cố gắng làm như vậy. Lúc tôi học đại học ở xa, đêm nào bà cũng gọi điện kiểm soát tôi. Khi tôi đi tham dự trại với Liên Đoàn Hải Quân, mẹ bắt tôi ngày nào cũng phải viết thư về nhà. Thậm chí lúc tôi đang học sau đại học, bà cũng không cho tôi tự lo cho bản thân. Nhưng bây giờ thì mọi chuyện đã khác. Mẹ đã tống tôi ra khỏi gia đình, và mọi chuyện can thiệp sẽ kết thúc.

———

Giữa năm thứ nhất tại Đại Học Louisville, tôi đã công khai bày tỏ mình là người đồng tính với bạn bè và bạn cùng lớp. Thật là một kinh nghiệm giải phóng, và tôi chưa bao giờ cảm thấy mình hạnh phúc hơn thế. Cuối cùng tôi đã có thể ngưng giả vờ và có thể thành thật với những bạn vẫn cho là tôi "thẳng".

Một hôm, bạn thân và người cùng tập thể thao chung với tôi là Gary, bảo tôi: "Cả trường đồn mày là người đồng tính. Tao bênh mày, bảo là không có đâu, tao cho họ biết là mày từng có mấy cô bồ". Cậu ấy hạ thấp giọng và vẻ mặt trở nên nghiêm trọng. "Không phải vậy, đúng không?"

Cậu bạn bị sốc khi tôi nói với cậu đúng như thế. Cậu ấy thật lòng khi nói với mọi người rằng tôi "thẳng". Cậu ấy thực sự nghĩ đang bênh vực tôi trước tin đồn xấu. Nhưng tin đồn ấy là chính xác. Dù tôi không cư xử theo kiểu nữ tính cũng không hay ăn mặc lòe loẹt, nhưng tôi là người đồng tính.

Khi có thêm nhiều người biết về cuộc sống thật của mình, tôi cảm thấy thoải mái hơn về tình trạng đồng tính của mình. Tôi không cần tìm cách che giấu. Nếu người khác không chấp nhận, tôi cũng chẳng quan tâm. Lần đầu tiên tôi cảm thấy mình hoàn toàn sống thật. Sống theo cách nào khác cũng chỉ là lừa dối thôi.

Tự nhiên lại có hai câu lạc bộ đồng tính trong thành phố, hội Connection và hội Annex, chỉ cách trường nha khoa khoảng năm ngã tư. Tôi từng vào vài quán bar dành cho người đồng tính ở Chicago, hội quán vốn là chỗ dạo chơi hoặc gặp gỡ hơn là nơi để gắn bó. Nhưng đa số những người tôi gặp nơi quán 'bar' Louisville đều có vẻ... bình thường. Họ là những chuyên gia—chủ ngân hàng, luật sư, giám đốc điều hành, sinh viên nha khoa. Những con người bình thường giống như tôi. Tôi đi từ suy nghĩ: *Có điều gì đó sai trật trong tôi*, tới chỗ: *Đây mới là con người thật của tôi. Những người này mới là bạn của tôi. Đây mới chính là nơi dành cho tôi.*

Khi bước vào tuổi mới lớn, bọn trẻ chế giễu tôi vì tôi là người Hoa, chơi đàn dương cầm, yêu nghệ thuật và biểu lộ tình cảm nhiều hơn đa số bọn thiếu niên nam. Tôi chơi thể thao rất tệ và luôn cảm thấy mình bị ruồng bỏ. Nhưng khi tôi bước vào cộng đồng người đồng tính, thì lại được làm quen với thế giới của người bị ruồng bỏ đến với nhau và trở thành một gia đình. Họ bênh vực nhau, hỗ trợ lẫn nhau. Họ cùng khóc cùng cười với tôi và chấp nhận tôi với chính con người thật của tôi—một người đồng tính.

Trong sự tự tin mới có được, tôi trở nên nổi bật trong hội người đồng tính. Trước đây chưa từng là dân nhậu, nhưng tôi bắt đầu làm người pha chế rượu (bartender)—và rất giỏi trong việc ấy. Tính cách hướng ngoại cộng thêm ngoại hình đẹp khiến tôi nổi bật hẳn trong bối cảnh đó, nơi mà những người phục vụ rượu khác thường làm việc trong tình trạng thân trần để phô trương cơ thể của họ. Tôi nhận được nhiều tiền boa—nhất là khi bước ra sàn nhảy. Sau khoảng thời thơ ấu bị đồng bạn ruồng rẫy, tôi cảm thấy vô cùng tự mãn vì được chấp nhận dễ dàng như vậy.

Nói với bố mẹ là rào cản sau cùng trong việc công khai tiết lộ mình là người đồng tính. Tôi biết bố mẹ sẽ không sẵn lòng từ bỏ lối suy nghĩ lâu nay. Sẽ thật gượng gạo nếu mẹ tôi nói "Con là người đồng tính hả? Bình thường mà! Sao mẹ lại không xuống Louisville để con có thể giới thiệu mẹ với những người bạn đồng tính của con nhỉ?" Thế nhưng việc họ khước từ cho tôi thấy đầu óc họ hẹp hòi cổ lỗ cỡ nào. Đồng thời tôi hoàn toàn mong họ không hiểu tôi. Phản ứng của họ khớp với những câu chuyện kể về cuộc chiến công khai giới tính thật mà tôi từng được nghe. Có một kịch bản khá chuẩn cho người đồng tính, cơn tam bành của bố mẹ là đỉnh điểm báo hiệu màn một kết thúc và màn hai bắt đầu.

Trước đây tôi chưa từng mong chờ được trở về Louisville. Lái xe rời Chicago trên Đường Liên Bang 65 không tạo cảm giác như mình đang rời xa gia đình; tôi cảm thấy giống như mình đang về nhà. Và có một người đặc biệt khiến tôi mong trở về.

Hai tuần trước, tôi bắt đầu một mối quan hệ mới. Grant lớn hơn tôi hai tuổi—đang ở độ tuổi ba mươi—đẹp trai, cơ thể cường tráng, thành công và rộng rãi. Anh là luật sư, tham gia chính trị ở bang Kentucky và sống trong nhà khách thật đẹp trên một điền trang rộng lớn. Ngay trước khi tôi đi Chicago, Grant có mời tôi dọn ra khỏi nhà của hội nam sinh trong ký túc xá đại học nơi tôi đang sống và đến ở với anh. Giờ đây tôi mong trở về cùng sống với anh trong ngôi nhà mới.

Trước khi gặp Grant, tôi từng có vài người bạn trai, nhưng anh khác với họ—trưởng thành, chuyên nghiệp và ổn định. Ổn định, đó là điều tôi cần có trong mối quan hệ. Tôi muốn ổn định, và chỉ cần nghĩ tới việc chuyển về nhà chung với anh thôi là lòng tôi đã cảm thấy nôn nao. Đó là lần đầu tiên tôi cảm thấy chắc chắn rằng có một người đàn ông khác thật sự quan tâm đến tôi—đủ để mời tôi về ở cùng. Cuối cùng tôi cũng có được một mối quan hệ có tương lai.

Trong khi lái xe về Kentucky, tôi chắc chắn việc Grant chấp nhận tôi sẽ xoa dịu nỗi đau bị bố mẹ khước từ. Tôi vui vì cuối cùng chẳng còn rào cản nào giữa tôi và niềm hạnh phúc được sống chung với Grant của tôi.

Sau cùng, tôi chạy vào con đường có hàng cây hai bên dẫn vào nhà của Grant. Lúc ấy đã quá nửa khuya, nhưng tôi biết anh thuộc loại cú đêm và vẫn còn thức. Tôi đậu xe phía trước rồi bước lên các bậc thềm tới cửa trước. Lẽ ra tôi phải có mặt ở Chicago vào một ngày khác nhưng tôi nôn nóng gây ngạc nhiên cho Grant bằng việc về sớm. Tôi lao vào nhà. "Anh ơi! Em về rồi nè!" Tôi gọi anh trong bóng đêm.

Lúc nhìn thấy mặt anh, tôi hiểu có chuyện gì đó không ổn. Anh không chạy tới ôm chầm lấy tôi. Anh chẳng cười toe toét. Anh chỉ đứng đó nhìn tôi, chẳng bận tâm phá tan sự im lặng ngột ngạt. Rồi anh nói: "À... em đã về. Anh không mong em về sớm như vậy."

"Dạ, em muốn gây ngạc nhiên cho anh. Bố mẹ em—"

"Nghe này, chúng ta cần nói chuyện. Ừm, có lẽ tốt nhất là chúng ta... ừm... chậm lại một chút."

"Ý anh là sao?"

"Có lẽ tối nay em nên ngủ ở nhà của hội nam sinh."

Tôi choáng váng. Lúc đó tôi nhanh chóng cảm thấy mình chưa hiểu người đàn ông này.

Bố mẹ đã đuổi tôi ra khỏi nhà. Giờ đây Grant cũng chẳng cần tới tôi. Vậy tôi phải đi đâu bây giờ?

3

Kết Thúc Cho Một Khởi Đầu

Angela, ngày 15 tháng 5 năm 1933

Tôi không thể rời khỏi sàn phòng khách. Lời tuyên bố gây choáng váng của Christopher—và sự bỏ đi vô cảm của nó—khiến tôi cảm thấy lạnh giá và không còn sức sống. Không bàn thảo. Không thỏa hiệp. Chỉ là đóng sầm cánh cửa thay cho lời "Từ biệt... ngàn thu". Nghe tin nó chết chắc hẳn còn dễ chấp nhận hơn tất cả chuyện này.

Tôi choáng váng trước thực tại con trai mình là người đồng tính và không muốn thay đổi. Gia đình chúng tôi tan nát còn cuộc sống của tôi vỡ vụn. Từng giấc mơ tôi ấp ủ suốt bao năm về hôn nhân, về con cái, về tương lai—tiêu tan hết. Tôi không còn tìm thấy lý do để sống tiếp. Tôi biết chắc mình không có sự thỏa lòng hoặc hạnh phúc nào trên đời này cả. Tôi chỉ thấy toàn buồn nản, thất vọng và khước từ. Và tôi không muốn phải sống thế thêm chút nào.

Tôi chậm rãi lê gót từ sàn nhà sang phòng ngủ, thổn thức cho tới bình minh. Tôi đang ở chỗ giao thoa giữa sự sống và sự chết. Con đường tử thần có vẻ ít đau thương hơn—vì vậy đó là lựa chọn của tôi.

Tôi sẽ kết thúc nỗi khổ đã bắt đầu từ lâu.

———

Tôi chào đời ở Thượng Hải và lớn lên ở Đài Loan. Mẹ tôi làm việc ngoài xã hội như một chính trị gia và là phụ nữ theo đuổi sự nghiệp, giao anh chị em tôi và cả tôi cho vú em chăm sóc. Ông bà nội ngoại của chúng tôi đều đã qua đời. Cha tôi là thương gia hàng hải nên chúng tôi ít khi thấy mặt cha. Gia đình tôi cũng không có gì khác thường, ngoại trừ một điều—đó là thiếu vắng mẹ cha. Bố mẹ càng dành nhiều thời gian gầy dựng sự nghiệp, tôi càng cảm thấy cô đơn. Tôi ganh tị với các bạn có mẹ ở nhà nấu nướng, giặt giũ và chăm sóc gia đình.

Mỗi ngày, khi chuông nhà trường reo, tôi đi bộ về nhà dọc theo những con đường bụi mù cùng với người bạn láng giềng kế nhà tôi là Mei-lin. Khi chúng tôi về đến nhà, Mei-lin mở cổng nhà và lớn tiếng gọi "Mẹ ơi, Mẹ ơi! Con về rồi!"

Còn tôi thì ngược lại, mỗi ngày mở cửa chẳng ai chào đón cả. Tôi vào phòng riêng và ở một mình suốt buổi chiều, nhìn ra cửa sổ xem mẹ Mei-lin phơi đồ lên sợi dây sau nhà họ. Bà Lin mang ra bữa ăn nhẹ làm ở nhà cho Mei-lin, rồi Mei-lin ăn trong khi ngồi trên bậc thềm xem mẹ tay ôm quần áo, đi quanh sân phơi. Tôi không thể làm gì ngoài việc liếc nhanh khắp căn hộ trống trải, tìm bóng dáng mẹ tôi. Nhưng mẹ không hề có ở đó.

Lúc lên chín, tôi nguyện sẽ giống như mẹ của Mei-lin—có mặt ở nhà khi chồng con đã về. Sự nghiệp suốt đời của tôi sẽ là mái ấm gia đình và nghề nghiệp của chồng tôi. Tôi sẽ tạo dựng một lối sống khác cho gia đình mình, và một mái ấm khác với hoàn cảnh mà tôi lớn lên.

Khi anh Leon và tôi mới tới Hoa Kỳ vào năm 1964, chúng tôi là hai cây non được trồng trên miền đất xa lạ, gắng sức đâm rễ. Chúng tôi không có gia đình ở đây, không bạn bè, và không tiền bạc. Bắt đầu với con số không, chúng tôi nuôi cả nhà với nguồn tài chính eo hẹp. Anh Leon lấy bằng tiến sĩ triết học và tiến sĩ phẫu thuật nha, còn tôi sinh hai con trai—Steven và Christopher. Chúng tôi sống rất chật vật về tài chính, nhưng điều đó chẳng hề hấn gì bởi lẽ chúng tôi đang xây dựng tương lai cho các con. Những tháng ngày đó ngập tràn hy vọng lẫn chờ mong. Tôi có được một gia đình—một nơi để gắn bó—và dốc hết tâm sức vào đó, mong chờ tìm được niềm vui cùng sự thỏa lòng lâu nay tôi hằng mơ ước.

Ở tuổi đi học, Steven và Christopher đều là học sinh giỏi và đoạt giải trong các cuộc thi dương cầm lẫn toán học. Chúng rất ngoan và vâng lời, nhưng thật đáng buồn vì chúng thường bị chế giễu hoặc bắt nạt trong trường. Chúng chịu đựng, y như chúng tôi, và bạn bè cũng như láng giềng sau này khen chúng tôi là bậc phụ huynh gương mẫu và thường hỏi thăm chúng tôi về bí kíp làm cha mẹ. Chúng tôi sưu tập tất cả các bài báo nói về thành tích của hai con và dán đầy vở. Ngoài các bảng danh dự cùng giải thưởng của các con, vợ chồng tôi cũng thành công trong cuộc sống. Chúng tôi phát đạt trong ngành nha khoa, và tôi lấy làm tự hào về hình ảnh gia đình hoàn hảo của mình. Nhưng tôi vẫn cảm thấy trống vắng. Tôi đang sống cuộc đời hai mặt: thành công bên ngoài, nhưng trống rỗng bên trong. Một khoảng trống khoét sâu trong lòng tôi và tôi đau đớn muốn lấp đầy khoảng đó. Mọi thành đạt của gia đình, những điều tôi gắng sức vươn tới chẳng giúp tôi thoải mái được chút nào.

Thời gian trôi qua, có một vết nứt trên vẻ ngoài tinh khôi trong vai trò làm mẹ của tôi. Các con tôi, nay đã thành niên, thay đổi chóng mặt. Giờ không còn là những đứa bé thành công với những bằng khen lẫn phần thưởng mà tôi lấy làm hãnh diện nữa. Thay vào đó, chúng sống thật cẩu thả, không hề có phương hướng rõ ràng cho tương lai. Con trai lớn của chúng tôi là Steven bỏ nhà ra đi sau khi tốt nghiệp đại học và sống theo chủ nghĩa khoái lạc. Tuy sự phản loạn của cháu có thể xem là điển hình cho kiểu sống của một chàng trai thuộc hội nam sinh đại học Mỹ, nhưng chắc chắn là cháu không được giáo dục theo cách đó.

Christopher là tia hy vọng cuối cùng của tôi; cháu ngoan ngoãn, chu đáo và biết suy nghĩ. Thế nhưng một tuần sau Ngày của Mẹ, cháu lại thông báo cháu là người đồng tính. Christopher đã khước từ tôi lẫn gia đình cùng cuộc sống tôi từng chuẩn bị cho cháu. Làm sao tôi không cảm thấy tuyệt vọng cho được?

———

Suốt đêm tôi không ngủ, quyết định bỏ nhà ra đi của Christopher cứ hiện ra hết lần này đến lần khác trong tâm trí tôi. *Tất cả những người tôi từng thương yêu đều đã bỏ tôi đi hết rồi. Vậy tôi còn sống làm gì nữa?* Trước đây tôi từng nghĩ tới chuyện kết thúc mọi thứ, nhưng vẫn còn có cớ để bám víu: con cái, phòng nha, tài sản cho thuê. Bây giờ thì mấy thứ đó chẳng còn nghĩa lý gì. Chẳng còn thứ nào giữ tôi lại trên cõi đời này nữa. Vì thế, quyết tâm của tôi đã rõ: kết thúc tại đây.

Với quyết tâm đó, tôi cảm thấy cần gặp một mục sư. Tôi chưa từng là kẻ ngoan đạo và thực sự tôi chẳng ưa các Cơ Đốc nhân, nhưng tôi muốn có người để trò chuyện trước khi lìa bỏ cõi đời này—một ai đó chịu lắng nghe tôi. Có thể đây là cách kết thúc tốt đẹp. Vấn đề là tôi chẳng quen biết mục sư nào ngoại trừ cha Foley, cha tuyên úy ở Loyola, nơi anh Leon có dạy mỗi tuần một buổi.

Tôi bước vào nhà bếp, nơi anh Leon đang ăn sáng. Anh hành động như thể chẳng có gì bất thường xảy ra ngày hôm qua cả. Tôi nhìn chằm chằm vào anh một giây, kinh ngạc thấy anh vẫn bình tĩnh khi gia đình tan vỡ. Tôi do dự trước khi nói: "Em muốn anh đưa em đi gặp cha Foley".

Chúng tôi im lặng suốt chặng đường. Không hề nhắc tới Christopher. Nhiều năm tháng không trao đổi với nhau khiến cho im lặng trở thành bình thường đối với chúng tôi, và như thường lệ tôi cảm thấy vô cùng cô đơn. Cuộc gặp gỡ cha Foley thật ngắn ngủi. Cha thì lắng nghe, tôi thì khóc, còn anh Leon thì chẳng làm gì cả. Cha Foley thật nhân hậu, nói những lời ủi an, nhưng những lời của cha vẫn không đủ làm tươi tỉnh tâm hồn đã chết lặng của tôi. Khi chúng tôi ra về, cha đặt tay lên vai tôi và trao cho tôi một quyển sách nhỏ. Tôi cám ơn cha đã dành thời gian cho chúng tôi, trong khi tôi tái xác quyết sẽ kết liễu đời mình.

———————

Ngày hôm sau, trời lạnh và mưa phùn, nhưng tôi rời khỏi nhà thật sớm và đi bộ tới ga xe lửa Metra. Ở đó rất dễ để tôi đi tàu hỏa hoặc xe buýt tới trạm dừng cuối của tôi. Tôi chỉ mang theo ví tiền với cuốn sách nhỏ của cha Foley. Tôi nghĩ vậy là đủ. Trước khi kết liễu đời mình, tôi muốn gặp Christopher lần cuối. Sự ra đi của cháu hai ngày trước quá đột ngột. Tôi không thể làm ngơ được. Tôi sẽ nói lời từ biệt lần cuối ở Louisville, rồi sau đó là kết thúc.

Tôi tới ga Union của Chicago và mua một vé đi chuyến tàu hỏa kế tiếp. Nhân viên bán vé hỏi: "Bà có muốn mua vé khứ hồi không?"

Tôi đáp: "Không. Một chiều thôi."

"Nhưng chỉ cần thêm ba đô thôi," anh ta nói rõ.

"Không, cám ơn."

"Bà có thể dùng vé đó bất kỳ lúc nào suốt mười hai tháng kế tiếp."

"Thực sự là tôi không cần. Tôi không quay về." Ba đô la—chẳng là bao—nhưng lúc này cuộc đời tôi còn không đáng giá đó nữa.

Tôi đứng xếp hàng chờ lên tàu, và nhìn quanh trạm chờ, xem mọi người qua lại. Tôi thấy một nhóm thanh niên đẹp trai ăn mặc lịch sự ngay trước mặt mình. Họ nói cười, rồi một người quàng tay qua vai bạn. Tôi hít thở thật nhanh. Có thể nào họ cũng đồng tính?

Tôi quay mặt chỗ khác. Bên kia trạm chờ xe, một chuyến tàu vừa tới và hành khách đang kéo vào phòng chờ. Một thanh niên nhìn quanh rồi bỏ chạy—vào vòng tay của một người đàn ông khác. Tôi không thể nào tin nổi. Hồi nãy tôi có vô tình hay biết gì không nhỉ? Cả hai người trông rất bình thường mà—y hệt như Christopher vậy.

Tôi bước lên tàu, và trong khi chúng tôi rời khỏi Chicago, tôi thực sự cảm thấy nhẹ nhõm. Tôi đang trên đường đi tới cuối con đường. Dù rằng mọi thứ khác trong đời tôi ở ngoài vòng kiểm soát, nhưng ít ra tôi cũng kiểm soát được điều này. Tôi không thể kiểm soát điều đã xảy ra trong cuộc đời mình, nhưng có thể kiểm soát đoạn kết của đời mình.

Tay tôi vẫn đang cầm cuốn sách nhỏ nhận được ngày hôm trước. Bìa sách đã sờn và các góc cuốn lại sau thời gian dài trong tay tôi. Cuối cùng, tôi nhìn đề tựa: *Tình Dục Đồng Giới: Một Cánh Cửa Mở?*[1]

Thú vị đấy, tôi nghĩ. Tôi bắt đầu đọc.

Đây là sách nhỏ Cơ Đốc, nhưng cũng là lần đầu tiên tôi không muốn vì lý do đó mà tránh né. Từng lời từng chữ thu hút tôi. Cuốn sách nhỏ đó giải thích rằng Đức Chúa Trời yêu thương mọi người—cả những người đồng tính luyến ái—vì con người thật của họ, không phải vì việc họ làm. Trước đây tôi chưa từng nghe điều này. Tôi đã quyết định không thể yêu con trai mình nữa vì quyết định của cháu. Nhưng cuốn sách này nói Đức Chúa Trời yêu những người đồng tính luyến ái—kể cả Christopher—cho dù họ có làm gì chăng nữa. Tôi nghĩ nếu Đức Chúa Trời có thể yêu con trai tôi, thì tôi cũng vẫn có thể còn yêu cháu.

Trong khi tiếp tục đọc, tôi nhận ra mình không đọc vì Christopher.

---

[1] Colin *Cook*, Homosexuality: An Open Door? *(Boise, ID: Pacific Press, 1985).*

Cho dù quyển sách được viết cho những người thiên về cảm xúc đồng tính, nhưng tôi cảm thấy như sách viết cho chính tôi. Sách nói về sự chết, cái chết đó là kết quả từ sự đau khổ của chúng ta, những thất bại, bất toàn của chính chúng ta. Thay vì chính chúng ta phải chết, Đấng Christ đã chết thay, để chúng ta khỏi phải chết. *Tôi không phải chết sao? Nhưng mà sống để làm gì chứ?* Mọi thứ tôi từng yêu mến đều đã khước từ tôi. Nếu không ai yêu tôi, thì tôi còn tiếp tục sống để làm gì?

Sau đó tôi đọc một câu đâm thấu con tim đã chết của tôi. Không điều gì có thể ngăn cách chúng ta với tình yêu của Đức Chúa Trời trong Đức Chúa Giê-xu Christ.[2] *Không điều gì sao? Ý bạn muốn nói Đức Chúa Trời yêu... ngay cả tôi ư?*

Con tàu ầm ầm chạy trên đường ray vào buổi sáng của một ngày tháng Năm. Tôi vẫn thường thấy việc đi xuyên vùng đồng bằng Indiana thật là nhàm chán. Nhưng trong lúc nhìn ra cửa sổ, thì dường như tôi có thể thấy trước nhiều ngàn dặm. Những cánh đồng bừng lên sức sống mới trong khi hàng hàng lớp lớp vụ mùa dường như trải rộng tới cuối chân trời. Suốt cả đời tôi vốn là con người vô thần và thậm chí còn khinh bỉ Cơ Đốc nhân. Nhưng lúc ấy, khi nhìn ngắm vẻ đẹp thiên nhiên, tôi biết phải có một Thượng Đế.

Một sự tĩnh lặng bao trùm con người tôi. Nỗi ngạc nhiên lẫn niềm kinh sợ ngoại cảnh dường như tỏa sáng xuyên qua cửa kính lẫn chung quanh tôi. Rồi tôi nghe một giọng thỏ thẻ nhỏ nhẹ phán với tôi: *Con thuộc về Ta.*

Tôi không giật mình hoặc sợ hãi. Giọng nói không lớn, cũng chẳng phải là lời thì thầm. Nhưng dường như ở ngay sát bên tôi-nhẹ nhàng, êm ái—như thể từng có ở đó từ lâu. Tôi cảm thấy gánh nặng trên vai tan biến ngay, và mọi cơ bắp trong tôi bắt đầu thư giãn.

Suốt đời tôi muốn được thuộc về ai đó. Thuộc về ba mẹ tôi. Thuộc về chồng tôi. Thuộc về con tôi. Nhưng Đức Chúa Trời bảo với tôi rằng tôi chẳng thuộc về ai trên đất này. Tôi thuộc về Ngài.

Ngài biết nhu cầu sâu thẳm nhất trong tôi, và Ngài nói ra những lời tôi khao khát được nghe. Bốn chữ đó là liều thuốc rịt lành con tim

---

[2] Đọc Rô-ma 8:39

tan nát của tôi. Tôi đã không tìm kiếm Đức Chúa Trời, mà Ngài đã tìm cứu tôi.

Bỗng nhiên dường như cuộc viếng thăm của tôi dành cho Christo-pher cuộc viếng thăm mà tôi nghĩ là lần từ biệt sau cùng—thực sự có thể là khởi đầu của một điều mới mẻ.

4

Hai Cuộc Đời Ở Louisville

Christopher, ngày 18 tháng 5 năm 1993

Phòng khám trở nên ồn ào khi tôi bước vào lúc hơn một giờ trưa một vài phút. Tôi đã ăn trưa thật nhanh, mà vẫn vào trễ. Hầu hết các bạn học của tôi đều đem bệnh nhân trở lại phòng khám bệnh, một số người đã bắt đầu đánh răng và chụp x quang. Tiếng khoan the thé vào răng bắt đầu xuyên thấu không gian, đủ để làm cho hầu hết bệnh nhân co rúm người. Nhưng tất cả là một phần của một ngày bình thường của tôi. Không hẳn vui tai... mà có lẽ nghe giống tiếng leng keng hơn (tiếng kêu của những đồng xu chạm vào nhau-ND).

Tôi lau chùi mặt bàn, bọc chiếc ghế bằng mảnh ni-lông dùng một lần và mặc chiếc áo phẫu thuật của mình vào. Trình tự này là một phần trong sự thay đổi thường ngày từ một người phục vụ quầy rượu vui vẻ yêu đời sang một sinh viên nha khoa chuyên nghiệp và nghiêm túc. Tôi cười và nghĩ thầm *Giá mà các bệnh nhân biết được điều này.*

Chắc chắn, hầu hết các bạn học đều biết tôi là người đồng tính. Nhiều người trong bọn họ cũng vậy, chưa kể một giáo sư của tôi cũng biết. Nhưng bệnh nhân thì không cần biết. Tôi không để cho bản năng giới tính của mình "lộ ra trên gương mặt". Tôi tự xem mình là người hoàn toàn bình thường.

Bình thường là điều tôi từng muốn hơn bao giờ hết, ngay từ khi còn nhỏ. Trước nhất, tôi là người châu Á. Từ những năm còn học phổ thông cho đến khi vào đại học, tôi chưa bao giờ được chấp nhận hoàn toàn. Tôi nhạy cảm, là con mọt sách và sợ thể thao, nhưng tôi yêu thích âm nhạc và nghệ thuật. Vì vậy, tôi đã quen thuộc với việc mình khác người khác. Trong trường nha, tôi là một trong những sinh viên đồng tính. Nhưng khác người không có nghĩa là tôi không thể là người bình thường. Tôi muốn thành công và được tôn trọng. Tôi muốn ổn định trong mối quan hệ tình cảm với một ai đó và sống hạnh phúc bên nhau mãi mãi. Ước mơ của tôi không khác với ước mơ của những người "thẳng" học cùng lớp với tôi.

Tôi từng hy vọng viễn cảnh này sẽ diễn ra với Grant. Anh ấy là luật sư và được đánh giá rất cao trong giới luật sư. Khi anh bảo tôi về, điều đó không có nghĩa là anh độc ác. Anh thậm chí còn giúp tôi tìm chỗ ở. Một trong những người bạn của anh hay đi vắng nên cần người trông coi nhà cửa và cho chó ăn, vì vậy Grant đề nghị tôi đến ở đó. Đó là một nông trại vừa được nâng cấp, gồm ba phòng ngủ trong một khu dân cư cao cấp có nhiều cây. Hiện tại, đó là một nơi đẹp đẽ, nhất là bởi vì được ở không tốn tiền.

Nhưng điều đó có nghĩa là mỗi ngày tôi sẽ trở về với một căn nhà vắng vẻ. Tôi thì lại muốn có bầu bạn, có ai đó để nói chuyện. Tôi cần bạn bè. Nằm trên giường một mình buổi tối chắc chắn không ở trong kế hoạch của tôi.

Tôi đi đến quầy ở giữa phòng khám để đưa cho trợ lý tờ giấy. Còn cô đưa lại cho tôi những dụng cụ cần thiết cho buổi gặp khách hàng chiều nay được bọc gọn gàng bằng giấy hấp màu xanh. Tôi lấy đôi găng tay nhựa, nhét thêm vài đôi dự phòng vào túi, rồi quay lại buồng của mình.

Tôi xếp chiếc gương và cái thông dò ra chiếc khay kim loại bọc chất dẻo cạnh ghế bệnh nhân rồi chờ gọi tên. Khi bệnh nhân đến trường nha, họ sẽ đăng ký và yêu cầu tiếp tân gọi trên loa tên sinh viên nha. Các bệnh nhân của tôi trước đây từng đến trễ, nên chờ đợi không phải là điều gì mới mẻ với tôi. Trong khi chờ đợi, tôi chẳng biết làm gì ngoài việc suy nghĩ. Tâm trí tôi lan man nhớ lại vài ngày vừa qua: đi thăm bố mẹ, nói cho họ biết tôi là người đồng tính, họ đuổi tôi đi... rồi Grant khước từ tôi. Nỗi đau vẫn còn nhói như mũi kim nhọn đâm vào để chích thuốc tê.

Tôi từng háo hức khi dọn đến ở với anh, còn bây giờ tôi cảm thấy mình ngu dại và cô đơn. Chẳng có điều gì đáng ghét hơn là ở một mình. Tôi muốn được giống như mọi người khác mà tôi biết-tìm được ai đó để yêu và xây dựng gia đình với nhau. Giờ thì tôi đang phải bắt đầu lại mọi thứ.

———

Tôi luôn nghĩ đến cuộc sống cô đơn mà thấy sợ hãi, nhưng trước đây tôi biết có điều gì đó rất khác trong mình. Thời thơ ấu, nhiều mùa hè gia đình tôi đi du lịch thăm bạn bè ở Iowa. Tụi trẻ con cũng trạc tuổi tôi, còn ba chúng từng là bạn học đại học với bố tôi. Suốt ngày chúng tôi đi bơi và xem phim trên truyền hình cáp-thứ mà ở nhà chúng tôi không có. Điều bố mẹ tôi không biết đó là bạn của bố tôi giấu tạp chí khiêu dâm *Playboy* và *Hustler* dưới bồn rửa mặt trong mỗi phòng tắm. Lần đầu tiên nhìn thấy những tạp chí đó là lúc tôi chín tuổi.

Tôi đánh trống ngực vì sợ bị bắt quả tang, nhưng cũng thấy thích thú và tò mò. Tôi không bị thu hút bởi người nữ mà là người nam. Tôi thấy thật xấu hổ và bối rối khi phải nói với ai đó những cảm xúc này. Tôi sợ bố mẹ sẽ phạt mình, còn đám con nít sẽ chế giễu tôi. Vì thế, tôi hy vọng và hy vọng những cảm xúc này sẽ tan biến. Nhưng chúng không bao giờ tan biến.

Tin tôi đi, tôi đã cố gắng làm mọi thứ để trở nên "bình thường". Tôi thử hẹn hò với các cô gái-một vài cô-nhưng tất cả đều bỏ tôi. Một nữ sinh chia tay tôi vì chuyển sang Tây Ban Nha sống. Một cô bạn đại học bỏ tôi để quay lại với bạn trai cũ. Một cô gái ở Chicago chấm dứt mối quan hệ với tôi vì bố mẹ cô ấy không đồng ý. Cứ mỗi lần như thế, sự khước từ càng đau hơn-nhất là khi mối quan hệ là tấm vé chứng tỏ tôi thích hợp và giống với những đứa con trai khác. Nhưng sâu thẳm bên trong tôi biết mình không bị thu hút đến với người nữ như cách bị thu hút đến với người nam.

Dẫu vậy, tôi vẫn muốn thay đổi ước muốn tình dục của mình. Tôi cố gắng phớt lờ nó; tôi cố đè nén nó; tôi cố sức chú ý nhiều hơn đến các cô gái. Nhưng chẳng kết quả gì. Vì vậy sau nhiều năm giữ kín và bất an bên trong, tôi biết mình không thể phủ nhận việc bị nam giới thu hút. Tôi chỉ cần chấp nhận sự thật này.

Sau khi chuyển đến Louisville, tôi bắt đầu tham gia các câu lạc bộ dành cho người đồng tính và đi bar. Trước khi biết điều này, tôi sống cuộc đời hai mặt. Ban ngày tôi là một sinh viên nha khoa có tay nghề. Buổi tối, tôi là một bartender nổi tiếng trong một câu lạc bộ đồng tính.

Với tôi, đây là chuyện tự nhiên – ít ra là trong lúc này.

———

"Chris Yuan. Christ Yuan, xin mời đến bàn tiếp tân." Giọng nói quen thuộc vang lên trên hệ thống điện thoại nội bộ, kéo tôi trở về hiện tại. Tôi hướng đến khu vực tiếp tân để chào bệnh nhân, nhưng không thấy ai. Vì vậy tôi đi đến chỗ người tiếp tân.

"Chào Cathy. Ai gọi tôi thế?"

"Tôi đó." Cô ấy vừa xếp lại xấp hồ sơ vừa nhìn lên tôi. "Có một phụ nữ đến tìm anh và bảo tôi nói với anh là bà chờ ở bên ngoài. Trông bà lạ lắm."

"Ồ, cám ơn cô".

Tôi bước ra khỏi phòng khám, đi xuống cầu thang để ra ngoài. Liếc nhìn ra ngoài, tôi thấy một người phụ nữ đang đứng trên vỉa hè, một người đàn bà nhỏ nhắn với mái tóc ngắn màu nâu. Khi tôi tiến đến gần thì bà quay lại.

Mẹ ư?

Tôi bối rối hỏi: "Mẹ đang làm gì ở đây thế?"

"Chào con, Christopher." Bà bước về phía tôi và ôm lấy tôi. Bà nói "Mẹ chỉ đến vì muốn nói với con rằng mẹ yêu con. Mẹ yêu con dù con như thế nào."

Tôi lùi lại, tránh cái ôm của bà. Tôi không mong đợi điều này. Công khai mình là người đồng tính với bố mẹ là để tôi được tự do. Và tự do có nghĩa là không bị mẹ gọi hay viết thư hay đến tận Louisville để canh chừng nữa. Tôi cảm thấy sự tự do mình mới tìm được đã bay mất.

Bà là người đã đưa ra tối hậu thư cho tôi. Bà là người đã đá tôi ra khỏi nhà. Mọi việc diễn ra đúng như mọi người đã nói với tôi... cho đến lúc này.

Tôi nhìn mẹ, cười: "Mẹ đến tận Louisville chỉ để nói với con như vậy thôi sao?"

Tôi nghĩ bà sẽ giận dữ, nhưng không. Thậm chí bà còn tỏ thái độ khác hẳn. Tôi không thể giải thích được, nhưng có điều gì đó đã thay đổi. Bà không nổi giận. Bà tỏ ra bình tĩnh.

"Christopher, mẹ muốn con biết là mẹ yêu con, cho dù mẹ không đồng ý với lựa chọn của con. Mẹ là mẹ của con và sẽ mãi mãi là mẹ của con."

"Vâng, vâng, con biết." Tôi ngắt lời bà rồi nhìn xuống đồng hồ. Tôi nghĩ: *Lựa chọn của tôi ư! Bà chẳng hiểu gì cả.* "Con phải quay lại phòng khám rồi. Có lẽ bệnh nhân đang chờ con. Mẹ còn cần gì nữa không?

Bà trả lời: "Mẹ... mẹ nghĩ chắc là không."

Tôi định quay người đi, nhưng lại dừng lại. "Khi nào mẹ quay về Chicago?" Tôi mong bà trả lời "Sẽ về sớm".

"Mẹ chưa biết. Mẹ chưa quyết định."

Thật là lạ. Bà luôn luôn biết điều gì đang xảy ra và biết bà sẽ làm gì tiếp theo. Bà luôn luôn nắm quyền kiểm soát. Vậy mà bây giờ bà không có kế hoạch gì sao? Có gì đó thật lạ đang diễn ra, nhưng tôi không có thời gian để suy nghĩ.

Tôi lẩm bẩm khi đi lên cầu thang để gặp bệnh nhân "Sao cũng được". Giờ thì bà có thể làm gì được chứ?

5

Được Sinh Lại

Angela, ngày 18 tháng 5 năm 1993

Tôi bước ra khỏi phòng khám nha khoa với tâm trạng hân hoan. Thật nhẹ nhõm khi gặp Christopher để nói ra điều tôi muốn nói. Sau thử thách con công khai mình là người đồng tính, tôi đã có thể đích thân nói với con rằng tôi yêu con cho dù có thế nào. Cuối cùng thì cũng có chút ánh sáng đang chiếu vào cuối đường hầm tôi đang sống. Khi đứng ở góc đường chờ đèn giao thông, tôi từ bỏ kế hoạch kết liễu đời mình. Nhưng tôi chưa sẵn sàng trở về nhà với chồng tôi. Lần đầu tiên suốt khoảng thời gian dài mà có lẽ là chưa bao giờ-tôi cảm thấy bình an. Nhưng tôi cần ở một mình, có lẽ cần thêm thời gian để quyết định phải làm gì tiếp theo.

Tôi check-in tại một khách sạn gần đó, và đi về phòng mình, nhưng nhớ ra là không có vật dụng vệ sinh-bạn không xếp hành lý khi có kế hoạch kết thúc mọi thứ. Vì vậy, tôi đi vào một hiệu thuốc và bước nhanh qua các lối đi, lấy bàn chải đánh răng, kem đánh răng và xà phòng bỏ vào giỏ. Tôi cứ nhẩm lại trong đầu cuộc trò chuyện với Christopher. "Sao cũng được" là câu nói từ biệt của cháu. Chỉ cách đây vài ngày, sự hỗn xược trong câu nói đó khiến tôi phải khổ sở, và tôi đã rơi xuống cái hố của sự tự thương hại. Nhưng bây giờ thì tôi đã ổn-thậm chí có lẽ là thoải mái. Tôi bắt đầu nhận ra rằng tôi không cần phải để cho thái độ xấc xược của con điều khiển mình như đã từng.

Tôi ngẫm nghĩ về thông điệp của quyển sách nhỏ mà cha Foley đã cho. Tôi ao ước được biết thêm về Đức Chúa Trời yêu thương vô điều kiện này. Tôi từng rất khao khát, rất khô hạn trong một thời gian dài. Tôi chỉ muốn thuộc về ai đó... có thể là thuộc về Chúa. Tôi muốn học biết nhiều hơn về Ngài, nhưng tôi không chắc phải bắt đầu từ đâu.

Trở về khách sạn, tôi lôi quyển sách nhỏ ra và lật xem. Ở cuối sách có số điện thoại. Tôi ngồi lên cạnh giường kế bên chiếc điện thoại, rồi nhấc ống nghe lên và bấm số. Tôi không biết mình phải nói gì nếu có người nhận điện thoại, nhưng tôi vẫn đặt ống nghe lên tai và hít một hơi thật sâu.

Người đàn ông bên kia đầu dây thật niềm nở và thân thiện. Tôi nói với ông về hai ngày rưỡi vừa qua, rồi bắt đầu khóc khi nhớ lại những sự việc vẫn còn mới tinh. Dù khó khăn, nhưng tôi cảm thấy có chút nhẹ nhõm. Trút ra hết được có vẻ làm giảm bớt nỗi đau.

Sau khi nghe câu chuyện của tôi, người đàn ông nói: "Thưa bà, tôi biết việc này khó khăn với bà như thế nào, và tôi muốn bà biết rằng bà không cô đơn. Nhưng có một điều vô cùng quan trọng bà cần nhận biết là bà không thể thay đổi con mình được."

Xương sống tôi cứng đơ khi tôi quẹt nước mắt. Tôi không muốn chấp nhận điều ông ấy vừa nói. Tôi muốn tìm ra cách thay đổi con mình và làm cho mọi việc tốt đẹp trở lại.

"Thưa ông, tôi..."

"Đây là điều khó khăn nhất mà cha mẹ phải chấp nhận. Nhưng để tôi cho bà số điện thoại của một phụ nữ sống ở Louisville đã có kinh nghiệm về những vấn đề như thế này và có thể giúp đỡ bà". Tôi chộp lấy giấy và bút rồi viết nguệch ngoạc số điện thoại, sau đó cám ơn ông và gác máy.

Tôi hít một hơi nữa thật sâu rồi lại quay số, hy vọng người phụ nữ này có thể cho tôi câu trả lời tôi cần. Người phụ nữ nhấc điện thoại, và giọng nói dịu dàng của chị khiến tôi mở lòng ra với chị. Tên chị là Dee Binkley, và tôi ngắn gọn giải thích hoàn cảnh của mình. Không hề ngần ngại, chị mời tôi đến nhà. Tôi bước ra khỏi Travelodge và tiến đến trạm xe buýt. Sau khi chuyển hai hoặc ba tuyến xe buýt và đi bộ một đoạn dài, tôi đứng trước cửa nhà chị. Nỗi sợ hãi bóp chặt tim tôi. Liệu tôi đã sẵn sàng cho bước tiếp theo chưa?

Tôi ngập ngừng trước khi bấm chuông. Một con bướm vỗ cánh bay qua, bay từ những bông hoa bên này bậc thềm sang những bông hoa bên kia. Cuối cùng, tôi nhấn chuông và muốn biết chuyện gì sẽ xảy ra.

Tiếng chân bước nhẹ trên sàn nhà. Tay nắm cửa xoay và cánh cửa mở toang. Trước mặt tôi là một đôi mắt long lanh màu xanh nước biển. Một người phụ nữ xinh đẹp, cao ráo, dang tay chào đón tôi. Giọng chị thật dịu dàng và ấm áp: "Chào chị Angela. Tôi rất vui vì chị đã gọi và thật mừng vì chị đã đến."

Tôi thậm chí còn chưa bước chân qua ngạch cửa, mà đã muốn khóc rồi. Rất lâu rồi mới có người vui mừng khi gặp tôi. Tôi còn không biết người phụ nữ này, nhưng chị lại tiếp tôi bằng cái ôm và những lời chào đón ân cần.

Dee nói "Xin mời vào." Giọng chị đem lại sự an ủi và ngọt ngào như giọng của người mẹ. Ngôi nhà thật gọn gàng và thoang thoảng mùi tử đinh hương trên tiếng nhạc nền du dương. Căn phòng khách được trang trí bởi tông màu ấm áp làm cho ngay cả một người lạ như tôi cũng có cảm giác như nhà của mình. Chỉ mới bước chân vào căn nhà tôi đã cảm thấy mình được yêu thương.

Dee chỉ vào chiếc ghế bành: "Chị ngồi đi. Hãy kể tôi nghe về chị nào."

Chẳng thể nói lời nào, tôi lại oà khóc. Những sự kiện trong vài ngày qua hiện lên trong đầu, rồi tôi không thể đè nén lâu hơn. Sự quan tâm nhẹ nhàng và chân thành của chị khiến tôi bất ngờ, và cảm xúc vỡ oà như nước tuôn ra từ chiếc đập bị vỡ. Dee choàng tay qua vai tôi và vỗ nhẹ: "Không sao, chị cứ khóc đi." Rồi chị đưa cho tôi hộp khăn giấy khi tôi cố gắng lấy lại bình tĩnh.

Dee yên lặng chờ đợi, và cuối cùng tôi cũng có thể mở miệng, dù bị ngắt quãng bởi những tiếng nấc. Tôi kể chị nghe toàn bộ câu chuyện hôn nhân đổ vỡ, còn các con nổi loạn ra sao. Tôi kể chị nghe mình đã thất bại thế nào, và tôi lo sợ mình sẽ đánh mất tất cả những gì tôi đã phải làm việc cực khổ để có được, rồi tôi đâm ra ghét bản thân ra sao. Tôi kể chị nghe con trai mình là người đồng tính và thể nào tôi đã định tự tử ngày hôm đó. Dee chỉ lắng nghe.

Rồi tôi nói với chị về sự an ủi tôi cảm nhận khi đọc quyển sách nhỏ mà cha Foley đưa cho-nhưng tôi thật sự không hiểu tất cả những lời ấy có ý nghĩa gì. Đôi mắt của Dee long lanh trong khi nghe tôi nói, theo sát từng lời tôi nói. Dường như gánh nặng của tôi trở thành của chính chị. Dù tôi là người xa lạ, nhưng chị xem tôi như là em gái. Chị đề nghị tôi bắt đầu đọc Kinh thánh. Khi tôi trả lời mình không có quyển Kinh thánh nào, chị dẫn tôi đến Wellspring, một nhà sách Cơ Đốc gần đó, để mua một quyển.

Chị đề nghị được gặp tôi một tuần vài lần-giống như kiểu cố vấn. Chị gọi đó là sự rèn luyện. Chị hứa cùng đi với tôi trên con đường mới mẻ này. Tôi chẳng biết sẽ đi tới đâu, nhưng ít ra tôi biết mình không cô đơn.

———

Vài ngày sau khi gặp Dee, tôi chuyển ra khỏi Travelodge để đến Kentucky Towers, một căn hộ được trang bị đầy đủ, trả tiền thuê theo tuần. Tôi biết tôi cần ở lại Louisville thêm một thời gian nữa. Có điều gì đó đang diễn ra bên trong tôi, mà tôi không muốn dập tắt bằng cách quay lại cuộc sống cũ của mình tại Chicago quá sớm.

Tôi đã không gọi cho anh Leon để nói cho anh biết tôi ở đâu. Anh cũng không tìm cách xem tôi ở đâu, cho nên tôi biết anh chẳng quan tâm đến tôi. Tôi cảm thấy anh Leon là điều gì đó khó chịu trong lòng tôi. Thậm chí nghĩ về anh thôi cũng khiến tôi đau nhói và chua chát. Nó làm tim tôi thắt lại.

Trong căn hộ, tôi cảm thấy thoải mái với công việc thường ngày và bắt đầu đọc những quyển sách Dee đưa cho tôi. Tôi có thể ngồi đọc sách hàng tiếng đồng hồ. Trước kia, tôi không bao giờ có thể đọc sách nhiều hơn một tiếng mà không ngủ gục. Thật ra, tôi học xong đại học là nhờ bắt các bạn trai làm bài dùm. Nhưng bây giờ tôi lại quan tâm học biết nhiều hơn về Chúa. Và khi đọc Kinh thánh, tôi bắt đầu học biết nhiều hơn về bản thân.

Điều thú vị là khi tôi tập chú vào việc học biết Đức Chúa Trời, nỗi lo lắng làm sao thay đổi Christopher bắt đầu tan biến. Tôi nhận ra có quá nhiều việc cần phải làm trong cuộc đời mình đến nỗi tôi không có nhiều thời gian để nghĩ đến chuyện thay đổi con trai mình. Tôi choáng ngợp vì mình có được cơ hội thứ hai. Mọi suy nghĩ và cảm xúc của tôi trong năm mươi năm qua đã bị đảo ngược và thay thế.

———

Tuần lễ đầu tiên, tôi liên lạc với Christopher qua điện thoại để con biết tôi ở đâu và để giữ liên lạc với cháu. Tôi ở Louisville được vài ngày thì cháu cho tôi biết đã nhận được thư của trường nha thông báo rằng cháu đang trong thời gian thử thách. Theo cháu nói, nhà trường bất công với cháu; vị phó chủ nhiệm không thích cháu nên muốn tống khứ cháu.

Vì vậy, ngày thứ Hai đầu tiên sau khi đến, tôi đã vào văn phòng phó chủ nhiệm để làm cho ra lẽ mọi chuyện. Chắc chắn ông chủ nhiệm và tôi có thể nói chuyện để giải quyết chuyện của Christopher. Tôi quyết tâm sửa lại tiếng tăm của Christopher.

"Tôi là Angela Yuan, mẹ của Christopher Yuan", tôi nói với thư ký của ông ấy. "Tiến sĩ Johnson có ở văn phòng không?"

Người tiếp tân trả lời: "Ông ấy đang có cuộc họp. Bà có hẹn trước không ạ?"

"Không, nhưng tôi không gặp lâu đâu. Tôi có thể đợi ông ấy họp xong không?"

Cô thư ký bảo tôi ngồi ở khu vực tiếp tân dưới sảnh và sẽ báo tôi biết khi tiến sĩ Johnson họp xong. Dee đã yêu cầu tôi đọc hai chương trong cuốn sách nói về tăng trưởng tâm linh, vì vậy tôi lấy trong giỏ ra cuốn sách đã bị quăn góc và lật nhanh ra đọc. Tôi tìm một chỗ ngồi rồi bắt đầu đọc, quyết tận dụng thời gian. Rồi một từ ngữ xa lạ đập vào mắt tôi: *shrikism.*[1]

Cuốn sách giải thích rằng chim bách thanh là một loài chim săn mồi mà sau khi đã bắt được mồi thì đâm con mồi vào một vật nhọn—gai hoặc cành cây con—rồi xé toạc con mồi ra từng mảnh.

Tôi nghĩ *loại sách Cơ Đốc gì đầy bạo lực.* Các tác giả mô tả "chim bách thanh con người" là loại người tự cho mình là công bình đến mức tin rằng mọi hành động của người khác đều độc ác. Nói cách khác, "tôi luôn luôn đúng còn anh luôn luôn sai."

Tôi đổi chỗ ngồi. *Hầu như tôi luôn luôn đúng. Đó chẳng phải là điều tốt sao? Làm điều đúng, thì đúng thôi!*

---

[1] *Shrikism* là từ được dùng trong tác phẩm của John và Paula, *Healing the Wounded Spirit* (Tulsa, OK: Victory, 1985), 241-70.

Quyển sách giải thích thêm rằng kiểu người tự cho mình là công bình này hay tấn công người khác. Nó giống hành động của loài chim bách thanh—xé toạc con mồi ra từng miếng.

Điều đó khiến tôi dừng lại. Tôi nghĩ về cuộc đời mình, về những lần tôi khăng khăng cho mình là đúng, còn người khác thì sai. Lúc đó dường như rõ ràng là vậy, còn bây giờ, với góc nhìn mới, hành động của tôi có vẻ không quá khác với hành động của loài chim bách thanh.

Thật ra, đó là điều tôi hiện đang làm—đòi hỏi sự đối xử công bằng cho con trai mình.

Quyển sách giải thích rằng nỗ lực chứng tỏ sự công bình của con người chính là điều khiến người đó không thể hiểu được tình yêu của Chúa dành cho mình.

Tôi bắt đầu nhìn thấy mình rõ hơn. Tôi đã đến văn phòng chủ nhiệm như một con chim bách thanh—sẵn sàng chỉ cho ông thấy ông sai và chứng tỏ rằng tôi đúng. Tôi muốn kiểm soát tình huống và không để cho sự việc cứ thế xảy ra. Đột nhiên, sâu thẳm trong tâm hồn tôi nhận ra một điều về bản thân mà trước đây tôi không hề biết: tôi là một tội nhân. Tôi chẳng tốt đẹp gì hơn Christopher hay bất kỳ ai khác. Tôi lấy làm ghê tởm khi nhận ra sự đen tối trong lòng mình. Nhưng khi tôi hiểu được căn bệnh của mình, thì tôi cũng hiểu ra phương pháp chữa trị. Mọi thứ tôi đọc trong vài ngày qua bắt đầu có ý nghĩa đối với tôi. Tôi là một tội nhân, y như con chim bách thanh tự cho nó là đúng.

Tôi đứng lên rồi đóng sách lại. Tôi không muốn gặp ông chủ nhiệm nữa. Tôi chỉ muốn ra khỏi nơi này. Tôi nhét cuốn sách vào giỏ và thận trọng bước ra cửa.

Để ra đến thang máy, tôi sẽ phải đi qua văn phòng ông chủ nhiệm, mà tôi thì xấu hổ không muốn gặp ông-hay thư ký của ông. Vì vậy, tôi lén vòng qua lối dành cho thang bộ rồi nín thở rón rén bước nhanh xuống cầu thang. Tim tôi đập nhanh khi nghĩ đến chuyện gặp phải ai đó trên đường đi.

Mỗi bước chân khiến tôi càng tin chắc mình là tội nhân. Nhưng thật lạ lùng, niềm tin đó đem đến sự giải phóng. Tôi cảm thấy mình được chấp nhận khi được Chúa yêu bất chấp lỗi lầm của tôi. Điều này thật sự tiếp thêm sinh lực cho tôi!

Khi đẩy cánh cửa mở ra, tôi mới có thể hít một hơi thật sâu. Đó là một ngày tươi sáng và đẹp đẽ, và tôi tăng tốc khi rảo bước – gần như là nhảy chân sáo-trên vỉa hè. Tôi vui mừng trong lẽ thật rằng tôi không hề hoàn hảo. Tôi không có tất cả mọi câu trả lời, và sẽ không bao giờ có. Nhưng không sao, vì tôi không cần phải trở nên hoàn hảo nữa. Cha trên trời của tôi vẫn yêu tôi dù có thế nào. Đó là tất cả những gì tôi có thể làm để không phải hét lên "Tôi là tội nhân! Tôi là tội nhân! Tôi là tội nhân!"

— 6 —

Đừng Cố Thay Đổi Con!

Christopher, ngày 26 tháng 5 năm 1993

Đó là một buổi chiều tháng Năm ấm áp khi tôi hối hả đi xuống Đại Lộ Thứ Năm dưới phố Louisville. Mẹ tôi vừa dọn đến Kentucky Towers, nên tôi đến ăn trưa cùng bà. Khi bước trên đại lộ Muhammad Ali, tôi có thể nhìn thấy mái hiên màu đen trải dài từ toà nhà bằng gạch màu tối. Tôi đến đứng tại cửa trước, hơi bị hụt hơi. Một giọt mồ hôi chảy xuống mặt khi tôi bước vào tiền sảnh nhỏ có mùi mốc.

Phải mất vài phút mắt tôi mới quen với phần bên trong mờ ảo. Toà nhà cũ kỹ, sàn nhà và tường màu đen. Một người gác cửa cao ráo trong bộ com-plê bằng vải polyester đứng phía sau chiếc quầy cao.

"Tôi đến để gặp Angela Yuan."

Ông yêu cầu tôi ký tên, rồi chỉ vào sảnh thang máy phía sau. Tôi cảm thấy như mình đang đi ngược thời gian khi bước chân vào chiếc thang máy nhỏ bé, lạc hậu bò lên tầng mẹ tôi ở.

"Chào con. Chắc là con đói bụng rồi," mẹ hỏi tôi khi mở cửa đón tôi vào nơi ở mới của bà. Chẳng có gì hấp dẫn, tấm thảm đã sờn, còn đồ đạc thì cũ kỹ. Tôi nhìn xung quanh căn hộ nhỏ. Bà đem rất ít đồ đạc ở nhà theo. Tôi thấy một vài món tạp hoá trên kệ, bánh mì sandwich và thức uống để trên chiếc bàn nhỏ, vài quyển sách nằm đây đó. Tôi chú ý thấy mẹ đang mặc bộ đồ mà tôi chưa hề thấy trước đây.

"Mẹ lấy bộ đồ này ở đâu thế?"

"Ồ... đây là bộ quần áo lấy từ Hội Cứu Thế Quân ở gần đây. Mẹ chẳng mang theo bộ quần áo nào cả." Bà vừa cười vừa bước đến bàn ăn. "Mẹ con mình ăn nào. Mẹ biết con không có nhiều thời gian. Hơn nữa, chắc con đói bụng rồi."

Chúng tôi ngồi xuống chiếc bàn nhỏ, rồi tôi cầm lấy lát sandwich.

Tôi sắp sửa cắn một miếng thì mẹ hỏi "Chúng ta có thể cầu nguyện trước khi ăn được không?"

Cầu nguyện ư? Mẹ tôi chưa bao giờ cầu nguyện trước khi ăn. Tôi không biết phải trả lời làm sao, nhưng khi còn đang do dự thì mẹ đã nắm lấy tay tôi rồi cầu nguyện xin Chúa ban phước cho thức ăn.

"A-men", bà nói rồi ngước mặt lên và cười. "Mẹ biết con thích bánh mì nướng để bơ và phô mai chảy ra. Mẹ hy vọng con thích sandwich này."

"Dạ... đúng rồi", tôi nói rồi cắn một miếng nhỏ. Tôi nhìn chồng sách ở gần bàn. Một quyển vở có gáy bằng lò xo và cây bút nằm kế bên còn tựa để các sách thì tôi chưa từng nghe đến. Dường như toàn là sách về tôn giáo và tâm linh, và trên cùng là một quyển sách dày được bọc bằng da.

"Có phải quyển đó là Kinh thánh không mẹ?"

Bà nhìn tôi. "Đúng rồi". Bà có chút ngập ngừng.

Tôi quay nhìn bà, lặng người.

Giọng bà lạc đi "mẹ đang gặp người phụ nữ này, bà là một Cơ Đốc nhân."

Tôi đang cố hiểu tại sao mẹ làm vậy. Có phải bà đang cố gây ấn tượng với tôi hay làm gương tốt cho tôi không? Tôi có thể nói với bà rằng "tìm được tôn giáo" không phải là phương cách đặc biệt hữu ích để làm việc này.

Tôi nhìn quanh phòng và thấy có những thứ khác khiến tôi ngạc nhiên. Hai cành cây con trên bệ cửa sổ được uốn theo hình cây thập tự và được giữ cố định bằng chiếc nơ cột lại. Dưới cửa sổ, trên sàn nhà là chiếc gối nhỏ và hộp khăn giấy đặt bên cạnh. Kế bên là quyển vở với dòng chữ *Lời cầu nguyện* được viết lên trên. Góc trên của quyển vở có gắn bookmark với dòng chữ *Vì Đức Chúa Trời yêu thương thế gian*. Tôi quay nhìn mẹ, và nhận ra bà đang đeo cây thánh giá.

Chuyện gì đang xảy ra vậy? Mẹ từng ghét những người tin Chúa và tôn giáo. Bà không bao giờ có thể chịu đựng những kẻ đạo đức giả sùng đạo. Trở thành Cơ Đốc nhân là điều cuối cùng mẹ tôi có thể làm. Mọi người ở Chicago đùa rằng Chúa Giê-xu mà có đi qua trước mặt mẹ tôi, thì bà cũng chẳng tin. Chuyện này thật khó hiểu. Tôi lùi khỏi bàn ăn và đứng dậy.

"Có chuyện gì à, Christopher?"

"Dạ không có gì. Con chỉ... à con phải đi rồi."

"Con không ăn hết sandwich sao? Con chưa ăn gì mà."

"Không sao, con cần phải chạy. Con sẽ đến trường trễ mất. Con gặp mẹ sau nhé?"

"Christopher, chờ đã, mẹ cầu nguyện cho con trước khi đi được không?"

"Uhm... mẹ cầu nguyện cho mẹ đi. Chào mẹ."

Tôi bước dọc hành lang để đến thang máy. Khi nhấn nút để xuống tầng một, ý nghĩ về điều gì đó rất lạ đang xảy ra cho mẹ cứ quanh quẩn trong đầu tôi. Tôi không thể hiểu tại sao. Nhưng dù là gì, thì tôi cũng không thích điều đó.

———————

Vài tuần sau, tôi lái xe chở mẹ đến một khu ở Louisville vốn xa lạ với cả mẹ và tôi. Tôi nghĩ trong lòng *tôi không thể tin là mình đồng ý làm việc này.* Tôi rẽ vào bãi đỗ xe, rồi mẹ và tôi bước ra, đi lên vỉa hè. Chúng tôi đi xuống con đường có cây hai bên trong một khu yên tĩnh và cao cấp. Lúc đó chạng vạng tối, và những ngọn đèn đường soi sáng bước chân chúng tôi. Chúng tôi đi gặp đại tá John D. Jefferson, một lính thuỷ đánh bộ đã về hưu hành nghề luật sư ở Louisville. Người ta nói cho mẹ tôi biết là Jefferson "biết nhiều" về đồng tính luyến ái. Tôi nói với mẹ tôi sẽ đi gặp ông, nhưng tôi thấy sợ.

Chúng tôi đến toà nhà ông ấy ở và mở cánh cửa trước được làm bằng gỗ sồi thật to. Vị đại tá đang chờ chúng tôi. Ông là một người cao ráo—rất khoẻ khoắn—với dáng người lý tưởng và nụ cười quyến rũ. Ông chào chúng tôi trong bộ complê được ủi thẳng băng và chiếc cà vạt màu đỏ tươi. Tôi phải thừa nhận một điều: tôi ấn tượng với văn phòng của ông. Kiểu dáng thật không chê vào đâu được—gỗ dái ngựa màu tối, đồ đạc theo phong cách thời Nội Chiến, trần nhà cao sáu mét và kệ sách thì từ sàn kéo dài lên đến trần. Các bức hình gia đình với tóc vàng, mắt xanh đẹp tuyệt vời cùng con chó vàng thuần chủng, được lồng trong khung hình đắt tiền kế bên những tập sách về pháp lý, Kinh thánh, bức tượng bán thân của George Washington và quốc kỳ Mỹ. Tôi thắc mắc: *Ai đã trang trí nội thất cho ông vậy nhỉ?*

Ông bảo chúng tôi ngồi xuống, còn ông dựa lưng vào ghế, mỉm cười với mẹ tôi, rồi nhìn sang tôi. "Christopher này, mẹ con có nói cho bác về... quyết định mới nhất của con."

Tôi có thể cảm nhận huyết áp bắt đầu tăng, nhưng tôi ráng im lặng.

"Bác không rõ con đã suy nghĩ kỹ chưa con trai. Mẹ con nói con là lính thuỷ đánh bộ. Vậy bác có thể chia sẻ với con vài điều như một lính thuỷ đánh bộ chia sẻ với một lính thuỷ đánh bộ không?[1]

"Con có biết những thống kê về lối sống... của người đồng tính luyến ái không?"

Hít thật sâu. Tôi phải lấy hết sức bình sinh để không trợn mắt lên. "Thống kê gì vậy, thưa ông?"

"Thứ nhất là, những người nam đồng tính có tuổi thọ ngắn hơn những người không đồng tính." Ông nhìn mẹ tôi. "Điều này đã được các nhà khoa học có uy tín chứng minh."

Có uy tín à! Hẳn là ông đang đùa. Có phải đây là điều mà ông nói là ông biết nhiều về đồng tính luyến ái không? Dùng những thống kê lệch lạc để "chứng minh" đồng tính nam chết sớm hơn những người nam khác à? Nhà nghiên cứu nào có thể thu thập mẫu đại diện cho đồng tính nam mà không có định kiến, khi mà nhiều người không muốn tiết lộ khuynh hướng tình dục của họ, có những người lại phủ nhận bản thân họ là đồng tính? Hầu hết những nghiên cứu này chỉ thu thập dữ liệu từ những người nam đồng tính chết vì AIDS. Còn những người đồng tính bình thường khác thì sao?

Ông ấy nói tiếp: "Con có biết khảo sát về đồng tính nam cho thấy

---

[1] Phương châm của Hải quân Hoa Kỳ là *Semper Fidelis*, "Luôn luôn Trung Thành". Những người lính thuỷ cho rằng ngay cả khi họ hoàn thành nghĩa vụ quân sự và trở về với cuộc sống dân sự, họ vẫn sẽ luôn luôn là những lính thuỷ: "một khi đã là lính thuỷ, thì mãi mãi là lính thuỷ."

hầu hết đều quan hệ tình dục với người dưới mười tám tuổi không?"

Đang nói nghiêm túc sao? Để tôi yên! Không một người bạn nào của tôi từng ngủ với trẻ vị thành niên. Khảo sát có nói rõ họ ngủ với người vị thành niên khi nào không? Rất có thể chính họ còn đang ở tuổi vị thành niên thì có. Và khi so sánh như vậy, thì số liệu thống kê của người nam "thẳng" là gì?

"Ngoài ra, Đức Chúa Trời nói đó không phải là việc bình thường. Đó là điều bất thường, và quyển sách này nói rõ ràng như thế. Sách này được gọi là Kinh thánh. Mọi lời giải đáp cho cuộc sống đều nằm trong quyển sách này".

Để dành điều hấp dẫn nhất sau cùng, ông tiếp tục: "Con có biết rằng con có thể thay đổi không?"

Bộ ông ấy cho rằng tôi chưa từng cố gắng sao? Ông ấy có thật lòng nghĩ rằng tôi muốn như thế này không? Nhiều năm qua, tôi đã cố gắng mọi cách có thể nghĩ ra để mình bị thu hút bởi phụ nữ. Tôi thậm chí đã cầu nguyện với Chúa. Nhưng chẳng có nỗ lực nào của tôi, kể cả nài nỉ Chúa, hữu hiệu để giúp đôi thay đổi. *Đây là con người thật của tôi. Tôi là người đồng tính cũng như tôi là người Hoa vậy. Chúa đã dựng nên tôi như thế.*

Tôi không thể thay đổi, và tôi biết Chúa không muốn tôi thay đổi. Tôi không bao giờ trở nên "thẳng" được. Vì sao những người như đại tá lại khó nhận ra điều đó đến vậy?

Tôi cố gắng hiểu chuyện gì đang diễn ra trong cuộc trò chuyện này, và tôi kết luận vị đại tá này cho rằng qua việc đưa ra những thống kê gây rối trí và nghiên cứu tồi tệ, ông có thể khiến tôi sợ và trở thành người "thẳng". Ông mong chờ tôi nói "Ôi, bác nói thật đúng. Con không nên là người đồng tính! Là người đồng tính chỉ mang lại điều tai hại cho con. Con sẽ sống một cuộc đời ngắn ngủi và buồn bã. Con muốn "thẳng" ngay bây giờ. Cám ơn mẹ nhiều vì đã dẫn con đến đây. Chúng ta hãy đi về ngay, để con tìm một người vợ rồi sinh con đẻ cái!"

Tôi muốn nói ra, nhưng lời lẽ dường như đang chất đống phía sau cuống họng. Có quá nhiều điều lẽ ra tôi có thể nói để phản bác lập luận méo mó, lô-gíc sai lầm và nghiên cứu bất nhất của ông ấy. Nhưng thật tình mà nói, điều đó không đáng cho tôi làm.

Vì vậy, tôi không thèm nghe nữa. Ông lảm nhảm về tôn giáo, về khả năng thay đổi và điều gì đó về nhà tư vấn có thể giúp đỡ tôi. Sau một hồi, mẹ tôi cám ơn ông đã dành thời gian cho chúng tôi, rồi tôi rời khỏi văn phòng ông mà không bắt tay ông. Tôi nghĩ trong đầu *thật là một kẻ ngốc*.

Trong lúc đi ngược lại chỗ đậu xe, mẹ hỏi tôi có muốn gặp nhà tư vấn mà vị đại tá đã đề nghị không. Tôi nhìn bà trả lời "Không, nhưng có lẽ mẹ cần đặt hẹn. Mẹ mới là người cần đến bác sĩ tâm thần chứ không phải con. Ngoài ra, nếu mẹ đến Louisville để tìm cách thay đổi con, thì mẹ đang phí thời gian của mình." Tôi bước vào xe và đóng sầm cửa lại.

Mẹ tôi ở lại Louisville sáu tuần trước khi bố và anh trai tôi, Steven, đến đón bà. Mẹ tôi muốn tham dự một hội nghị Cơ Đốc gần Lexington, chỉ cách đó một tiếng rưỡi, tại trường Asbury College. Cuối cùng thì cả nhà tôi đều đi dự. Tôi vẫn không hiểu tại sao bà đã "dụ" được chúng tôi. Tôi đoán đó là sức mạnh thuyết phục của người mẹ.

Khi chúng tôi tiến đến bàn ghi danh, tôi chú ý thấy những người đứng xung quanh hoàn toàn xa lạ—nhưng có chút gì đó quá quen thuộc. Những anh chàng đó đều ăn mặc chỉn chu và thân thiện thái quá. Phụ nữ thì tóc ngắn, mặc jean và mang giày tennis. Giờ tôi hiểu rồi. Đây là hội nghị dành cho những người mà vị đại tá đã nói đến—những người đồng tính chuyển thành "thẳng". Đó là lý do mẹ lôi tôi đến đây. Vài tuần trước đó, tôi đã đề nghị bà tìm hiểu Hội Phụ Huynh, Gia Đình Và Bạn Hữu Của Người Đồng Tính địa phương, nhưng bà không làm. Sao bà lại lôi chúng tôi đến đây? Tôi nhìn vào tấm biển báo phía sau bàn ghi danh: *Xuất Hành*.

Chúng tôi được đưa cho bảng tên và được mời vào một khán phòng rộng lớn. Chúng tôi ngồi trên ban công, tách khỏi đám đông. Hội nghị bắt đầu với tiếng nhạc, và ngay khi chàng trai trước mặt đánh vào dây guitar đầu tiên, thì mẹ bắt đầu khóc. Không phải chỉ vài giọt mà là những tiếng nức nở co thắt ruột gan, cả thân thể run bần bật. Trông bà rất nhếch nhác, nên trông thật xấu hổ. Bà cứ khóc như thế ngay cả khi diễn giả đang nói. May mắn là chúng tôi ngồi ngoài ban công nên không ai nhìn thấy. Tôi chỉ muốn thoát ra khỏi chỗ này cho rồi.

Nhưng sau tiết mục chính, mẹ tôi muốn tham dự hội thảo dành cho phụ huynh. Vì vậy anh em tôi tham gia hội thảo nói về việc kiểm soát "cảm xúc đồng giới". Tôi nhìn quanh phòng, nhìn những người đàn ông ôm ấp nhau và đang tán gẫu. Tôi cảm thấy như mình quay về lại Highlands, khu vực dành cho người đồng tính ở Louisville. Khi anh em tôi đang ngồi tại bàn gần cuối phòng, một anh chàng hết sức loè loẹt nhảy vào phòng rồi kêu lên "có phải đây là hội thảo học cách trở nên hấp dẫn đối với đàn ông không?" Những gã đàn ông khác phá lên cười rồi ra hiệu cho anh ta ngồi chung với họ. *Những người đồng tính được "lành" là như thế này sao?* Những anh chàng trong phòng này còn gay hơn nhạc kịch Broadway.

Tôi biết nhiều người nam đồng tính không cần giả vờ mình đã trở thành người dị tính. Còn những người bạn đồng tính của tôi thì chẳng ai có kiểu cách đàn bà như những người nam đang giả bộ là mình "thẳng" này.

"Thật là một đám bóng lại cái" tôi nói thầm. Tôi không hề làm như vậy—tôi không phủ nhận con người thật của mình. *Họ đang tự lừa gạt mình thôi.* Có lẽ mẹ dẫn tôi đến đây với hy vọng tôi sẽ thay đổi. Nhưng điều đó chỉ củng cố hiện thực về con người tôi—một đồng tính nam. Điều duy nhất giúp tôi qua được ngày hôm đó là ý nghĩ rằng mẹ sẽ sớm quay về Chicago và biến ra khỏi cuộc đời tôi.

7

Những Bước Chập Chững

Angela, ngày 29 tháng 6 năm 1993

Chuyến quay về Chicago rất khác với hành trình tới Louisville sáu tuần trước đây. Có vẻ như tôi đã đi xa cả một đời người. Người phụ nữ từng lên tàu rời khỏi Chicago không phải là người phụ nữ đang quay về. Thật lạ lùng chỉ một thời gian ngắn như thế mà biết bao đổi thay lại có thể diễn ra.

Sau khi rời khỏi hội nghị Xuất Hành, chúng tôi thả Christopher xuống Louisville rồi lên đường về nhà. Chúng tôi chẳng nói gì nhiều suốt chuyến đi bảy tiếng tới Chicago. Tôi tự hỏi không biết chồng tôi và Steven nghĩ gì nhất là từ lúc tôi xa nhà sáu tuần. Trước đó đã có lần tôi xa nhà, nhưng không lâu cỡ đó, và chưa bao giờ có sự thay đổi nghiêm trọng như vậy xảy ra trong cuộc đời tôi.

Tôi tựa đầu lên cửa sổ trong lúc chúng tôi tiến vào Interstate (đường Xuyên Bang) 65. Nhiều mẫu đất nông trại tỏa ra muôn hướng. Chúng tôi lái xe suốt nhiều giờ mà chẳng thấy gì ngoài không gian trống vắng, thỉnh thoảng có những nông trại ở phía xa "của con đường". Các nông trại có vẻ an toàn và vững chắc, nép mình tránh xa thế giới còn lại.

Suốt sáu tuần qua, tôi giống như những căn nhà ở trang trại—đơn giản mà tịch liêu. Tôi đã thoát khỏi những căng thẳng trong việc điều hành phòng nha, duy trì một gia đình và quản lý những tài sản cho thuê của mình. Chẳng còn gì buộc tôi phải quan tâm nữa, cho nên tôi chỉ tập chú vào một chuyện—cuộc sống mới của tôi trong Đấng Christ. Nhưng mỗi khi đêm về, tôi lại thấy mình đang xa cách cuộc sống mới mà tôi yêu mến hơn. Tôi nhìn chồng tôi và nhận ra mình sợ về nhà. Tôi không muốn trở lại với chuyện tranh cãi, chuyện bị khước từ, với nhu cầu thường trực là chứng minh cho người khác thấy tôi có giá trị.

Tôi không chắc mình có thể lại đối mặt với việc sống với Leon. Anh lớn lên là đứa con trai duy nhất trong gia đình và bị cha mẹ cùng các chị em gái làm cho hư hỏng. Ba mẹ anh chẳng bao giờ sửa dạy hay kỷ luật anh. Vì vậy anh cho thẳng thắn nói về cái sai là sai, và phải tránh né việc đó bằng mọi giá. Nhưng tôi thì cảm thấy thẳng thắn đối đầu là chuyện bình thường và thiết yếu cho cuộc sống. Thiếu tranh cãi lành mạnh, thì làm sao có được tình thân đích thực? Và trong khi chúng tôi lái xe vào đường dành riêng cho xe chạy, thì tôi biết những tổn thương quen thuộc thường ngày đang chào đón mình. Đó là khuôn mẫu không thay đổi—khước từ, tránh né và sự im lặng đầy khó chịu.

Steven vớ lấy túi xách của mình rồi lao nhanh về căn hộ riêng của cháu. Tôi nhắm mắt và dùng hai tay giữ chặt dây an toàn. Chồng tôi gom hết giỏ xách rồi đóng cửa xe.

Anh hỏi: "Em có vào nhà không?"

Tôi thì thầm: "Không." Anh vào nhà, còn tôi vẫn ngồi yên trên chỗ của mình, không tháo dây an toàn. Tôi nghĩ, *Nếu mình cứ ngồi đây, thì mọi chuyện sẽ ổn thôi.*

Ngoại trừ âm thanh đều đặn phát ra từ động cơ làm mát, toàn bộ nhà để xe đều tĩnh lặng như mộ phần. Trong ánh đèn mờ từ cửa nhà xe, tôi thấy hình ảnh gia đình quen thuộc của tôi—vốn là niềm an ủi cho hầu hết mọi người quay về sau một chuyến đi. Nhưng cảnh đó chỉ nhắc tôi nhớ đến cuộc đời mà tôi đã quyết định kết thúc vài tuần trước.

Chắc chắn chồng tôi đã lên giường ngủ. Anh có vẻ không quan tâm chuyện tôi vẫn còn ngồi trong xe. Anh sẽ chìm nhanh vào giấc ngủ thôi.

Bên trái tôi là cánh cửa dẫn vào nhà. Sau lưng tôi, một cánh cửa khác dẫn ra ngoài—cánh cửa tự do—trông hấp dẫn hơn nhiều.

Tôi có nên rời bỏ nơi này không? Đức Chúa Trời có thực sự muốn tôi ở đây, giải quyết những căng thẳng của cuộc sống này, của cuộc hôn nhân này không? Tôi đang ở ngã ba đường. Tôi nên ở lại... hay nên rời bỏ? Tôi biết chọn lựa nào là dễ hơn đối với tôi, nhưng tôi cũng biết chọn lựa nào tôi phải chọn. Liệu tôi có đủ sức vượt qua không?

Tiếng tích tắc từ động cơ xe vẫn tiếp tục và bây giờ còn kèm thêm tiếng dế gáy đâu đó trong nhà xe. Tôi vẫn bám lấy dây an toàn khi ánh đèn nhà để xe đã tắt, còn tôi thì ngồi trong bóng tối. Quyết định khó khăn đè nặng lấy tim khi tôi chìm vào giấc ngủ. Tay tôi thả rơi dây an toàn trên đùi.

———————

Ánh sáng ban mai chiếu qua các khe cửa nhà để xe. Tôi có thể nghe tiếng xe hơi chạy trên đường. Cuộc sống bên ngoài đã bắt đầu trở lại. Khi hơi ấm lan tỏa vào nhà xe, tôi nhớ lại một câu Kinh thánh mình học được ở Louisville. "Lòng thương xót của Ngài không bao giờ nhạt phai. Mỗi sáng mai thì lại mới luôn,"[1] kể cả sáng nay. Cuộc đời tôi chưa kết thúc, nó chỉ mới bắt đầu thôi.

Trong khi tôi hít thật sâu và với tay nắm cánh cửa, tôi thầm nguyện: "Lạy Chúa, xin ban cho con sức mạnh để đối diện ngày mới hôm nay. Xin giúp con làm ánh sáng của Đấng Christ trong gia đình này." Tôi xuống xe và đi vào nhà.

Khi đã vào trong căn bếp quen thuộc, tôi cảm thấy mình thật lạc lõng. Tôi cảm thấy như đã trải qua một cuộc phẫu thuật—toàn thân bị băng bó từ đầu tới chân. Các vết thương cần thời gian để được lành. Cơn đau vẫn còn quá mới và tôi biết mình chưa thích hợp để đối diện với đời. Điều tôi cần là một nơi an toàn, một thánh đường.

Tôi bước vào phòng tắm chính thì thấy một buồng tắm kích thước 1.2m x 1.8m, được lót đá lớn, và có ghế dài âm tường để ngồi phía sau. Bên trên ghế ngồi là một góc nhỏ âm tường được dùng như chiếc kệ để sữa tắm và xà phòng. Căn nhà xây chưa tới một năm và chúng tôi chưa sử dụng buồng tắm này vì chúng tôi dùng buồng tắm khác trong phòng tắm dành cho khách. Trong lúc nhìn buồng tắm, một ý nghĩ chợt lóe lên trong tôi.

Tôi vớ lấy túi xách rồi lục lạo cho tới khi lôi ra được một cây thập tự giá do tôi tự làm. Một tối nọ trong lúc dạo chơi bên ngoài Louisville, tôi tìm thấy hai thanh que rồi ghép lại với nhau. Cây thập tự này rất khớp với góc nhỏ của buồng tắm. Tôi lấy cuốn Kinh thánh ra để trên ghế ngồi. Tôi nhìn thấy một chiếc gối nhỏ nên lấy đặt lên sàn buồng tắm. Ánh đèn bên trên tỏa ánh sáng ấm áp cho căn buồng khi tôi quì

———————

[1] Ca Thương 3:22-23

gối trước chiếc ghế dài—tức chiếc bàn dùng làm chỗ quì gối mới của tôi. Nhìn lên thập giá, tôi cầu nguyện cảm tạ và bắt đầu cảm nhận được sự bình an rằng mọi chuyện rồi sẽ ổn thỏa.

Lúc mở Kinh thánh ra và bắt đầu đọc, tôi quyết định biến việc này thành thói quen đầu tiên mỗi sáng. Cho dù hôm đó có ra sao, tôi vẫn bắt đầu từng ngày trong phòng cầu nguyện riêng của mình—chỉ tôi với Chúa. Đây sẽ là thánh đường của tôi. Đức Chúa Trời biết chính xác điều tôi cần nên ban cho tôi nơi trú ẩn nhỏ bé này ngay trong nhà riêng của mình. Trong lúc cầu nguyện, tôi cảm nhận sức mạnh có thừa để sống trọn một ngày mới.

————

Buổi sáng tháng Bảy thật ấm áp. Trong lúc đang quì gối trong phòng cầu nguyện riêng và đọc Kinh thánh, thì tôi nhận được một cú điện thoại của Dee ở Louisville. Chị đang cùng chồng tới Chicago thăm con trai đang sống gần nhà chúng tôi, và muốn biết có thể ở nhà chúng tôi được không. Chẳng chút do dự, tôi hân hoan chào đón và vô cùng phấn khích khi được gặp chị.

Lúc Dee cùng chồng tới nơi, tôi ôm choàng lấy chị ấy và giới thiệu họ với chồng tôi. Anh rất thân thiện—như anh vẫn thường như vậy— nhưng cũng dè dặt. Chúng tôi dẫn họ đi xem qua phòng nha ở tầng một và căn hộ riêng của chúng tôi trên lầu. Tôi cho họ xem phòng của Christopher, nơi họ sẽ lưu lại.

Sau khi làm quen với ngôi nhà, tôi đưa Dee về phòng cầu nguyện riêng của tôi. Tôi có mua vài bản dịch Kinh thánh khác nhau, kể cả bản tiếng Anh và tiếng Hoa, tất cả đều nằm trên chiếc ghế dài trong buồng tắm mà bây giờ là chỗ tôi quì gối cầu nguyện. Tôi có bút nhiều màu và bút đánh dấu để trong hộp đựng bút kế bên mấy cuốn Kinh thánh. Những tấm giấy ghi chú có sẵn keo dán ghi nhiều vấn đề cầu thay được dán kín bức tường gạch. Cuốn sổ tay gáy xoắn của tôi chi chít chữ, và bên trên cuốn đó là một cuốn sổ mới hơn, cũng ghi chép gần hết như cuốn đầu.

Tôi giải thích cho Dee rằng từ lúc về, tôi bắt đầu gặp gỡ người phụ nữ từng tư vấn cho tôi lâu nay. Người bạn này mời tôi vào một nhóm học Kinh thánh, nhưng tôi chưa sẵn sàng để gặp người khác. Tôi cần có thời gian để chuẩn bị cho bước đó.

Chị nói: "Sao chị không cùng chúng tôi đi nhà thờ vào ngày Chúa Nhật? Mình đi từng bước rồi từ từ sẽ tiến bộ." Dù đã là Cơ Đốc nhân được vài tháng, nhưng tôi chưa từng bước chân vào nhà thờ.

Tôi đáp: "Tôi không nghĩ vậy đâu. Tôi cảm thấy mình còn yếu. Tôi chưa sẵn sàng đi nhà thờ và hòa vào cộng đồng ở đó."

"Nhà thờ không phải là nơi như thế đâu, chị Angela ạ. Nhà thờ để thờ phượng Đức Chúa Trời là chính."

"Nhưng tôi thật ngại. Tôi không biết mình có sẵn sàng gặp gỡ người khác không. Và nếu gặp người tôi quen thì sao? Tôi không muốn phải tự giải thích về bản thân hoặc phải giải thích về Christopher. Tôi chắc chắn mọi người có thể thấy rõ về tôi và biết tôi đang gặp chuyện gì."

Dee nói: "Chị sẽ không gặp ai quen biết đâu. Và cũng chẳng ai có thể biết chị đang làm gì. Ngoài ra, tôi sẽ có ở đó để bảo đảm mọi chuyện ổn thỏa. Chúng ta đi thờ phượng Chúa và nghe giảng Lời Ngài. Tôi nghĩ... không, tôi chắc chị sẽ thấy rất phước hạnh. Đi nhé! Mời chị cùng đi với chúng tôi."

Cuối cùng tôi chịu thua và đồng ý đi. Bây giờ họ phải thuyết phục chồng tôi.

Chị Dee và chồng là anh Ben nảy ra một ý tưởng. Vì biết chồng tôi là người Công giáo đã được rửa tội khi còn học đại học, nên anh Ben tình nguyện đưa chồng tôi đi dự lễ Misa sớm ở một nhà thờ Công giáo. Sau lễ Misa, chồng tôi và anh Ben sẽ cùng với chị Dee và tôi đi lễ sáng ở Trung Tâm Cơ Đốc Oak Brook.

Lúc ngồi xuống chỗ của mình trong nhà thờ, tôi thật ngạc nhiên vì thấy mình vô cùng thoải mái. Ban nhạc bắt đầu đàn trong khi mọi người nối gót kéo vào đứng quanh chúng tôi—nói cười và ôm hôn nhau. Trong lúc tôi nhìn quanh, lệ lại bắt đầu tràn tuôn. Tôi thấy hạnh phúc và hài lòng. Cuối cùng tôi cảm thấy thật thoải mái. Đây là những giọt lệ chân thành từ sự chữa lành và hy vọng, và tôi bắt đầu cảm thấy không còn xấu hổ hay tự thương hại về quá khứ nữa.

8

Tình Yêu Mới

Christopher, ngày 20 tháng 8 năm 1993

Giống như chuyện thần tiên. Tôi chưa từng có tiệc sinh nhật nào đẹp hơn thế. Dù là gần cuối tháng Tám, nhưng trời đêm vẫn mát lạ thường trong làn gió nhẹ. Những chiếc lồng đèn điện đu đưa bên những nhánh cây sồi to lớn xào xạc, và làn gió nhẹ đưa đẩy cuộc chuyện trò thân mật giữa khoảng hơn năm mươi thực khách. Các bạn của tôi ngồi rải rác khắp sân cỏ đã được cắt thật đẹp trên ngọn đồi nhỏ ở Old Louis-ville.

Nhóm người này tới đây để cùng tôi ăn mừng ngày đặc biệt này. Cuối cùng, vào sinh nhật thứ hai mươi ba, tôi mới cảm thấy có được một nơi của riêng mình. Mới ba tháng trôi qua kể từ khi chia tay với Grant mà giờ đây với tôi có vẻ chuyện đó đã cũ rồi. Tôi hiện đang sống trong căn hộ nhỏ của ngôi nhà cổ xưa rộng lớn thật đẹp thuộc một trong số những khu di tích lịch sử của Louisville—khu nghệ thuật, nơi mọi căn nhà lát gạch vuông đều được rào quanh bởi cây cổ thụ hàng trăm năm. Thật ra chính chủ nhà của tôi là người bày ra tiệc tùng và mời tất cả bạn bè tôi về tham dự.

Nhìn ngang qua sân cỏ, tôi nhận ra Doug, một kiến trúc sư phong cảnh, chuyên gia trong việc tìm ra những anh chàng vừa mới công khai về khuynh hướng đồng tính của mình. Anh đang nhâm nhi một ly Riessling và tán gẫu với một anh chàng trước đây tôi chưa từng gặp. Người đàn ông không quen biết này mang dáng vẻ thể thao và gọn gàng, đang đứng, trên tay cầm chai bia. Cơ bắp nơi bờ vai nổi cuồn cuộn dưới lớp áo sơ-mi của anh. Bảo rằng anh không hợp với toàn thể đám đông là lời nói giảm. Đúng hơn, anh "rặt Mỹ" trong khi tất cả chúng tôi đều là "Đồng Giới Tự Kiêu." Vì vậy khi Doug bước ra lấy thêm rượu, tôi tiến tới để hỏi anh về anh chàng mới toanh này.

Tôi hỏi với cảm giác giống như cậu thiếu niên trong ngôi trường pha trộn nam nữ: "Ai vậy?"

Doug đáp: "Đó là Kevin. Trông anh ấy thật nổi bật, phải không? Tao quen anh ấy khi làm việc chung—anh ấy cũng là kiến trúc sư về phong cảnh nữa đó.'

Tôi liếc nhìn Kevin và nói: "Thật vậy sao. Anh ấy một nhà với tụi mình à?"

"Không", bạn tôi phá lên cười và đáp. "Anh ấy không phải đồng tính đâu. Chí ít là chưa phải. Vợ anh ấy mới bỏ anh để theo bạn trai cũ. Tụi tao cứ chọc anh ấy, bảo anh ấy cũng đồng tính mà chưa biết đó thôi. Biết đâu anh ấy là 'dự án' tiếp theo của mày đấy."

Kevin nhìn sang hướng chúng tôi và cười. Doug vẫy tay cười lại. "Mày có muốn tao giới thiệu mày cho anh ấy không?"

Tôi nói: "Có, dĩ nhiên rồi. Khoan, chờ chút đã." Tôi tròng áo sơ-mi vào người. Tôi muốn bảo đảm mấy tiếng đồng hồ trong phòng tập sẽ không bị mọi người làm ngơ.

Tôi bước theo anh bạn của tôi băng qua sân cỏ. Tôi chỉ có vài phút nghĩ cách để tạo ấn tượng đầu tiên đẹp nhất. Dãy đèn lơ lửng trên đầu góp phần tạo cảnh mờ ảo ấm áp, và tôi gắng sức tối đa đè nén cơn cồn cào trong bao tử.

Doug nói: "Kevin, giới thiệu với anh chàng trai sinh nhật hôm nay."

"Chào anh, tôi là Chris."

Thật thích vì Kevin có vẻ cũng để ý đến tôi. Tôi hỏi anh ta về công việc, và anh cho tôi biết chuyên ngành của mình là thiết kế phong cảnh. Anh hỏi về ngành học của tôi và lĩnh vực nha khoa—quan trọng hơn, anh nhận xét chắc tôi năng luyện tập thể thao. Chúng tôi nhận ra cả hai đều đến cùng một phòng tập. Tôi giải thích mình bắt đầu chuẩn bị tranh tài giải thể dục thể hình lần đầu tiên, và anh ta đề nghị cùng tập luyện với tôi. Làm sao tôi có thể bỏ qua cơ hội này chứ?

Vài giờ sau, Kevin và tôi đang ngồi trong khu vực hơi khuất trong vườn. Tôi có phần hơi chếnh choáng, nhưng không phải do rượu bia. Kevin có nói về một dự án của anh—dành cho một khách hàng giàu có dưới phố. Tôi chỉ mới gặp anh, nhưng đã như bị thôi miên rồi.

Kevin nhìn quanh rồi nói: "Có vẻ như mọi người về hết rồi." Sân trống trơn ngoại trừ vài người cuối cùng đang nói lời tạm biệt nhau.

"Wow. Thời gian trôi quá nhanh, phải không?"

Anh đứng lên giã từ, và trước khi tôi có thể nghĩ ra lời mình muốn nói, thì anh đã nói: "Để tôi cho anh số điện thoại của tôi." Chúng tôi cười cách gượng gạo bởi sức hấp dẫn qua lần gặp đầu tiên, và bàn tay tôi hơi run khi đưa ra cầm danh thiếp của anh.

Tôi thức giấc sáng hôm sau, cảm nhận một nhiệt huyết mới trong cuộc sống, vốn luôn đi kèm với tình yêu mới. Buổi tối giữa tôi với Kevin diễn ra từ vô tư tới ve vãn tán tỉnh chỉ trong vài tiếng đồng hồ. Chẳng bao lâu sau buổi tối đó, chúng tôi cùng nhau tới câu lạc bộ, và anh ở lại qua đêm. Dù mới quen anh một thời gian ngắn, tôi biết ngay anh là người tôi có thể xác định dài lâu. Khi biết anh đang ở với chị gái kể từ lúc chia tay vợ, tôi liền mời anh dọn về ở chung với tôi.

Trong vòng một tuần, chúng tôi cùng dọn dẹp các thùng đồ của anh ra để xếp vào căn hộ của tôi. Trong lúc tìm chỗ để đồ đạc cho Kevin trong các kệ tủ, thì tôi cũng dành chỗ cho anh trong trái tim mình.

Lúc ấy, Kevin đang làm việc cho Doug, lập nhóm khách hàng trong vai trò một kiến trúc sư phong cảnh. Anh làm việc nhiều giờ, nhất là suốt những tháng hè và thu bận rộn. Tôi ở lại trường và thường về nhà khoảng năm giờ. Tôi dành nhiều giờ sau buổi chiều, tìm kiếm công thức nấu ăn, đến cửa hàng rau quả, và chuẩn bị sẵn bữa ăn tối cho Kevin trước lúc anh về tới nhà. Sau bữa ăn tối, chúng tôi thường đi tới phòng tập để rèn luyện thể hình, còn cuối tuần thì cùng đi uống nước ở Annex.

Mối quan hệ giữa chúng tôi thật ổn, nhưng việc học của tôi thì không. Do dành thêm giờ cho các câu lạc bộ nên điểm số của tôi sút giảm. Lúc gặp Kevin thì tôi đã bị cảnh cáo về việc học rồi, và sau đó thì phó chủ nhiệm quyết định đuổi học tôi—có nghĩa là nếu muốn tiếp tục học thì tôi phải học lại năm nhất và năm hai. Đó là một quá trình thật mệt mỏi và buồn chán, còn Kevin thì luôn có mặt với tôi trong từng bước đường đời. Vì thế, dù phải vật lộn và chán nản trong việc học, nhưng tôi vẫn hài lòng—hạnh phúc trong mối quan hệ bền vững.

Nói chung, Kevin là anh chàng không nói nhiều, và việc không biết điều gì đang diễn ra trong trí anh đã hấp dẫn tôi. Tôi bị thu hút bởi điều huyền bí, và thật thú vị khi kéo anh ra. Anh xuề xòa và thường không khăng khăng giữ ý kiến riêng. Nhưng có một vấn đề anh sẽ không bao giờ lay chuyển: Kinh thánh và đồng tính luyến ái.

Kevin lớn lên trong gia đình Cơ Đốc. Khi kết hôn, anh cùng vợ đi nhà thờ với nhau, và anh tin không chút nghi ngờ rằng đồng tính luyến ái là sai. Anh nhấn mạnh rằng theo Kinh thánh, tình dục đồng giới là tội lỗi—điều mà tôi hoàn toàn không đồng ý.

Tôi nói với anh: "Em sinh ra vốn là như vậy rồi! Anh cũng thế. Chúng ta không được quyền lựa chọn. Vậy sao cho đó là tội được?"

Nhưng Kevin kiên quyết. "Không đâu, Chris à. Chuyện này em sai rồi. Đó là tội, rõ ràng và đơn giản là thế. Hơn nữa, em cũng biết là anh không thích nói nhiều về chuyện này."

"Anh giỡn đấy à? Đức Chúa Trời yêu thương chúng ta và tạo dựng chúng ta như thế này. Ngài không tạo nên chúng ta rồi lại nói đó là tội lỗi! Sao Đức Chúa Trời lại bảo là tội lỗi khi con người thật của chúng ta là thế chứ? Và tại sao Đức Chúa Trời lại phủ nhận tình yêu của chúng ta?"

Tới đó Kevin không bàn cãi nữa. Dù rằng tôi thường thắng trong mối quan hệ, nhưng về vấn đề này thì anh không hề lay chuyển.

Tuy nhiên, ngoài chuyện đó thì chúng tôi không bao giờ thực sự cãi nhau về những chuyện khác. Năm đó—1994—là một trong những năm hạnh phúc nhất của đời tôi.

Nhưng vào đầu tháng Mười Hai, gần mười sáu tháng sau khi Kevin và tôi gặp nhau, cuộc sống trong mơ của tôi gặp một ngã rẽ nghiêm trọng. Anh nói với tôi là anh đã sẵn sàng "đi tiếp".

Lúc ấy tôi đứng trong nhà bếp, choáng váng. Tôi có nghe đúng lời anh nói không? Đâu ra chuyện này vậy?

"Chris à, anh với em đã ở với nhau suốt một năm rồi. Em là bạn trai đầu tiên của anh, và anh nghĩ rằng anh cần không gian riêng."

Tim tôi chùng xuống và tôi cảm thấy choáng váng. *Không thể như thế được.*

"Anh thực sự rất tiếc, Chris à. Nếu chuyện này khiến em cảm thấy không vui, thì không phải lỗi của em đâu. Thật vậy đó."

Tôi hỏi anh sẽ đi đâu, và anh nói Doug sẽ cho anh ở chung nhà. Tôi nghi là có chuyện gì giữa hai người—không chỉ là chuyện phong cảnh.

Kevin gom vài món đồ của mình, cho hết vào túi thể thao, rồi ra đi. Tôi không thể ngủ được suốt đêm đó, khóc một mình trên giường.

Sáng dậy, tôi cầm điện thoại rồi quay số mà lâu nay tôi không hề gọi. Đó là số của mẹ tôi. Tôi mở to mắt trong khi kể lại toàn bộ sự việc—Kevin với tôi hạnh phúc dường nào, cuộc chia tay quá bất ngờ ra sao, tôi đau đớn thế nào.

Mẹ lắng nghe tôi thật kỹ, sau đó nói bà đau lòng cho tôi. Bà lẩm nhẩm thưa chuyện với Chúa, nhưng thực sự là tôi không quan tâm chuyện đó. Tôi chỉ cần có người chịu lắng nghe mình. Do tôi tập chú quá nhiều vào Kevin khiến không có nhiều bạn thân. Nhưng mọi chuyện đã thay đổi thật nhanh.

———

Đó là giữa tháng Mười Hai. Những ánh đèn nhấp nháy chớp tắt trong khi mọi người khiêu vũ theo điệu nhạc của câu lạc bộ. Tôi có thể cảm nhận được nhịp đập trong lồng ngực mình. Tôi tập hợp được một số bạn mới, Phil và Eddie, cả hai đều vừa gặp đổ vỡ. Có thể nói, chúng tôi là ba chàng ngự lâm pháo thủ ra đi tìm kiếm chính mình—"mọi người vì một người và một người vì mọi người" trong trận chiến cho lòng mình.

Tôi hét to át cả tiếng nhạc: "Đã mười ngày rồi,"

"Mười ngày kể từ chuyện gì?" Phil hỏi trong lúc sửa lại chiếc mũ Giáng Sinh trên đầu anh. "Hãy nhớ chúng ta đã hứa không bàn tới mấy kẻ thua cuộc đó rồi mà."

"Phải, đúng rồi," tôi nói, nhưng chẳng để tâm vào lời mình nói.

"Tối nay mình quẩy cho vui đi, được không? Đây là mùa để vui vẻ mà!" Phil nhấp một hớp rượu cocktail từ ly của anh.

Eddie nói với vào: "Tôi không thể tin nổi Kevin chẳng đưa ra một lời giải thích nào với cậu cả."

Tôi nói: "Đúng, còn Doug thì chỉ là kẻ giật dây. Thật không tin nổi là anh ta dám bảo Kevin dọn tới ở ngay."

Phil cắt ngang: "Nghiêm túc nhé, các cậu như vậy là đang làm tôi mất vui đấy. Tôi tới đây để vui vẻ mà, chứ không phải tới để bàn về mấy kẻ ngu xuẩn đó. Tôi còn phải nhắc nhở các anh bao nhiêu lần nữa? Đừng có nói về chuyện người cũ nữa!"

Phil nắm lấy chúng tôi và nhìn chúng tôi. Tiếng *thình thịch, thình thịch* từ nhạc khiêu vũ vang lên khi anh ta nói chỉ vừa đủ lớn cho hai người chúng tôi nghe thôi. "Anh muốn lấy lại hứng thú không? Tôi biết thứ này có thể giúp anh."

Tôi hỏi: "Gì thế?"

"Thuốc lắc. Có người nói anh chàng ngồi sau đang bán đó. Muốn thử không?"

Tôi không chắc mình có nghe rõ không. Ma túy chưa từng có trong nếp sống hội quán đối với tôi. Tôi thích tiệc tùng và nhiều bạn tôi có sử dụng thuốc lắc. Nhưng tôi chưa bao giờ thử. Tôi có hút cần sa nhưng không thích. Thậm chí tôi ít khi uống rượu, tuy đã từng phục vụ nhiều hơn phần 'cocktail' được chia cho mình khi làm người phục vụ ở quầy rượu.

Tôi vừa nói vừa tìm cách thăm dò phản ứng của Eddie: "Tôi không biết. Trước đây tôi chưa từng thử nó."

"Tôi cũng vậy, nhưng sau ngần ấy chuyện chúng ta đã trải qua, liệu anh không cho rằng chúng ta xứng đáng được tự do và vui vẻ sao? Còn một tuần nữa là Giáng Sinh, cho nên cứ coi như đó là món quà Giáng Sinh sớm dành cho mình thôi."

Eddie nhún vai, và trước khi tôi kịp phản đối, Phil nói: "Tuyệt. Tôi sẽ quay lại ngay!"

Tôi quay sang Eddie, nói: "Có chắc là anh muốn thử không đấy?"

"Nếu tôi chỉ muốn ngồi túm tụm để khóc lóc về Greg hoặc nghe anh khóc về Kevin, thì chúng ta đã có thể nằm ở nhà rồi. Nhưng mình đã tới đây, thì hãy tận dụng tối đa cơ hội đi!"

Eddie và tôi nhập bọn với Phil trong quầy rượu. Phil la to, át tiếng ồn: "Cho ba chai nước uống đi!" Người phục vụ liền đẩy chai nước về phía chúng tôi. Sau đó Phil quay lại đối diện chúng tôi. Anh nói, chỉ tay về hướng góc đằng xa: "Mình tới phòng tắm đi."

Cả ba chúng tôi kéo nhau vào cùng một căn phòng dành cho nam giới, Phil mở bàn tay ra cho xem ba viên nhỏ màu trắng. Các viên trông giống như một loại 'aspirin' vô hại. Chẳng có chất bột khiến tôi phải khịt mũi. Chẳng có gì để đốt và hút. Chẳng có kim chích.

Mỗi người chúng tôi lấy một viên từ tay cậu ấy rồi nhìn nhau. Tôi giơ cao viên của mình lên trước rồi nói: "Chúc mừng! Ba chàng lính ngự lâm!"

"Chúc mừng!"

"Chúc mừng!"

Chúng tôi cụng viên thuốc vào nhau rồi cho vào miệng. Trong lúc mở chai nước của mình, tôi nhăn mặt do vị đắng của viên ngậm. Thực sự đắng, quá đắng. Eddie nhăn mặt như khỉ lúc nuốt viên của anh ta.

Tôi hỏi Phil: "Phải bao lâu thuốc mới ngấm?"

"Họ nói thường mất khoảng nửa tiếng."

"Tuyệt, vì họ đang hát bài của chúng ta!"

Chúng tôi ra khỏi buồng tắm trong lúc bản đồng ca "Chúng Ta Là Gia Đình" dội vang từ những chiếc loa. Chúng tôi nhảy trên sàn khiêu vũ, nắm tay nhau và nhảy theo điệu nhạc, cười lớn trong lúc hát.

Thêm vài ca khúc nữa được hát lên trong khi chúng tôi nhảy múa trải lòng mình. Rồi, trước khi tôi kịp nhận ra, tôi cảm thấy choáng váng và buồn nôn. Tôi vớ lấy rào cản sát cạnh sàn nhảy rồi bất chợt làm đổ ly nước của ai đó. Tôi nhắm mắt lại trong khi các ngọn đèn disco làm cho căn phòng quay mòng mòng. Tôi bắt đầu toát mồ hôi thật nhiều. Trước đây tôi chưa từng thấy nóng như vậy. Tôi ngã vào cây quạt và suýt dẫm lên chân mình. May thay có cái thùng rác gần đó, và có vài lần tôi cảm thấy muốn trút hết mọi thứ trong bao tử mình vào đó.

Rồi vì lý do nào đó, cảm giác buồn nôn không còn nữa và một cảm giác tôi chưa từng có trước đây lan tỏa khắp người tôi. Răng tôi bắt đầu đánh vào nhau lập cập, không phải vì lạnh mà vì các giác quan quá tải bị áp lực kích thích từ cả năm giác quan. Tôi thấy ớn lạnh từ đầu xuống gót chân rồi ngược lên đầu trở lại. Khó có lời nào diễn tả chính xác cảm giác của tôi.

Những cơn lạnh buốt xương tiếp tục lên xuống khắp người tôi, và tôi hầu như không thể mở mắt ra nhưng vẫn hoàn toàn tỉnh táo. Mọi giác quan trong tôi đều được kích thích, và dường như từng dây thần kinh trong cơ thể tôi đều bùng cháy thật nhanh. Tôi xoa các ngón tay lên da cánh tay, còn đầu gối tôi gần sụm xuống, cảm giác thật dễ chịu. Da gà nổi khắp người tôi, và từng sợi tóc dường như đều đứng dựng cả lên.

Tôi nhìn qua bên kia phòng, thấy những ánh đèn rọi khắp sàn nhà và trên tường, và trong khi di chuyển tới lui, những vệt sáng kéo dài giống như đuôi sao chổi. Màu sắc vô cùng tươi sáng và sinh động tới mức hầu như tôi có thể cảm nhận bằng giác quan của mình. Tôi yêu những ánh đèn. Tôi yêu tiếng nhạc. Tôi yêu bạn bè. Tôi yêu đời. Tôi yêu... mọi thứ!

Trước đây tôi chưa từng cảm nhận được điều gì giống như vậy. Nó giống như tình yêu thơ ngây tôi cảm nhận khi lần đầu gặp Kevin—nhưng nhân lên gấp ngàn lần. Ai cần các mối quan hệ chứ? Tôi đã có được điều quí giá bội phần hơn.

9

Cuộc Hôn Nhân Xây Trên Cát

Angela, ngày 27 tháng 12 năm 1994

Tôi đứng lên vươn vai rồi bước ra khỏi phòng cầu nguyện, tức là buồng tắm, sau giờ đọc Kinh thánh và cầu nguyện buổi sáng. Trong lúc bước ngang qua sàn phòng, tôi nghĩ tới những việc cần phải làm vào sáng thứ Ba này. Giặt giũ nằm ngay đầu bảng liệt kê. Tôi đi ngang qua nhà bếp vào phòng Christopher và bắt đầu kéo tấm trải giường cùng áo gối xuống khỏi giường của cháu.

Christopher đã lái xe về thăm nhà rồi ở lại hai ngày cuối tuần để ăn mừng Giáng Sinh với chúng tôi. Gia đình cùng đoàn tụ thật là vui. Nhưng mới chỉ sau hai ngày, cháu lại muốn về lại Louisville. Vậy mà tôi cứ nghĩ cháu muốn ở lại lâu hơn—nhất là sau cú điện thoại cháu gọi cho tôi vài tuần trước.

Việc cháu gọi điện là chuyện bất thường, mà bất thường hơn là cháu lại kể với tôi về người bạn trai cũ Kevin của cháu. Tim tôi tan vỡ vì Christopher. Người mẹ nào không thấy đau khi con mình đau chứ? Tôi chỉ muốn đưa tay xuyên ngang đường dây điện thoại để hôn con mình thật lâu. Tôi muốn đưa vai mình ra cho cháu tựa vào mà khóc. Tôi muốn có mặt ở đó vì con trai mình và cho cháu biết mọi chuyện sẽ ổn thôi.

Trong lúc cháu tâm sự, tôi không thể không nghĩ, không thể không hi vọng — rằng nỗi đau từ lần đổ vỡ này có thể sẽ đem Christopher đến gần Chúa hơn. Tôi muốn cháu biết rằng không có người nào — dù nam hay nữ — có thể hoàn toàn đáp ứng mọi nhu cầu của cháu. Chỉ một mình Đấng Christ mới làm được điều đó. Bốn ngày sau cháu về nhà, sự nhạy cảm lẫn sự cởi mở cháu đã thể hiện qua cuộc điện thoại đã tan biến. Cháu không tỏ ra buồn bã. Thật ra, cháu hành động như thể chẳng có chuyện gì xấu xảy ra ở Louisville cả. Tôi không hỏi cháu về Kevin, nhưng vẫn cảm nhận có điều gì đó đang ngầm diễn ra.

————

Khi cả hai con trai tôi phản kháng cách nuôi dạy chúng cùng những điều gia đình chúng tôi xem trọng nhất, thì thật khó nghi ngờ là hoặc chồng tôi hoặc chính bản thân tôi đã làm chúng thất vọng. Chúng tôi chưa bao giờ làm gương tốt cho Christopher cùng anh của cháu. Sau ba mươi năm trong hôn nhân, những vấn đề chưa giải quyết dường như đã định nghĩa cách sống chung của chúng tôi. Vợ chồng tôi cãi nhau về bất kỳ điều gì và về mọi chuyện. Càng cố gắng xây dựng mái ấm, tôi càng thất bại trong việc tạo dựng mái nhà an toàn. Tôi thất bại, tôi đã không làm cho mái nhà trở thành nơi trú ẩn cho hai con chúng tôi—nơi mà chúng có thể an tâm. Chuyện tôi dẫn hai con đi xa chồng tôi vài hôm hoặc vài tuần sau một trận cãi vã lớn là chuyện chẳng có gì lạ. Buồn bực từng là cảm giác nổi bật trong từng phút giây đời tôi, và tôi cảm thấy chồng tôi phải chịu trách nhiệm về nỗi khốn khổ mà tôi phải chịu. Tôi tin rằng chỉ cần anh ấy thay đổi thôi thì tôi đã có thể sống hạnh phúc. Anh Leon không ngoại tình; anh không nhậu nhẹt hoặc cờ bạc; anh không có những thú vui riêng. Anh chỉ lạnh nhạt và xa cách thôi.

Là cha mẹ, tôi chưa hề nhận biết những cãi cọ giữa chúng tôi ảnh hưởng ra sao trên con cái. Lúc Christopher lên năm, tôi thấy một bức tranh do cháu tự vẽ. Cháu vẽ một võ đài, chính giữa có chồng tôi và tôi. Một bên võ đài là bố mẹ của chồng tôi còn bên kia võ đài là cha mẹ tôi—và cả hai bên đều reo hò cổ vũ cuộc đấu. Trong hàng khán giả là hai bé trai nước mắt lăn dài trên má. Cảnh đó quá sức chịu đựng đối với tôi.

Cha mẹ tôi không chấp nhận anh Leon do cha của anh làm trong quân đội và không giàu có lắm. Cha mẹ tôi không nghĩ anh xứng đôi với tôi, vì cha mẹ muốn tôi lấy người có địa vị xã hội hơn. Thế nhưng tôi nhất quyết lập gia đình với anh. Lúc đi ngược lại mong ước của cha mẹ, tôi nhận được cái tát từ cha tôi—lần đầu tiên và duy nhất ông làm điều đó. Đây là mức độ sỉ nhục cao nhất trong nền văn hóa người Hoa.

Nhưng tôi tin rằng điều tôi đang có với anh là chân thật; tình yêu có thể chiến thắng tất cả.

Lúc đầu, tôi phấn khởi vì được cha mẹ anh ủng hộ nhiệt tình. Họ thích anh cưới tôi. Thời chúng tôi còn đang hẹn hò với nhau tại Đại học Tunghai ở Đài Loan, cha mẹ anh khen tôi, bảo tôi mà lấy anh thì họ rất vui. Họ tin rằng tôi là phước, là may mắn mà tổ tiên của gia tộc Yuan để lại. Một thầy bói còn nói với họ rằng tôi sẽ là cánh tay hậu thuẫn tuyệt vời cho chồng. Nhưng mọi chuyện đều thay đổi khi chúng tôi sang Hoa Kỳ và lấy nhau.

Chồng tôi là người đầu tiên trong gia đình sang Mỹ và là người duy nhất học cao học. Anh mất năm mươi ba ngày lênh đênh trên một tàu chở hàng từ Đài Loan, xuyên kênh đào Panama rồi lên East Coast tới Đảo Ellis vào tháng 10 năm 1964. Vài tháng sau, tôi theo anh, trước tiên tới Los Angeles. Cuối cùng chúng tôi làm đám cưới ở New York ngày 11 tháng 9 năm 1965. Buổi lễ thật đơn giản trong một thánh đường Công giáo gần Central Park. Chúng tôi chọn ngày đó vì cuối tuần đó tàu buôn của cha tôi đậu ở cảng New York—và đó cũng là sinh nhật của tôi. Tuy nhiên, tôi không có can đảm báo trước cho cha tôi rằng hôm đó chúng tôi lấy nhau. Khi ông tới New York, thì ông không còn lựa chọn nào khác ngoài chuyện phải chiều theo ý tôi trong ngày cưới.

Truyền thống người Hoa buộc gia đình chú rể phải chịu trách nhiệm chi trả cho đám cưới. Vì thế, ngay trong tháng đó gia đình anh đã sắp xếp một tiệc cưới tại Đài Loan, nơi sinh sống của toàn bộ gia đình tôi. Vợ chồng tôi không thể sắp xếp về dự tiệc nhưng sau này có nghe kể lại toàn bộ sự việc. Vào cuối buổi tiệc, sau khi nhiều chai rượu được khui, mẹ của anh đã đứng lên phát biểu. Nhìn về phía mẹ tôi, bà nói: "Trước đây, con trai tôi là đứa con hiếu thảo. Sau khi lấy Angela, bây giờ nó là đứa con bội bạc." Mọi người trong phòng nhìn chằm chằm mẹ tôi cách khinh bỉ. Bà chỉ muốn đào hố để chui xuống ngay thôi. Khi nghe kể chuyện này, tôi không thể nào tin nổi.

Tôi chỉ có thể cho rằng cha mẹ anh thay đổi là do anh đã không thể gửi tiền về nhà trong năm đầu tiên sau khi anh rời khỏi Đài Loan. Lúc ấy anh làm nhân viên xe buýt gần một năm trước khi bắt đầu chương trình tiến sĩ tại Viện Kỹ Thuật Stevens ở Hoboken, New Jersey. Anh bắt đầu học ngay trong tháng chúng tôi cưới. Chúng tôi chật vật trả tiền thuê phòng, nhưng vẫn gửi tiền về nhà. Bà con hai bên gia đình cứ tưởng đường phố bên Mỹ toàn dát vàng còn tiền thì mọc trên cây. Bởi thế họ cứ mong chồng tôi gửi thật nhiều tiền về. Lúc anh không gửi, họ kết luận là chắc hẳn tôi đã tiêu xài hết tiền hoặc ngăn cản anh gửi tiền về cho gia đình.

Tôi cố gắng hết sức chiều theo ý họ. Tôi chuyển nguyên cả học bổng trọn năm sang University of Kansas nhằm hỗ trợ chồng tôi học xong chương trình. Tôi làm thu ngân cho ngân hàng, chỉ kiếm được 250 đô mỗi tháng chưa trừ thuế, và gửi 50 đô hàng tháng cho cha mẹ tôi, với cùng số đó cho cha mẹ chồng tôi. Nhưng tiền không bao giờ đủ. Cha mẹ anh luôn mắng anh là con hư. Thậm chí cha mẹ anh còn nói trả tiền thuê nhà và tiền học là chuyện không quan trọng. Theo ý họ, gửi tiền về Đài Loan cho gia đình mới là điều quan trọng nhất, bởi lẽ còn cách nào khác để bày tỏ tình yêu thương gia đình đâu? Tôi cố gắng xoa dịu bằng cách viết thư thăm hỏi, nhưng họ hồi đáp và nói rằng chỉ muốn đọc thư của con trai họ thôi.

Chồng tôi áp lực kinh khủng, và anh suy sụp vì những mong mỏi thiếu thực tế của cha mẹ. Anh muốn làm đứa con ngoan, bởi theo cha mẹ anh, kẻ không nghe lời cha mẹ chỉ đáng bị đày xuống cuối tầng địa ngục mà thôi. Vì vậy, cho dù cha mẹ không cần, thì anh vẫn muốn gửi về thật nhiều tiền, nghĩa là chúng tôi phải bớt khoản chi tiêu cho đồ ăn lẫn nhu yếu phẩm từ ngân sách sinh viên vốn đã eo hẹp của chúng tôi. Điều này dẫn tới cãi vã giữa chúng tôi, nhưng anh vẫn chớp lấy sổ ngân hàng để gửi thêm tiền về cho cha mẹ anh. Thư nào anh cũng mở đầu: *Con biết mình là đứa con lỗi lầm và bội bạc...* Điều này khiến lòng tôi tan nát.

Điều khiến cho sự việc tồi tệ thêm chính là những lời thốt ra từ miệng anh khi chúng tôi cãi nhau. Có lần anh nói: "Cho dù em có làm gì đi nữa — dù em có cố gắng tới đâu — thì trong lúc mẹ anh còn sống, em sẽ vẫn không bao giờ là người vợ tốt cả." Anh còn cho tôi biết là mẹ anh vẫn luôn nhắc nhở anh rằng: "Suốt đời, con chỉ có một người mẹ. Nhưng còn vợ thì giống như lớp sơn tô vẽ lên tường mà thôi." Tôi không bao giờ có thể hiểu lý do đằng sau những lời tàn ác và cay độc này.

Trước ngày cưới của chúng tôi, tôi tin chắc mình sẽ có được một bức tranh hôn nhân thật hoàn hảo. Nhưng sau tháng đầu tiên, chúng tôi chỉ toàn cãi nhau. Còn khi không cãi nhau, thì anh chọn im lặng hơn là dính tới tôi. Bạn có thể nghĩ rằng im lặng vẫn tốt hơn cãi vã, nhưng tôi thì khao khát được chồng yêu thương, quan tâm và hỗ trợ. Hôm Christopher cho chúng tôi biết cháu là người đồng tính rồi bỏ ra khỏi nhà, tôi hy vọng cuối cùng chồng tôi sẽ bước ra làm chuyện gì đó. Chính con của anh đang bỏ nhà ra đi mà!

Nhưng anh vẫn im lặng. Lúc tôi đau đớn nhất thì anh bỏ mặc tôi. Mãi cho tới lúc tôi quay lại Chicago sau khi trải qua sáu tuần ở Louis-ville, chúng tôi mới bắt đầu đề cập đến những thương tổn và tranh chiến của mình. Cuối cùng, chúng tôi mới bắt đầu nhìn lại những vấn đề cơ bản trong hôn nhân, những vấn đề chúng tôi từng làm ngơ suốt mấy chục năm qua.

Sau khi Dee cùng chồng chị đưa chúng tôi đi nhà thờ, tôi tiếp tục tự đi. Chồng tôi cùng đi với tôi, và điều khiến tôi ngạc nhiên là anh đã cởi mở với Phúc âm. Ngoài ra, anh cũng đồng ý gặp một mục sư để bắt đầu trao đổi về hôn nhân của chúng tôi. Chính trong một buổi gặp như thế, vị mục sư cảm nhận được áp lực đang đè nặng trên anh buộc anh phải trung thành với mẹ anh. Mục sư hỏi thẳng anh: "Tưởng tượng mẹ anh đang ngồi trong căn phòng này ngay lúc này. Anh có thể nói với mẹ là anh yêu vợ mình không? Anh có thể nói với mẹ rằng Angela là người vợ hiền của anh không?"

Tôi thấy nghẹn ở cổ. Tôi không biết anh sẽ trả lời thế nào, và tôi ngạc nhiên là mục sư cũng ngỡ ra. Anh nhìn mục sư rồi cúi đầu. Anh nói với giọng run run: "Tôi không thể."

Mặc dù thấy tổn thương khi nghe như thế, nhưng thực sự là tôi cảm thấy phần nào nhẹ nhõm. Suốt nhiều năm, tôi cảm thấy như thể mình không quan trọng đối với anh bằng mẹ của anh. Tôi không bao giờ công khai nói ra điều đó, và khi tìm cách để cập, thì anh lại nổi giận. Nhưng giờ đây, trong văn phòng mục sư, chúng tôi có thể công khai nêu vấn đề — không cãi cọ, không giận dữ. Anh đã bắt đầu thay đổi và chính tôi cũng đang thay đổi.

Mùa thu năm 1993, chồng tôi bắt đầu lớp học Kinh thánh gọi là

Nhóm Thông Công Học Kinh thánh (BSF) và chính tại đó anh đã đầu phục Đấng Christ. Anh không còn xem Kinh thánh đơn giản chỉ là cuốn sách do con người viết ra; anh xem đó là Lời của Đức Chúa Trời. Chính Ngài đã khiến lòng anh mềm mại và dần dần anh nhìn thấy nhu cầu phải làm người lãnh đạo thuộc linh cho gia đình. Anh cũng nhận ra mình không chỉ có trách nhiệm là người chu cấp mà còn là người bảo vệ tôi nữa.

Tôi cũng bắt đầu tham gia BSF, và người dạy trở thành cố vấn thuộc linh cho tôi. Bà dạy tôi dịu dàng, kiên nhẫn qua cách bà đồng hành với Chúa, và bà chỉ cho tôi cách học Kinh thánh và cầu nguyện. Chị Muriel là chiến sĩ cầu nguyện, cam kết cầu nguyện cho tôi, cho chồng tôi và Christopher. Chồng của chị trở nên thân thiết với chồng tôi, và họ giúp chúng tôi giải quyết nhiều vấn đề và đồng hành với chúng tôi suốt quá trình chữa lành.

Vợ chồng tôi đã có nhiều tiến triển trong mối quan hệ. Bây giờ, trò chuyện không còn là điều chúng tôi tránh né hoặc sợ sệt. Chắc chắn chúng tôi vẫn còn những bất đồng nhưng đang học cách giải quyết và tìm ra những giải pháp tốt cho mọi khác biệt giữa chúng tôi. Bởi ân điển Đức Chúa Trời, ly hôn không còn là một lựa chọn, trong khi trước đây ly hôn dường như là lối thoát duy nhất. Dù bất đồng tới đâu, chúng tôi biết rằng Đức Chúa Trời đã đem chúng tôi đến với nhau trong hôn nhân và biến chúng tôi thành "một thịt" rồi. Dù rằng còn lâu thì mối quan hệ của chúng tôi mới giống với giấc mơ thần tiên hồi bé của tôi, nhưng tôi đã có được một hôn nhân tốt hơn.

––––––––––

Dinggg. Chuông máy giặt báo hiệu đống đồ đã giặt xong. Tôi đứng lên khỏi ghế trường kỷ và thở dài nhẹ nhõm. Hy vọng thật sự giúp cuộc sống dễ thở hơn nhiều—và đôi khi nó làm cho cuộc sống thực sự đáng sống. Tôi đi ngang qua tấm ảnh gia đình chụp vài năm trước đang treo trên tường. Hồi đó mọi thứ giữa chồng tôi với tôi thật khác xa. Ngoài mặt trông chúng tôi thật ổn, nhưng tôi thật quá khốn khổ. Tôi nghĩ, *bây giờ, giữa chúng tôi có hy vọng. Chúng tôi có một tương lai có vẻ tươi sáng.*

Tôi nhìn kỹ Christopher trong tấm ảnh. Tôi ước gì mình biết được tương lai nào đang chờ đợi con trai mình.

10

Khởi Nghiệp

Christopher, ngày 30 tháng 12 năm 1994

Tôi sờ túi trước để bảo đảm tấm ngân phiếu có ở đó. Sáu năm mươi. Tôi nhét chặt các tấm hóa đơn xuống rồi rút tay ra để gõ cửa căn hộ. Cửa bật mở, và một giọng nói vang lên: "Ô, Chris! Vào đi, bạn!"

"Chào Brad. Cám ơn đã cho tôi ghé lại."

"Có gì đâu, bạn."

Căn hộ trông không giống chỗ ở của dân buôn thuốc phiện, mà giống như phòng của người sống độc thân, có một ghế sô-pha, vài cái ghế và một túi mở miệng đầy mảnh nhỏ khoai chiên với một lon soda trên bàn. Một số áo quần dơ chưa giặt vương vãi trên sàn nhà. Tôi quen biết Brad tại phòng tập Powerhouse, là nơi tôi tới để làm việc. Nhưng đây là lần đầu tôi thấy anh bên ngoài khung cảnh đó. Anh đang mặc quần jean ống cắt te tua, một chiếc áo phông và đôi dép xỏ ngón. *Hình ảnh người buôn thuốc phiện đây sao?*

"Loại ngoài thị trường để bán cho 'siêu nhân', đúng không?" Anh ta hỏi, vừa chỉ tôi xem thuốc lắc trên quầy hàng.

Tôi gật đầu, nhìn mớ thuốc.

"Ba mươi đô một lần hít nhé."

Tôi lặp lại: "Ba mươi đô. Mà có phải là hàng xịn không đấy?"

Brad gật đầu. "Hàng tốt đấy."

"Nguyên chất cỡ nào đây? Kéo dài cảm giác say thuốc được bao lâu? Tôi muốn bảo đảm mình chào đón Năm Mới thật đã."

Brad nhìn xéo tôi. "Này, anh nghi ngờ tôi đấy hả? Anh biết tôi quá mà. Tôi chẳng bao giờ bán hàng dỏm đâu. Cứ tin tôi đi, công tử bột ạ. Đây là hàng tốt mà."

"Mai là đêm quan trọng, tôi muốn chắc chắn đồng tiền mình bỏ ra là đáng giá."

Brad cười: "Tôi đoán mẹ anh nuôi dạy anh tốt lắm."

Tôi nói: "Đúng vậy, hoặc ít ra là bà có cố gắng làm điều đó."

Brad nói: "Tôi biết anh sẽ thích mà. Anh sẽ không có được thứ tốt hơn thế ở Louisville này đâu. Thuốc lắc của tôi đến từ West Coast— nguồn của mọi hàng xịn đấy. Anh sẽ phê thuốc suốt đêm, khi anh đang ở trên sàn nhảy, anh sẽ thấy rất phiêu. Còn lúc tan thuốc cũng dễ chịu lắm. Anh sẽ chào mừng Năm Mới theo cách không thể nào tuyệt hơn."

Tôi rút ra xấp năm mươi đô. "Anh bán cho tôi mười nén với giá 250 đô được không?"

Brad huýt sáo. "Anh tính tự kinh doanh đấy à?"

"Đừng lo—tôi sẽ không giẫm chân anh đâu. Tôi chỉ cố gắng tự thanh toán chi phí riêng của mình thôi. Ngoài ra, tôi nghĩ anh đã thấy cảnh thật được ngụy trang ở phòng tập rồi. Anh cũng không bao giờ tới mấy chỗ tôi thường lui tới... trừ khi anh muốn khởi sự". Tôi mỉm cười với anh ấy, rồi nói thêm: "Nhưng tôi nghĩ đám nhóc ở Connection sẽ khớp khi gặp người cơ bắp ngon lành như anh."

"Hợp lý. Anh biết đấy, tôi không ưa mấy loại đó đâu." Ý anh muốn nói người đồng tính. "Nhưng tôi thấy anh là người mở hàng may mắn. Từ chuyện là người sử dụng chuyển sang mua số lượng lớn chỉ trong hai tuần thôi phải không nhỉ?" Anh cười lớn: "Chắc chắn tôi sẽ bán cho anh mười nén với giá 250 đô. Tôi luôn thích giải phóng hàng tồn. Cứ xem đó là quà Giáng Sinh muộn tôi gửi cho anh đi."

Brad đếm mười viên thuốc trắng rồi cho vào phong bì. Anh trao cho tôi và bỏ tiền vào túi. Lúc tôi mở cửa ra về, anh gọi với theo: "Nhớ là, nếu anh có thể trả bằng chi phiếu cho một trăm liều thì tôi có thể tính cho anh giá còn rẻ hơn."

Thế là tôi bắt đầu nghề buôn chất gây nghiện. Lúc đầu mục tiêu của tôi chỉ là nhận chút tiền khấu trừ nhằm chi trả cho thói quen riêng của mình thôi. Nếu tôi trả 250 đô cho mười viên, thì có thể bán chín lần với giá 270 đô. Có nghĩa là viên thứ mười là miễn phí, lại còn lãi thêm 20 đô.

Thuốc lắc bán đắt như tôm tươi. Nhờ làm việc trong các câu lạc bộ khá lâu nên tôi quen biết được nhiều người. Tính tôi hướng ngoại với bẩm sinh thích giao dịch mua bán và tiếp thị. Trước khi bắt đầu tiệc tùng cuối tuần là tôi đã bán hết chín viên. Cho nên vài hôm sau tôi lại gõ cửa nhà Brad để mua thêm hai mươi viên nữa. Lúc hết số đó, tôi lại mua thêm.

Khi ngân phiếu cho sinh viên vay tiền đến vào tháng 1 năm 1995, tôi đã sẵn sàng cho phi vụ mua bán lớn đầu tiên. Tôi rút tiền ngân phiếu và giao cho Brad hai ngàn đô. Anh ta đưa cho tôi một trăm viên thuốc lắc. Sự nghiệp bán thuốc gây nghiện của tôi bắt đầu đi lên.

Trước khi bắt đầu dùng thuốc lắc, tôi thấy mệt mỏi lúc 4:00 giờ sáng, khi các câu lạc bộ đóng cửa. Nhưng nhờ thuốc lắc, tôi có sức tham gia tiệc tùng ngoài giờ cho tới sáng. Lúc đầu, tôi nói mình sẽ chỉ dùng chất kích thích vào thứ Bảy thôi. Nhưng chỉ trong vòng vài tháng, tiệc tùng bắt đầu lấn sang tối thứ Sáu. Sau đó Chủ Nhật tôi ít học hành hay đến lớp. Vào lớp đúng giờ không còn là ưu tiên nữa. Ban điều hành trường nha liên hệ với tôi và nói tôi phải bắt đầu ký tên ở văn phòng khoa mỗi sáng lúc tôi tới trường và mỗi chiều sau khi ăn trưa về. Họ muốn biết tôi có mặt trên lớp. Nhưng thậm chí tôi cũng không làm việc đó khi vào lớp hoặc khi gặp bệnh nhân. Việc đó quá phức tạp.

Trong khi việc học tập không còn là quan trọng nữa, thì nghề bán thuốc lắc của tôi lại phát đạt theo cấp số nhân. Những chuyến đi cuối tuần tới các buổi tiệc tùng ở Nashville và Atlanta dẫn tôi đến với nhiều loại thuốc phiện hơn—cocaine, ketamine, acid, các loại nấm và ma túy đá. Không còn chỉ là thuốc lắc. Thuốc phiện—vừa hút vừa bán—đã trở thành cuộc sống của tôi.

———

Đó là cuối tuần nhằm Ngày Liệt Sĩ năm 1995. Tôi đang từ Nashville tới Pensacola, Florida với các bạn bằng xe nhà lưu động. Hàng ngàn thanh niên đồng tính đang bay từ khắp miền đất nước tới nơi đây, biến bờ biển Pensacola và Pensacola Civic Center thành một thánh địa của người đồng giới. Chiều thứ Năm khi chúng tôi tới vào suốt nhiều dặm bãi biển kín mít đàn ông-ở trần, rám nắng và lõa lồ.

Dọc bờ biển cát trắng tuyệt đẹp là hàng trăm lều trại thật lớn được trang bị kỹ lưỡng với những chiếc ghế sô-pha, đèn chùm, quầy dịch vụ, vòi phun nước, bình nước nóng và cả sàn nhảy cỡ nhỏ, hợp với những màn khiêu vũ dân gian hiện đại. Từ các loa phóng thanh khổng lồ phát ra các đoạn ca quen thuộc của nhóm Weather Girls:

> Đó là những nam thần ướt át! Ha-lê-lu-gia! Đó là những nam thần ướt át! A-men![1]

Trước giờ tôi chưa từng thấy điều gì giống như vậy. Hàng ngàn, hàng ngàn người đồng tính nam, tất cả ở cùng một chỗ, tất cả cùng tận hưởng cuộc sống. Và chúng tôi vẫn chưa đến tiết mục chính. Đại tiệc lớn là tối thứ Bảy, tại trung tâm thành phố. Các đường phố của Pensacola bình thường là nơi khá yên ắng, giờ lũ lượt thanh niên trẻ đồng tính.

Bên ngoài trung tâm thành phố, một nhóm người Cơ Đốc biểu tình tụ tập, la hét vào mặt mọi người trong lúc đang xếp hàng, cầm Kinh thánh vẫy vẫy và giơ cao những biểu ngữ ghi hàng chữ:

> Quay đầu hoặc bị thiêu sống! Các người là kẻ đáng gớm ghiếc! *Lê-vi Ký 18:22*

Tôi không thể tin những Cơ Đốc nhân này thật táo bạo. Họ cả gan tới đây lên án tôi! Tôi không muốn gia nhập vào tôn giáo ngu xuẩn của họ cũng không muốn tin theo Đức Chúa Trời của họ, Kẻ kết án tôi chỉ vì tôi sống đúng với con người thật của mình. Sự khinh ghét tôi nhìn thấy trên gương mặt họ khiến tôi thấy tội nghiệp họ, những kẻ phải sống trong cảnh dốt nát như vậy. Trong khi bước tới quảng trường, chúng tôi cười đùa, chế giễu những kẻ biểu tình xem mình là thánh thiện hơn người. Nhưng Sheena, một trong số thiếu nữ "thẳng" dự tiệc với chúng tôi, tiến lại gần những người phản kháng với nụ cười ấm áp.

Cô nói: "Cám ơn quí vị thật nhiều đã ra đây và quan tâm đến hạnh phúc của chúng tôi".

---

[1] Paul Jabara and Paul Shaffer, "It's Raining Men", được thu âm năm 1982 trong *Success* bởi nhóm Weather Girls, Columbia Records.

Những người cầm bảng hiệu hơi lùi lại một chút khi cô ấy tới gần. Sheena cầm tay một người trong nhóm phản kháng, là người phụ nữ đang đứng ở cạnh lề đường. Cô hỏi người phụ nữ: "Chị sẽ cầu nguyện cho chúng tôi chứ?"

Lúc đầu người phản kháng không biết phải nói gì. Nhưng rồi chị tỉnh lại ngay. "Vâng... vâng. Dĩ nhiên tôi sẽ cầu nguyện cho cô."

Sheena nói: "Cám ơn chị nhiều." Bắt đầu cúi đầu xuống, cô hỏi: "Chị có cầu nguyện cho DJ sung lên không? Chị có cầu xin cho có nhiều chàng trai lém lỉnh lên sàn nhảy không? Chị có cầu xin cho thuốc phiện của tôi thực sự thấm và tôi có một bữa tiệc vui vẻ hoàn hảo không?"

Người biểu tình thả tay Sheena ra và lùi lại. Chúng tôi cười lớn một cách cuồng loạn và tiếp tục đi vào tòa nhà.

Tên của bữa tiệc Pensacola năm đó là Big Top, và chủ đề là rạp xiếc. Các lối chính dẫn vào sàn khiêu vũ là những cái đầu khổng lồ của anh hề. Bước vào miệng của anh hề, tôi có thể cảm nhận tiếng nhạc. Tôi không chỉ nghe mà cảm nhận được nó. Hệ thống âm thanh thật hoàn hảo; tiếng nhạc dội vang mà không làm điếc tai. Không hề giống như Louisville hoặc Nashville.

Sàn nhảy quá đông. Các vũ công lực lưỡng, bệ vệ đứng trên bệ nhảy, cao hơn đám đông khán giả và hàng ngàn tấm thân phần lớn là trần trụi, xoay tròn theo tiếng nhạc. Thanh chắn dọc theo bìa ngoài của sàn nhảy sáng trưng rực rỡ sắc màu, còn đám hầu rượu thì bán chủ yếu là nước cho những người dự tiệc bị mất nước – do dùng thuốc lắc liều cao – đang nhún nhảy và cười đùa với người quen cũng như khách lạ. Khắp nơi chung quanh tôi, mọi người đang ôm nhau và vui vẻ quây quần với những người bạn họ chưa từng gặp kể từ buổi tiệc xiếc họ tham dự lần trước.

Trong lúc tôi len lỏi tìm đường đi ngang qua sàn nhảy, nhiều gương mặt không quen thuộc nhưng thân thiện nói: "Muốn một hít không?"

"Hít chứ." Tôi cúi xuống khịt khịt một cục bột trắng từ đầu ngón tay cái của một chàng trai hoặc từ một thanh gác trên miệng một ống thủy tinh nhỏ. Đó là chất cocaine hoặc ketamine; tôi chưa bao giờ thực sự biết thứ tôi dùng là gì, nhưng thứ đó khiến tôi đê mê. Mọi thứ ở đây trông lớn hơn và tốt hơn thứ tôi thấy ở Louisville. Đứng ngay giữa sàn nhảy, tôi mở rộng đôi tay và nói, chẳng với ai cả: "Thiên đàng là đây!"

————

Về lại Louisville, tôi càng leo cao lên bậc thang buôn bán chất kích thích nhằm có thể trang trải cho các buổi tiệc xiếc. Vào cuối tuần, tôi phóng tới Los Angeles, Montreal, Miami, New Orleans hoặc San Francisco. Các bạn học của tôi—những người thực sự chỉ học tập và cố gắng sống bằng tiền cho sinh viên vay—kinh ngạc trước cách sống của tôi.

Tôi gặp gỡ các ngôi sao khiêu dâm cùng những người mẫu nam. Dường như mỗi lần đi ngang sạp tập san, tôi đều nhận ra ảnh chụp trên bìa *Men's Health (Sức Khỏe Nam Giới)* hoặc *Men's Fitness (Phong Độ Nam Giới)*. Chỉ trong vòng vài tháng, tôi kết luận ngay rằng Louisville là nơi tôi chờ thời và kiếm một ít tiền nhờ buôn bán chất kích thích cho tới lúc phi đến buổi tiệc xiếc tiếp theo. Tôi đã leo lên nấc người giàu mới phất. Những người bạn tôi mới quen-theo tôi nghĩ-đều sôi nổi, giàu có và thú vị hơn những người xuất thân từ tỉnh lẻ ở Louisville.

Tôi bắt đầu dành ít thời gian ở Kentucky và nhiều thời gian ở ngoài tiểu bang. Tháng 8 năm 1995, tôi tham dự buổi tiệc sự kiện quan trọng tối thứ Bảy cuối tuần của Hotlanta River Expo—tức tiệc xiếc thường niên của Atlanta. Trong lúc đang khiêu vũ trên bục của sàn nhảy, tôi gặp Ed Dollwet—hay ngài Ed theo cách mọi người gọi. Ed đến từ Los Angeles và có một số loại thuốc lắc hàng xịn. Ông ta nổi tiếng giữa tiệc xiếc nhờ có loại thuốc lắc chất lượng cao, và ông biến nó trở thành một ngành kinh doanh, với đầy đủ danh thiếp thương mại lẫn một pager miễn phí toàn quốc.

Ed và tôi trở thành bạn thân ngay—và là bạn hàng buôn bán. Hôm sau, tôi tới phòng khách sạn của anh ở Sheraton Colony Square trên Fourteenh Street và mua hai trăm viên thuốc lắc từ anh. Sau khi tôi quay về Louisville thì anh sẽ gửi thuốc lắc qua bưu điện và ketamine cho tôi qua FedEx, rồi tôi sẽ gửi phiếu chuyển tiền cho anh. Tôi cũng bắt đầu theo anh tới vài tiệc xiếc khác, nơi anh cung cấp thuốc phiện để tôi bán. Đó là một khởi đầu hoành tráng.

Do thuốc lắc của Ed trông giống như những thỏi bạc hà, nên tôi cất chúng trong những hộp Altoid—phòng khi bị những cặp mắt nghi kỵ theo dõi. Chẳng có gì là quá bất thường trong việc bạn bè trao bạc hà cho nhau trên sàn nhảy. Về sau, khi thuốc lắc của Ed trở thành những viên trắng nhỏ, thì tôi chuyển sang các hộp Tic Tac, và câu "Cho tôi một Tic Tac" trở thành mật mã của câu lạc bộ, ám chỉ thuốc lắc.

Sử dụng mọi thứ tôi học được về giao dịch từ việc hành nghề nha sĩ của cha, tôi bắt đầu tự điều hành như một doanh nghiệp. Tôi mải suy nghĩ: *Làm sao để mình thành công hơn nữa trong công việc này?* Theo quy trình tiêu chuẩn của Ed, với mọi giao dịch mua bán thuốc thực hiện trên sàn nhảy, tôi đều đưa danh thiếp có ghi số pager miễn phí toàn quốc. Tôi nói: "Khi về nhà, nếu cần gì, chỉ cần điện cho tôi". Bỗng chốc, nhờ Ed và FedEx mà tôi được khắp nước biết tới. Máy nhắn tin của tôi chớp tắt suốt ngày đêm.

Căn hộ của tôi—nơi tôi từng học trường nha—trở thành trung tâm thư từ. Tôi có thể đáp ứng mọi kích cỡ đặt hàng. Hai viên thuốc lắc gửi tới North Carolina ư? Chuyện nhỏ. Khi tôi nhận được chi phiếu từ thu ngân của bạn, thì bạn sẽ có được thuốc ngay. Cần tám ống ketamine gửi đi Ohio hả? Đang gửi đi rồi. Một lượng nhỏ 'coke' tới Colorado phải không? Có ngay! Bạn sẽ nhận được đúng lúc vào cuối tuần. Tôi bán hàng cho bạn hữu cùng khách mới quen trên khắp cả nước, một số sinh viên trường nha ở Louisville, và ngay cả một số giáo sư của tôi nữa!

Tôi đang có cuộc sống hai mặt—hoặc ít ra là đang cố gắng sống như vậy. Ban ngày tôi tự nhận là sinh viên nha khoa. Nhưng ban đêm, tôi bán thuốc kích thích liên bang. Dù sao điều tôi yêu thích nhất vẫn là buổi trình diễn về đêm. Danh vọng, tiền tài, hút chích và tình dục. Con người còn đòi hỏi gì khác hơn cơ chứ?

———

Cuối thu năm 1995, điện thoại reo vang trong căn hộ. Tôi nhấc ống nghe.

"A-lô!"

"Bây giờ tôi không nói chuyện được. Nhưng cậu cần biết là cậu đang bị theo dõi đấy."

Tôi nghĩ mình nhận ra giọng của một trong số các bạn của tôi ở Nashville, nhưng người này đang quá hoảng sợ nên cũng khó nói chuyện.

"Phải đi ngay."

Bíp

Tim tôi bắt đầu đập nhanh. Tôi nhìn quanh căn hộ. Ai khám xét chỗ tôi ở hẳn bắt được tôi tận tay. Túi xách, bàn cân, bàn xẻng, đĩa cắt, tiếp liệu đi biển—và dĩ nhiên, những viên thuốc bất hợp pháp. Tôi có nguyên một bó thuốc lắc với nửa thùng ketamine cùng với một ít cocaine và thuốc trị nghiện.

Tôi tưởng tượng một cặp nhân viên DEA, mang kính mát có gọng, ngồi trong một chiếc xe không biển hiệu đậu bên kia đường đang theo dõi từng cử động của tôi bằng ống nhòm. Tôi vội tắt đèn rồi nhìn ra ngoài cửa sổ. Vài xe hơi đậu dọc bên đường. Bất kỳ xe nào trong số đó cũng có thể là họ. Tôi kéo kín mọi màn che, đi tìm một bao vải len thật lớn rồi thộn hết toàn bộ thuốc lắc lẫn đồ dùng cá nhân vào bao.

Tôi kéo một bao lại gần xe, sợ mình đang bị theo dõi. Tôi tự nhủ: *Cứ bình tĩnh. Nhà ngươi đang đưa một bao vải len vào xe. Mọi người vẫn luôn chất bao vải len lên xe đấy thôi.*

Tôi lái một dặm tới trường nha trên đường Preston. Dường như chẳng ai theo dõi tôi. Tôi chạy vòng vào nhà. Không, tôi khá chắc chắn là không bị ai theo dõi. Tôi đậu xe ở phía sau, lôi bao vải ra khỏi băng ghế sau, rồi lôi lên từng bậc thềm dẫn vào tòa nhà. Cũng đã lâu kể từ lúc tôi mở tủ khoá, nhưng may mắn là mình vẫn còn nhớ số. Tôi mở cửa phòng, cất giấu chứng cứ, rồi run rẩy quay bước về xe.

Cũng chẳng có gì xảy ra. Đêm nào tôi cũng mong chờ nghe tiếng gõ cửa, nhưng không hề có. Mỗi lần lái xe, tôi nhìn kính chiếu hậu tìm ánh chớp đèn, nhưng chẳng thấy. Hễ mỗi lần thấy người lạ lảng vảng trong khu mình cư ngụ, tôi lại nghi họ là cảnh sát phụ trách buôn bán ma túy.

Sau cú điện thoại bí hiểm, tôi cư xử thật đứng đắn. Tôi bỏ bán thuốc lắc trong các câu lạc bộ. Tôi không trả lời tin nhắn. Tôi bắt đầu quay lại trường và học tập. Còn gì khác để làm cho hết giờ chứ? Tham dự tiệc tùng thì đã không còn bàn tới cho đến khi xảy ra chuyện này rồi. Khi chẳng còn chuyện gì xảy ra nữa, tôi bắt đầu tự hỏi đó có phải là cuộc gọi đùa giỡn chăng. Nhưng người gọi có vẻ thật sự hoảng loạn.

Một sáng khoảng hai tuần sau cú điện thoại đó, tôi đến trường muộn, có lẽ lái xe hơi quá nhanh ngang qua khu giới hạn tốc độ bốn mươi ki-lô-mét một giờ trong khu học xá trường y của Louisville. Ngay khi tới một bảng dừng, thì có một chiếc xe đâm vào phía sau xe tôi rồi phóng lên trước chặn ngang đường. Hai xe khác rít thắng dừng lại bên trái và sau xe tôi.

Các đèn xanh bắt đầu chớp, và hai người nam nhảy xuống xe của họ. Tôi bước ra khỏi xe, và nghe họ la thật lớn tiếng: "Không được nhúc nhích. Giơ tay lên!"

Tôi hỏi: "Chuyện gì vậy, thưa cảnh sát?", nghĩ có lẽ mình đã lái hơi quá nhanh. Nhưng suy nghĩ: *"Lái như vậy há chẳng hơi vượt quá tốc độ trước bảng dừng giao thông sao?"* Tôi ngây thơ hỏi: "Có phải tôi chạy quá tốc độ không, thưa ông?"

"Phải anh là Chris Yuan không?"

Làm sao trên đời này họ lại biết tên tôi chứ?

Tôi đáp: "Dạ phải."

"Chúng tôi muốn nói chuyện với anh. Anh có quyền giữ im lặng. Bất kỳ điều gì anh nói, đều có thể và sẽ được dùng chống lại anh trước tòa. Anh có quyền nói với luật sư biện hộ..."

Tôi cố gắng bình tĩnh. *Họ nói tôi có thể giữ im lặng hoặc báo luật sư ư? Chuyện gì đang xảy ra ở đây vậy?*

"Dĩ nhiên là được, sao lại không được chứ? Các anh muốn nói chuyện gì ạ?"

"Chúng tôi có lý do để tin rằng anh đang phát tán chất kích thích", một người trong bọn họ nói khi xoay tôi lại và đặt hai tay tôi lên mui xe.

"Thật vậy ư? Là tôi à?" Tôi lắc đầu ngơ ngác và cố gắng tỏ ra ngây thơ bối rối.

Một viên chức bắt đầu ấn tôi xuống trong khi người kia khám xét xe. Họ lắc đầu như thể bảo nhau: "Chẳng có gì," rồi tiếp tục tra vấn.

"Anh có biết Ed Dollwet không?"

"Biết chứ. Chúng tôi tìm hiểu nhau từ tháng Tám." Tôi không hề giỏi nói dối, nhưng dần dần rồi cũng khá lên. Hẳn là họ biết tôi có quen biết Ed. Tốt hơn cho họ nếu họ nghĩ anh ta là bồ bịch thay vì là người cung ứng thuốc lắc cho tôi.

"Anh có biết anh ta là người buôn bán thuốc lắc không?"

Tôi nhìn họ, miệng há hốc. "Ed hả? Các ông có nhầm không?"

"Chúng tôi không có trát để lục soát căn hộ của anh. Anh có vui lòng tự nguyện cho chúng tôi lục soát không?"

Tôi cười với mình thật lớn và nói "Được chứ!" bởi lẽ tôi biết căn hộ của mình không có gì. "Các ông cứ làm bất cứ điều gì cần làm. Các ông có chắc mình đang đề cập cùng một nhân vật Ed Dollwet mà tôi biết không đấy?"

Tôi ký vào giấy phóng thích, rồi cảnh sát đưa tôi về nhà. Họ mang chó biết đánh mùi vào trong, làm tôi một phen lo lắng. Tôi sợ chó sẽ đánh mùi bột thuốc còn vương vãi rồi sủa um lên. Nhưng cuối cùng họ chẳng tìm được gì. Họ chỉ thấy toàn đồ chơi tình dục với hàng đống hình ảnh khiêu dâm. Tôi lặng lẽ hổ thẹn nhìn vẻ mặt quá sốc của các viên cảnh sát.

Cảnh sát nghĩ là họ sẽ tìm được đủ chứng cứ để bắt tôi, nhưng căn hộ lại chẳng có chất kích thích gì cả. Họ xin lỗi rồi rút lui, còn tôi thì thấy mình thật may mắn. Nhưng tôi có lý do để được khoan dung. Tôi đã hạ gục họ. Không chỉ có thế, sự việc lại càng trở nên dễ dàng hơn trước đây. Thẩm phán nào dám đưa cho mấy người đó lệnh khám xét bất kỳ lúc nào sau khi tôi đã chấp nhận tự nguyện để cho họ khám xét nhưng họ không tìm thấy gì?

Chẳng ai đụng tới tôi được.

Cùng ngày hôm đó, tôi đi tìm bao vải len dày từ người giữ cửa của trường nha. Tôi quay lại với việc làm ăn của mình, với nhiều kế hoạch mở rộng.

— 11 —

Buông Tay Để Đức Chúa Trời Hành Động

Angela, ngày 19 tháng 3 năm 1996

Chuông điện thoại reo khi tôi làm xong hồ sơ cho một bệnh nhân của chồng tôi. Tôi nhấc ống nghe, và tôi thấy lo lắng khi nhận ra giọng nói quen thuộc mà lâu rồi tôi không được nghe.

"Mẹ ơi, con lại gặp rắc rối ở trường nữa rồi." Giọng lo lắng của Christopher vang lên qua đường dây điện thoại. "Chuyện gì nữa đây?"

"Nhà trường muốn đuổi học con. Tuần sau con sẽ gặp tiến sĩ John-son. Ông ấy nói con không còn cơ hội thứ hai."

Tôi thấy khó thở. "Con nói 'bị đuổi học' à? Ý con là bị học lại từ đầu phải không? Giống như lần trước đó hả?"

"Không phải. Bị tống ra khỏi trường đó mẹ."

"Nhưng ở nhà vừa nhận được thư mời dự lễ tốt nghiệp của con mà", tôi nói.

Mới tuần trước chồng tôi có nhận được thư mời dự lễ tốt nghiệp và đội mũ bác sĩ cho Christopher. Chúng tôi đang sắp xếp xe cộ, dự tính tham gia lễ tốt nghiệp sau hai tháng nữa.

Christopher hỏi: "Con biết. Mẹ có tin là con vừa mới đặt mua mũ, áo choàng và mũ trùm đầu không? Nhưng bây giờ thì chẳng nghĩa lý gì nữa. Phó chủ nhiệm đã quyết định trường hợp của con. Tiêu đời con rồi."

"Nhưng con đã qua hết các kỳ thi của hội đồng quốc gia rồi mà!"

Christopher nói: "Trừ khi có chứng nhận từ hội đồng cấp bằng trong vùng. Mà chỉ có được chứng nhận đó sau khi đã tốt nghiệp. Bởi thế, nếu chưa tốt nghiệp, thì con không thể lấy bằng bác sĩ được. Mà nếu không có bằng bác sĩ thì con không thể được cấp phép. Và chưa có giấy phép, thì không hành nghề được!" Giọng nói của cháu run run giữa cảm xúc tự thương hại bản thân, tự cho mình là đúng và giận dữ.

"Mẹ có thể tin được là họ lại đối xử như thế với con không? Con sắp tốt nghiệp rồi mà! Con nghĩ khi người ta làm phó chủ nhiệm, người ta làm bất kỳ điều gì người ta muốn. Họ đã có thể làm việc này sớm hơn mà, nhưng như thế thì họ đã không moi được bốn năm học phí của con. Giờ đây thì khoản nợ sinh viên tám chục ngàn đô con đã vay đổ sông đổ bể hết rồi! Con sẽ trả tiền vay đó bằng cách nào nếu không được hành nghề nha sĩ?"[1]

Tôi ngồi lặng thinh khi nhận ra những giấc mơ của mình về Christopher đang bị cuốn trôi. Tôi hằng mơ làm bà nội các con của Christopher, chuyện đó sẽ không bao giờ có được. Tôi hằng hy vọng cháu sẽ là nha sĩ trong phòng nha khoa mới của chúng tôi, giờ thì khả năng đó cũng tan biến mất rồi.

Biết bao lần tôi đã cầu xin: *Chúa ôi, xin Ngài hãy làm bất cứ điều gì để đem đứa con trai hoang đàng từ phương xa đó trở về với Ngài.* Biết đâu đây là câu trả lời của Chúa cho điều tôi cầu xin—là nền cho điều mà tôi hằng chờ mong. Liệu có thể đây chính là điều sẽ khiến Christopher đầu phục Chúa Giê-xu chăng? Lòng tôi vẫn khắc khoải chờ mong được chứng kiến cháu làm điều đó. Cứ nghĩ tới việc cháu không có nghề ngỗng, không bằng cấp, không có tương lai—lòng tôi lại vô cùng đau đớn.

Christopher vẫn cứ phân bua: "Trong trường còn có nhiều sinh viên tệ hơn con. Đây chỉ là trả thù cá nhân thôi... Tiến sĩ Johnson ghét con... Thật quá bất công!" Giọng Christopher chuyển sang một giọng khác – không phải hối tiếc hoặc ăn năn, mà là giọng khôn khéo, thậm chí là lừa dối. "Mẹ biết đấy, mấy năm trước có một sinh viên cũng sắp bị đuổi học. Bố anh ấy là nha sĩ. Cũng khá quen thân trong giới nha sĩ."

Tôi hiểu ngay câu chuyện đang diễn tiến ra sao.

Christopher nói tiếp. "Bố của anh chàng xuống tận đây yêu cầu nói chuyện với Chủ nhiệm khoa Robinson, là cấp trên của tiến sĩ Johnson – ông bố ấy dọa kiện nhà trường."

---

[1] Christopher được nhận vào trường nha dù chưa có bằng cử nhân.

Tôi thấy khó chịu vì giọng điệu chỉ trích của Christopher, thế nhưng đây là tương lai của cháu. Vợ chồng tôi đã hi sinh quá nhiều khi đến Mỹ để con cái chúng tôi có được cuộc sống tốt đẹp hơn. "Christopher à, đây là chuyện hệ trọng. Mẹ cần nói chuyện này với bố con đã. Để tí nữa mẹ gọi lại cho con nhé? Con sẽ nghe điện thoại của mẹ chứ?"

"Dạ nghe chứ ạ. Dĩ nhiên là con sẽ nghe."

Trong lúc gác điện thoại, tôi không biết phải làm gì. Bất kỳ phụ huynh người Hoa nào cũng sẽ làm hết khả năng của mình để bảo đảm con cái mình có được môi trường giáo dục tuyệt vời, nghề nghiệp cao quí và tương lai vững chắc. Còn tôi thì muốn làm điều đúng. Tôi muốn làm theo ý muốn Đức Chúa Trời. Nhưng ý muốn Ngài là gì?

Tôi bắt đầu kiêng ăn cầu nguyện, xin sự khôn ngoan và khả năng suy xét. Tôi không biết sự việc sẽ ra sao, nhưng cảm nhận rõ ràng vợ chồng tôi cần bước sang một bên để Đức Chúa Trời có thể hành động trong cuộc đời Christopher.

———

Một tuần sau, vợ chồng tôi bay qua Louisville để gặp Chủ nhiệm khoa Robinson. Cũng vẫn là phòng đợi tôi từng ngồi chờ gần ba năm trước, nhưng lần này bức tranh nội tâm của tôi vô cùng đổi khác. Lần trước ngồi ở đó, tôi muốn đấu tranh cho Christopher và chứng minh là phó chủ nhiệm đã làm sai. Thái độ tự cho mình là đúng thiêu đốt tôi. Nhưng hôm nay, tôi cảm nhận được sự bình thản mà trước đây mình chưa từng có. Đức Chúa Trời đang hành động đúng như lời Ngài đã hứa.

Chỉ trong vài năm, Đức Chúa Trời thực sự đã đưa tôi đi một chặng đường thật xa. Trong quá khứ, tôi cảm thấy xấu hổ cho việc con tôi gặp rắc rối như thế với nhà trường. Nhưng từ khi đến với Đấng Christ và nhận ra sự tan vỡ của bản thân cùng nhu cầu cần được tha thứ, tôi mới nhận ra sự phản loạn của Christopher thực sự chẳng khác gì tội lỗi trong chính tôi. Chỉ có điều là biểu hiện của Christopher lộ liễu hơn của tôi mà thôi. Tất cả chúng ta đều là tội nhân, nhận ra điều đó giúp tôi không còn lo lắng người khác nghĩ gì về mình.

Trong phòng chờ, vợ chồng tôi ngồi kế nhau và đối diện với Christopher. Trong bộ comp-lê với cà-vạt, cháu trông thật bảnh bao, hy vọng tạo ấn tượng tốt trên người có thẩm quyền chấm dứt nghề nha sĩ của cháu ngay khi chưa bắt đầu. Christopher lộ vẻ căng thẳng—tôi có thể thấy điều đó trên nét mặt cháu, qua những giọt mồ hôi lấm tấm trên trán của cháu. Nhưng cháu hành động như thể sẽ thắng trong cuộc chiến này với nhà trường, nhất là nay lại có thêm bố mẹ ngồi bên cạnh.

Dù sao chồng tôi cũng đã dạy trong trường nha của Loyola trước lúc trường đóng cửa năm 1993—và nay được kể là giảng viên thỉnh giảng về lâm sàng trong trường nha của Louisville. Anh quen biết một trong số các phó chủ nhiệm ở đây, là người từ Loyola chuyển qua đây. Việc anh gây áp lực trên ban điều hành—áp lực đủ giúp Christopher tốt nghiệp với bằng DMD (Tiến sĩ Nha khoa) vào tháng 5 là chuyện không hề khó.

Căn phòng yên ắng, ngoại trừ âm thanh tích tắc từ chiếc đồng hồ treo tường. Tiếp tục chờ. Có vẻ như lúc nào tôi cũng phải chờ. Ngày trước, chờ đợi khiến tôi nổi nóng, và tôi phải cố gắng làm bất cứ việc gì để giải quyết. Nhưng giờ thì tôi bắt đầu quí trọng kỷ luật chờ đợi. Vài hôm trước, trong giờ tĩnh nguyện sáng, tôi đọc Thi Thiên 46: "Hãy yên lặng và biết rằng Ta là Đức Chúa Trời."² Dù khó, nhưng tôi biết mình phải từ bỏ việc cố gắng buộc mọi chuyện diễn ra theo ý mình. Ngược lại, tôi phải để Đức Chúa Trời hành động theo cách của Ngài và theo thời điểm của Ngài. Tôi chỉ mong cuối cùng rồi thời điểm cũng tới.

Tôi biết Christopher buộc phải rơi xuống tận đáy rồi mới chịu quay đầu. Tôi từng mong việc cháu bị đuổi học năm 1994 sẽ giúp đạt được mục đích đó. Sau này, tôi hy vọng việc cháu chia tay Kevin sẽ tạo nên bước ngoặt. Giờ đây, tôi hy vọng rằng hoàn cảnh này—không chỉ bị đe dọa phải thôi học mà là bị đuổi hẳn—sẽ là chất xúc tác khiến Christopher phải dâng đời mình cho Đấng Christ. Tôi không muốn sự việc tồi tệ thêm nữa.

Cuối cùng, thư ký của tiến sĩ Robinson nói chúng tôi có thể vào văn phòng của ông. Tiến sĩ Robinson là trưởng khoa nha, tức cấp trên của tiến sĩ Johnson. Ông tiếp chúng tôi tại cửa văn phòng và chào đón

---

² Thi Thiên 46:10

chúng tôi bằng nụ cười thân thiện kèm theo những cái bắt tay. Ông
nói: "Chào tiến sĩ Yuan, chào bà Yuan, rất vui được gặp lại ông bà."
Ông cũng gật đầu chào Christopher và bắt tay: "Chào Chris".

Tiến sĩ Robinson là người tử tế và hào hiệp. Tình huống có thể
không mấy dễ chịu, nhưng ông thật lịch sự và lễ độ. Bầu không khí vẫn
còn căng thẳng. Trưởng khoa không muốn nhà trường bị kiện tụng.

Ông mời ba người chúng tôi ngồi, còn ông ngồi phía sau bàn làm
việc. Ông nói: "Thưa tiến sĩ Yuan, thưa bà Yuan, như ông bà biết, Chris-
topher đã là một người thành niên. Thật vậy, đối với tôi, gặp mặt phụ
huynh của sinh viên đã trưởng thành để trao đổi về tình trạng học tập
của sinh viên là điều khác thường". Ông gõ bút chì lên mép bàn làm
việc của mình. "Nhưng vì Christopher đã viết giấy xin phép gửi cho
chúng tôi, nên tôi tin chắc chúng ta có thể tìm ra cách trao đổi trong
tinh thần tôn trọng lẫn nhau và đạt được hiệu quả."[3]

Anh Leon đồng ý: "Dạ vâng. Và tôi thực sự trân trọng việc ông dành
thời gian để tiếp chúng tôi."

Lúc ấy tôi mới lên tiếng. "Thưa tiến sĩ Robinson, thật là điều vô
cùng nghiêm trọng khi trục xuất một sinh viên chỉ vài tháng trước khi
họ ra trường với mảnh bằng tiến sĩ vốn là công sức họ đã bỏ ra suốt sáu
năm dài—hai năm tại Loyola, hai năm tại đây, và rồi lặp lại thêm hai
năm nữa do bị ngừng học."

Tiến sĩ Robinson nói: "Thưa vâng, bà Yuan, tôi biết điều đó, nhưng...
Chồng tôi ngắt lời. "Thưa tiến sĩ Robinson, tôi biết ông cũng thấy Chris-
topher đã vướng vào những khoản vay suốt bốn năm cuối thời sinh
viên của cháu. Nếu không lấy được mảnh bằng chuyên môn, cháu sẽ
không có phương tiện để trả nợ."

Tiến sĩ Robinson mở miệng định nói, nhưng tôi lại tiếp: "Thưa tiến
sĩ Robinson, tôi đã cầu nguyện thật nhiều suốt mấy ngày qua, và nghĩ

---

[3] Một cơ sở giáo dục được tài trợ dưới chương trình do Bộ Giáo Dục Hoa Kỳ quản
lý, bị đạo luật Family Educational Rights and Privacy Act (FERPA) ngăn cấm không
được tiết lộ hoặc thảo luận các chi tiết trong hồ sơ học vấn của học viên là người trưởng
thành với bất kỳ ai ngoại trừ học viên, trừ khi học viên khước từ quyền riêng tư của
mình bằng cách cho cơ sở giáo dục thẩm quyền bằng văn tự và cho phép cơ sở quyền
làm như vậy.

rằng điều quan trọng là chồng tôi cũng như tôi không được ngăn cản cách Đức Chúa Trời có thể hành động trong cuộc đời Christopher."

Tiến sĩ Robinson bối rối nhìn chúng tôi và có vẻ không hiểu điều tôi vừa nói. Christopher bối rối liếc nhìn chồng tôi, tôi và ông trưởng khoa.

"Thưa tiến sĩ Robinson, điều tôi đang muốn nói là chúng tôi không tìm cách gây ảnh hưởng trên quyết định của nhà trường bằng cách này hoặc cách khác. Chúng tôi biết rằng chính ông cùng với ban điều hành không đưa ra quyết định vội vã, quí vị sẽ xem xét toàn bộ thông tin và sẽ làm bất kỳ điều gì các ông cho là đúng. Christopher chưa cho chúng tôi biết hết mọi chi tiết vì sao nhà trường trục xuất cháu, nhưng chúng tôi tin ban điều hành của quí vị sẽ có quyết định đúng."

Tiến sĩ Robinson không biết phải nói sao. Sau giây phút ngập ngừng, tôi nói tiếp. "Tôi nghĩ hiếm có phụ huynh nào gặp ông mà không tìm cách tác động đến quyết định của nhà trường. Nhưng chúng tôi thì muốn làm điều đúng cho Christopher." Tôi hít vào thật sâu. "Thực ra, điều quan trọng không phải là Christopher trở thành nha sĩ. Điều quan trọng là Christopher trở thành môn đồ của Đấng Christ. Vợ chồng tôi bay xuống đây để nói với ông"-tôi nhìn qua chồng tôi-"rằng chúng tôi sẽ ủng hộ bất kỳ quyết định nào của ông. Tôi chỉ cầu xin cho con trai tôi sẽ quay về với Đức Chúa Trời."

Tiến sĩ Robinson chỉ nhìn chúng tôi. Ông nghẹn lời. Vẻ mặt Christopher bắt đầu đỏ lên. Giận dữ lộ rõ trong mắt cháu lúc cháu nắm chặt chỗ gác tay trên ghế ngồi.

Dù tim tôi tan nát vì Christopher lại nổi giận với chúng tôi, nhưng tôi cảm thấy bình an là mình không cản trở Đức Chúa Trời hành động và giúp đỡ con trai mình. Ngược lại, chúng tôi nói lên quan điểm của mình và tuyên bố thứ tự ưu tiên là cuộc đời đầu phục Đức Chúa Trời trên hết mọi điều khác—kể cả nghề nghiệp của mình. Làm mẹ, tôi không muốn con trai mình gặp đau khổ hoặc khó khăn. Nhưng đường lối Đức Chúa Trời không phải là đường lối tôi, và đôi khi, để cho trẻ đối diện hậu quả hành động của nó là cách duy nhất để bày tỏ tình yêu chân thật.[4] Thật ra, ngay sáng hôm đó, tôi có đọc Châm Ngôn 3:12:

---

[4] Xem Ê-sai 55:8

"Đức Giê-hô-va yêu thương ai thì trách phạt nấy."

Chúng tôi đi qua các cửa văn phòng rồi dùng thang máy xuống tầng trệt, từ đó chúng tôi bước ra vùng nắng mai tươi sáng dưới trời tháng Ba. Christopher bước đi ngay trước chúng tôi, vẫn còn bực dọc về chuyện vừa xảy ra.

Tôi nhìn sang chồng. "Em thực sự vui vì đã nói chuyện xong."

Anh nắm chặt tay tôi và đáp: "Anh cũng vậy. Anh chỉ hy vọng sự việc kết thúc ở đó và không trở nên tồi tệ thêm."

12

Những Buổi Tiệc Xiếc

Christopher, ngày 7 tháng 4 năm 1996

Ed Dollwet vỗ nhẹ vai rồi hét vào tai tôi: "Connie, tới gặp Jordan đi!" Tôi khó nhận ra được giọng của Ed qua tiếng nhạc xập xình cùng âm thanh ầm ĩ từ hai chục ngàn đàn ông trên sàn nhảy. Đó là ngày cuối tuần Phục Sinh, và chúng tôi đang dự Tiệc White, tức một trong số buổi tiệc lớn nhất và hoành tráng nhất của gánh xiếc. Tiệc này được tổ chức tại khách sạn Wyndham và Trung Tâm Hội Nghị tại Palm Springs.

Tôi quay lại, chưng hửng không nói nên lời. Jordan là anh chàng thuộc loại Marlboro cao to, tóc nâu. Trước đây tôi từng thấy mặt anh nhiều lần trên hình tạp chí lẫn trong phim ảnh. Gương mặt anh—và không chỉ gương mặt—đã quen thuộc đối với tôi. Tôi bắt tay anh. "Anh là Tom R__." Tôi gọi anh bằng nghệ danh mà anh dùng trong phim ảnh.

Anh cười rạng rỡ. Anh nói: "Cũng được. Nhưng đối với bạn bè, thì tôi là Jordan."

Tôi đáp: "Tôi là Chris. Ed thích gọi tôi là Connie."

"Anh là bạn của Ed thì cũng là bạn của tôi nữa."

Trong thế giới những chàng đồng tính mê sách báo khiêu dâm thì Tom là siêu sao. Vài năm trước, anh nhận được giải tương đương Oscar trong kỹ nghệ sách báo khiêu dâm. Anh cùng nhiều người khác trong đám đông này là những người dễ nhận ra. Nhìn đâu tôi cũng thấy người mẫu với diễn viên, mà họ không chỉ xuất thân từ kỹ nghệ sách báo khiêu dâm. Có những người trên trang bìa các tạp chí lớn, từ phim ảnh và từ những chương trình truyền hình. Chung quanh tôi toàn những người đẹp. Mà giờ đây tôi lại được giới thiệu với một trong số những người nổi tiếng nhất. Tôi ngây người ra.

Tôi không thể tin rằng chú bé người Hoa –người từng bị chế nhạo trong trường tiểu học –lại đang sánh vai các siêu sao. Bị đuổi khỏi trường nha giúp tôi được tự do tập trung vào tiệc tùng và có thêm động lực trong việc buôn bán thuốc lắc. Tôi bắt đầu nhập bọn như một nhân vật trên màn xiếc. Con người tôi vốn hướng ngoại và khôi hài. Nhưng quan trọng hơn, mọi người biết tôi có thuốc lắc xịn. Tôi đang bán cho người nổi tiếng nhất trong những người nổi tiếng.

Jordan và tôi có được một ngày cuối tuần tuyệt vời bên nhau. Chúng tôi khiêu vũ, cười đùa và bảo với mọi người rằng mình là cặp song sinh lạc mất nhau từ lâu, từng bị chia lìa từ thuở sinh ra. Jordan chỉ quan tâm tới tôi như một người bạn, còn tôi thì bằng lòng làm bạn thân trong nhóm của anh ta. Bởi thế tôi ngạc nhiên khi anh ta gọi điện cho tôi vào sáng thứ Ba sau khi tôi trở về Louisville. Anh nói: "Tôi có được thời gian tuyệt vời ở Palm Springs."

"Tôi cũng vậy. Buổi tiệc quá tuyệt vời. Một trong những bữa tiệc vui nhất trong đời."

Jordan nói tiếp: "Này, tôi đang tự hỏi anh có muốn đến gặp tôi ở San Francisco hay không. Tôi có vé điểm thưởng tích lũy từ hãng bay, cho nên anh chẳng cần phải trả đồng nào cả."

Tôi biết đó là cuộc trò chuyện đáng chán vào ngày thứ Ba. Jordan và tôi dành nguyên kỳ cuối tuần thật dài để chơi thuốc lắc, ngày thứ Hai thì giã thuốc và thứ Ba là ngày rất khó chịu. Một khi chất dopamine không còn len lỏi qua não nữa, thì bạn thấy khó quay về với thực tại. Nhiều người kết thúc trong tuyệt vọng—thậm chí tự sát—sau khi dự tiệc hút hít suốt cuối tuần. Rất khó ở một mình với những nỗi buồn ngày thứ Ba.

Tôi nói: "Tới chứ. Tôi rất thích."

Jordan đón tôi tại phi Trường quốc tế San Francisco ngày thứ Sáu đó, và sau khi thả hành lý của tôi xuống nhà anh, chúng tôi quyết định dạo chơi bằng xe gắn máy của anh. Jordan là một anh chàng cao to, mạnh mẽ đầy nam tính. Anh cho tôi mượn một đôi ủng bằng da để chạy xe; đôi ủng quá rộng, nhưng tôi xắn ống lên rồi cột chặt dây ủng. Sau đó tôi trèo lên xe rồi chúng tôi chạy dọc theo Xa Lộ Pacific Coast. Chúng tôi dừng tại Chart House, một nhà hàng thật đẹp nhìn ra biển ở

Montana State Beach. Mặt trời ấm áp, bầu trời trong xanh và đại dương gợn sóng mãi tận chân trời.

Chúng tôi đi bộ vào nhà hàng, tay cầm nón bảo hiểm, và đứng nơi quầy tiếp khách chờ có bàn trống. Vài bồi bàn rảnh rỗi để ý đến đồ đạc chúng tôi.

"Mấy anh vừa chạy xe đến phải không?"

Jordan đáp: "Vâng, đúng đấy."

Người bồi bàn hỏi: "Các anh dùng loại xe nào vậy?"

Jordan nói: "Chiếc Harley. Chàng trai kềnh càng."

Bồi bàn gật đầu: "Ngon. Tôi vừa mua một chiếc Sporster 1200. Mới cáu cạnh." Anh ta quay sang tôi. "Còn anh thì sao? Anh thích loại nào? Anh đi xe gì?"

Tôi nói, với nụ cười hiện trên nét mặt: "Ồ, chúng tôi đi chung xe."

Anh bồi bàn nhìn tôi, sau đó nhìn Jordan, rồi nhìn xuống chiếc quần da mặc ngoài (khi đi xe mô - tô – ND) của chúng tôi. "Ồ... đúng rồi." Jordan và tôi cùng cười trong khi anh với các bồi bàn khác bỏ đi. Những cặp đồng tính không phải là chuyện mới lạ ở San Francisco, nhưng chúng tôi không hợp với lối rập khuôn đó. Hơn nữa, chúng tôi chỉ là bạn thôi. Jordan thấy cô đơn sau buổi cuối tuần điên loạn, nên tôi ở bên để giúp anh vui lên thôi.

Chúng tôi ăn tối với món tôm hùm tuyệt ngon trong khi ngắm cảnh hoàng hôn trên Thái Bình Dương. Tôi xin tự thanh toán phần ăn của mình, nhưng Jordan khăng khăng giành trả, bảo rằng chính anh đã mời tôi đi ăn. Tôi nghĩ, *Lạ thật!* Trong lúc anh đưa thẻ tín dụng cho bồi bàn, chúng tôi nhìn nhau. Trong giây phút ngắn ngủi, tôi thấy trong cái nhìn của anh có điều gì đó khiến tim tôi đập nhanh. Liệu anh có quan tâm tôi trên mức tình bạn không?

Sau đêm thức khuya ở các câu lạc bộ, chúng tôi dậy trễ vào sáng hôm sau. Tỉnh giấc trên giường của Jordan, tôi phải véo vào người mình để biết chắc không đang nằm mơ. Có thể nào đây là chuyện thật không?

Ba tuần sau, Jordan bay sang Louisville vào cuối tuần. Đó là cuối tuần của nhóm Kentucky Derby, điều đó có nghĩa là những bữa tiệc lớn trong cộng đồng của người đồng giới cũng như người bình thường.

Lúc ấy tôi đã rất nổi tiếng trong các câu lạc bộ ở Louisville rồi, nhưng đi chung với một ngôi sao lừng danh thì càng khiến tôi nổi bật thêm. Jordan với tôi, hai đứa bán được một lượng thật lớn thuốc lắc, và chúng tôi chia nhau phần lời.

Từ Louisville, Jordan đi Chicago, nơi anh đã được trả công trước cho lần xuất hiện tại một câu lạc bộ người đồng giới. Vài hôm sau, anh gọi điện cho tôi từ bệnh viện Cook County.

Anh nói giọng thật yếu ớt và rè rè. Anh ho, và tôi có thể nghe thấy anh sự tắc nghẽn sâu trong lồng ngực anh. "Tôi đang ốm nặng... Tôi đang nằm trong bệnh viện."

Jordan từng cho tôi biết anh bị dương tính HIV ngay đêm đầu tiên chúng tôi gặp nhau ở San Francisco, nhưng anh giữ bí mật chuyện đó với mọi người.

Tôi hỏi: "Có phải là liên quan đến HIV không?"

"Đúng rồi. Họ nghĩ là viêm phổi." Anh lại ho tiếp và không dằn được suốt một hồi lâu.

Thật khó tưởng tượng một anh chàng mạnh mẽ, to con, từng tiệc tùng với tôi chỉ vài tuần trước thôi giờ đây lại viêm phổi phải nhập viện.

Chẳng suy nghĩ lâu, tôi nhảy lên xe đi Chicago. Ngay khi bước vào tiền sảnh của bệnh viện Cook County, tôi bị choáng bởi mùi hôi khủng khiếp. Đó không phải là mùi thuốc tẩy trùng bình thường của bệnh viện; mà là một mùi khác mà tôi không quen... mùi hôi thối không thể nhầm lẫn từ nước tiểu.

Khi tôi tới phòng của Jordan, các y tá cho tôi hay là anh đang bị cách ly. Họ buộc tôi đeo khẩu trang và mặc áo khoác để vào phòng anh. Lúc gặp anh, cảnh tượng còn tồi tệ hơn tôi nghĩ. Chỉ một tuần, anh sụt khoảng năm kí, gương mặt hốc hác. Vài hôm trước mọi người còn kéo tới vây quanh anh, nóng lòng muốn gần gũi biểu tượng đồng giới này. Còn bây giờ thì cô đơn một mình. Bệnh viện Cook County không phải là nơi người giàu và nổi tiếng lui tới khi bệnh hoạn. Đó là bệnh viện tạp nham, nơi những người trong tình trạng tuyệt vọng kết thúc cuộc đời họ.

Tôi là người duy nhất đến thăm Jordan. Chẳng một người bạn nào từng tham gia tiệc tùng, không một người bạn cùng làm việc trong ngành công nghiệp khiêu dâm, cũng chẳng có gia đình tới thăm. Nếu tôi không từ Louisville lái xe lên đây, thì Jordan hẳn phải nằm một mình trong phòng bệnh viện lạnh lẽo tăm tối suốt đêm qua. Bất chấp địa vị siêu sao của anh, chẳng một ai đến thăm anh ngoại trừ một mình tôi.

———————

Trong khi Jordan ngủ chập chờn suốt đêm, qua cửa sổ, tôi nhìn thành phố vốn là quê nhà tôi ngày trước. Giờ thì tôi đã ở đây được vài hôm, và tôi tin rằng sẽ có lỗi nếu ít ra không cho mẹ tôi biết mình đang ở trong tỉnh. Dù sao, sự thật là tôi thấy cô đơn. Gặp một ngôi sao lớn như Tom R__ đang teo tóp thành một bộ xương làm tôi sợ hãi, và tôi cần sự hiện diện an ủi của một người thân. Vì vậy bất chấp mọi thứ trong tôi đều nói không, tôi vẫn nhấc ống điện thoại gọi cho bố mẹ tôi.

Ông bà phấn khởi nghe tin từ tôi và tự nguyện đến bệnh viện ngay. Dù muốn có bố mẹ bên cạnh, nhưng tôi không chắc cảm giác của mình ra sao. Tôi sợ điều sẽ thốt ra từ miệng bố mẹ khi ông bà trò chuyện với Jordan, mà tôi chắc ông bà sẽ nghĩ là "kẻ thù." Mẹ tôi có thể mạnh miệng khi nói lên ý kiến của bà, và dù Jordan đã khá hơn rất nhiều nhờ thuốc kháng sinh trong cơ thể, nhưng anh vẫn còn rất dễ bị tổn thương. Tôi gần như yêu cầu bố mẹ đừng tới, nhưng trước khi biết họ sẽ tới thì cú điện thoại đã kết thúc và họ đang trên đường tới rồi.

Jordan cố gắng chậm rãi di chuyển dọc hành lang bệnh viện, còn tôi đứng kế bên kéo túi truyền dịch từ giá đỡ có gắn bánh xe. Chúng tôi rẽ vào góc gần khu điều dưỡng, và qua những cánh cửa đôi rộng mở ở cuối hành lang tôi thấy bố mẹ tôi bước vào. Lòng tôi thắt lại.

Tôi nói: "Bố mẹ tôi tới rồi."

Anh nhìn về hướng bố mẹ tôi rồi quay lại nhìn tôi. Anh nói: "Mình về phòng đi. Tôi muốn gặp họ."

Bố mẹ tôi ăn mặc chỉnh tề và mang khẩu trang kháng khuẩn, giống như tôi. Tôi bối rối liếc nhìn tới lui hai ông bà trong lúc cả hai bước vào phòng Jordan. Hé nhìn qua khẩu trang phẫu thuật, đôi mắt mẹ tôi ngập tràn trắc ẩn lẫn yêu thương. Bố mẹ tôi đến ôm hôn tôi thật lâu, sau đó bước ngang phòng tới giường của Jordan, cúi xuống và cũng hôn anh nữa.

Bố mẹ tôi ngồi xuống bên cạnh giường bệnh của Jordan suốt nửa tiếng, trò chuyện, cười đùa và vui vẻ với cả hai chúng tôi. Chúng tôi không trao đổi những đề tài cụ thể nào; chỉ trò chuyện như bốn người bạn cũ bên nhau. Tôi kinh ngạc trước sự chấp nhận cùng tình thương bố mẹ dành cho tôi—và chủ yếu là cho Jordan. Tôi chỉ nghĩ rằng, ngồi trong căn phòng bệnh viện gò bó đó, lẽ ra chỉ dành cho những người hâm mộ cùng bạn bè tiệc tùng với Jordan, hai con người đang ngồi bên giường anh ngay giờ phút có cần này chỉ là khách lạ là bố mẹ tôi. Ông bà đã ở bên anh lúc anh cần điều đó hơn hết.

Jordan đã qua được cơn bạo bệnh. Tuy nhiên mối quan hệ hẹn hò giữa chúng tôi không còn—tuy chúng tôi vẫn là bạn của nhau. Trong khi đó, tôi nôn nóng muốn rời khỏi Louisville, mà tôi bắt đầu cảm thấy dường như là quá khứ do tôi hiện đang ngao du khắp xứ và tiệc tùng với những nhân vật hạng A. Bạn bè từng ở Louisville với tôi không thể đuổi kịp thời khoá biểu nhanh như máy bay phản lực của tôi. Vì vậy, khi không đi đến tiệc xiếc, thì tôi lái xe tới Atlanta để gặp các câu lạc bộ vào dịp cuối tuần.

———

Đó là một cuối tuần nóng bỏng khác vào giữa tháng Tám, mặc dù các cuộc thi đấu Olympic Mùa Hè năm 1996 vừa mới kết thúc ở Atlanta, nhưng thành phố vẫn còn náo nhiệt trong không khí phấn khích lẫn dồi dào sinh lực. Một lần nữa tôi có mặt ở đó vào dịp Hotlanta—một năm sau khi tôi gặp Ed Dollwet. Hôm ấy là tối Chủ Nhật, và tôi đang ở Heretic, một quán bar, nơi tôi gặp anh chàng tên là Derek. Anh là một gã thấp người, chắc nịch, với chòm râu dê màu nâu—đúng là chất đàn ông. Chúng tôi thân thiện với nhau ngay.

Derek đưa tôi về căn hộ của anh, và tôi qua đêm tại đó. Sáng hôm sau, trong lúc anh chuẩn bị bữa ăn sáng, tôi bảo anh: "Anh biết đấy, tôi nghĩ tới việc dọn sang Atlanta."

Anh nói: "Dọn đi hả? Anh dọn đi đâu?"

"Ôi, tôi chưa biết. Anh biết đấy, các bạn tôi là Chad và Jeff vừa từ Nashville dọn về đây. Họ có nhà bên ngoài Ponce de Leon. Có lẽ tôi dọn vào ở chung với họ."

Trong lúc đang đảo trứng chiên trên đĩa, anh quay sang hỏi tôi: "Anh nghĩ sao về chỗ của tôi?"

Tôi nói: "Đây chắc chắn là khu thật tuyệt trong thành phố này. Tốt hơn chỗ của tôi ở Louisville rất nhiều."

"Vậy sao anh không dọn về ở chung với tôi?"

Tôi hỏi: "Thật không? Anh nói nghiêm túc đấy chứ?"

"Ừ, tôi nghiêm túc mà. Cứ dọn về ở chung với tôi và Fletcher đi." Fletcher là con chó của anh ấy.

"Ừ nhưng... toàn bộ đồ đạc tôi đều ở Louisville hết rồi."

"Vậy thì mình đi lấy chúng về đây. Cuối tuần này tôi sẽ cùng đi với anh và giúp anh dọn về đây."

Cuối tuần đó, Derek, Fletcher, cùng tôi lái đi Louisville trong một xe tải để thu gom đồ đạc giúp tôi dọn về Atlanta. Đó là sinh nhật thứ hai mươi sáu của tôi và là khởi điểm cho một chương hấp dẫn trong cuộc đời tôi. Nhưng trong lúc lái xe ngang vùng đồi núi chập chùng Tennessee, chuông điện thoại tôi reo vang. Đó là Luke từ L.A. , bạn trai cũ của Ed Dollwet.

Luke nói, giọng anh chùng xuống: "Chris ơi, có tin buồn đây. Ed qua đời hôm qua rồi."

Tôi ấn nút Tắt, tay thả rơi trên đùi. Derek hỏi có chuyện gì thế, nhưng tôi không thể thốt nên lời trong vài giây. Tâm trí tôi quay cuồng, hết hình ảnh này tới hình ảnh khác về Ed xuất hiện—trong câu lạc bộ, đang nói điện thoại, tại buổi tiệc, đang giới thiệu tôi cho Jordan và cho vô số người khác. Bỗng nhiên, tôi chẳng còn ai gọi mình là Connie Khùng nữa. Chẳng còn ai để được nghe cố vấn kinh doanh. Mr. Ed đã kết nạp tôi vào thế giới tôi hiện đang nhập cuộc —ma túy, tiệc tùng, cuộc sống. Anh là người đầu tiên tôi quen biết cách cá nhân đã chết vì AIDS, và cái sốc vì mất anh xoáy sâu con người tôi. Thật là cú đấm kinh khiếp vào chuỗi ngày mà nếu không có sẽ là hạnh phúc nhất của đời tôi.

———

Ngay từ đầu, sống chung với Derek đã là con đường với nhiều khúc cua gấp và đèo dốc. Suốt vài tuần đầu, sáng nào anh cũng nói anh yêu tôi nhiều lắm, anh vui biết bao khi tôi cùng theo anh đến đây. Tôi có cảm giác như chúng tôi đã thành một thịt—linh hồn chúng tôi hòa quyện vào nhau. Nhưng trong thực tế, phần lớn đam mê chúng tôi dành cho nhau bùng cháy nhờ thuốc lắc—do đó mối quan hệ giữa chúng tôi thật dữ dội và mãnh liệt, cả tốt lẫn xấu.

Đầu tháng Mười, Derek muốn đi ra ngoài vào một tối Chủ Nhật, nhưng tôi không muốn đi. Dù vậy anh cũng thay đổ rồi đi. Suốt đêm tôi đợi anh về, nhưng mãi cho tới sáng hôm sau anh mới về. Khi tôi hỏi anh đi đâu, anh nổi giận và bảo tôi hãy ở đúng vị trí của mình. Vì vậy tôi bắt đầu thu gom đồ đạc. Tôi vớ lấy khung hình hai đứa cùng chụp chung, nhưng anh hét lên và giật lại, bảo: "Cái này của tôi."

Tôi không thả ra, cho nên anh nắm lấy cổ tôi bóp chặt. Chắc chắn chúng tôi có những bất đồng, nhưng chưa bao giờ tới mức đánh nhau. Trong lúc thở hổn hển, tôi thấy sốc vì chính người mình yêu thương lại làm chuyện này đối với tôi. Biết bao lần Derek nói với tôi rằng tôi chính là người anh yêu thương. Giờ đây tôi không thể thoát khỏi gọng kìm thô bạo của anh và anh sắp giết tôi. Sau cùng, anh thả tôi xuống sàn nhà và rút tay khỏi cổ tôi. Lúc chân tôi chạm sàn nhà, anh đẩy tôi ra và hét lớn: "Cút đi!" Tôi vơ gọn đồ đạc rồi bước ra khỏi cửa với những giọt nước mắt tràn mi.

Lẽ ra tôi phải tức giận và căm ghét Derek, nhưng tôi lại không như vậy. Anh suýt bóp cổ tôi, nhưng tôi vẫn yêu anh. Suốt mấy tháng sau, chúng tôi cố gắng quay lại với nhau. Một lần ở chỗ của anh, sau khi tôi lưu lại suốt đêm, anh kể tôi nghe những chuyện từ quá khứ của anh mà trước đó tôi chưa từng nghe. Thật không dễ để anh thổ lộ những thầm kín của mình, nhưng tôi vui vì anh cởi mở. Sau đó anh im lặng, đôi vai anh sụp xuống. Trong lúc chúng tôi ngồi trên sàn nhà, lệ tuôn dài xuống đôi má anh. Anh nhìn vào mắt tôi và nói anh dương tính với

HIV. Anh nói, anh sợ cho tôi biết. Sợ tôi sẽ không yêu anh và sợ tôi sẽ bỏ anh.

Nhìn anh khóc, tôi đưa tay ra nắm tay anh và tha thứ hết mọi điều dù anh chưa hề xin lỗi tôi. Khi nhận ra những hàm ý trong lời thú tội của anh, tôi thấy mình không giận dữ tôi thực sự thấy tội nghiệp anh. Anh bị dương tính HIV như thế này là quá đủ rồi; giờ đây anh lại phải sống với sự thật là có thể anh đã lây nhiễm cho tôi. Tôi nghiêng vai, vòng tay quanh người anh.

Tôi nói: "Không sao, không sao."

Tôi đã quan hệ tình dục với người bị lây nhiễm vi rút gây nên bệnh AIDS mà anh chẳng cho tôi biết mãi cho tới lúc ấy. Nhưng thật kỳ lạ, tôi lại cảm thấy thật tự do. Tôi không còn thắc mắc là mình có bị lây nhiễm hay không. Chẳng cần phải xét nghiệm; dù sao thì cũng chẳng thay đổi được gì. Giờ đây tôi có thể sống cuộc đời không lo lắng bị lây nhiễm. Bây giờ tôi đã bị dính rồi.

Trong khi chúng tôi cùng khóc với nhau, tôi cảm thấy bây giờ mình mới thực sự cùng chia sẻ tình thân với Derek. Thực ra, tôi cảm thấy mình đã đạt tới điều gì đó cụ thể trong cộng đồng người đồng tính. Tôi là một phần của nhóm nòng cốt. Giờ đây tôi là một trong số họ. Tôi thực sự cảm thấy được an ủi đôi chút nhờ điều đó. Những người dương tính với HIV được đối đãi như người nổi tiếng. Họ được đưa vào các tạp chí người đồng tính. Tên tuổi của họ được đưa vào tài liệu. Chắc chắn, AIDS là điều kinh khủng; nhưng dù sao tôi cũng cảm thấy mình đã trở thành bậc anh hùng.

13

Nỗi Hổ Thẹn Thầm Kín

Angela, ngày 20 tháng 1 năm 1997

Đó là ngày thứ Hai, ngày tôi luôn kiêng ăn. Ba năm rưỡi đã trôi qua kể từ ngày tôi quay về nhà sau chuyến đi bước ngoặt tới Louisville. Kể từ đó, tôi tự hứa với chính mình mỗi thứ Hai sẽ chỉ uống nước khi cầu thay cho Christopher. Nhưng ngày này, tôi cũng kiêng ăn để cầu nguyện cho cha tôi, người đã đến thăm tôi hôm tuần trước. Tôi quỳ xuống trong phòng cầu nguyện riêng, cầm tấm hình cha tôi. Ông là người chịu khó, trung thực và đầy trách nhiệm. Ông nổi tiếng nghiêm túc, khó tính, khắt khe và trên hết là rất cứng đầu.

Nhưng sau tám mươi ba năm sống khổ sở và chiến đấu tự nuôi mình, ông đã đầu phục Đấng Christ. Đó là giây phút tôi ước mình có thể lưu giữ được đến muôn đời. Ông thực sự quỳ gối trên sàn phòng khách với lời cầu nguyện của tội nhân. Sau đó ông hôn tôi—nụ hôn đầu tiên và duy nhất tôi nhận được từ cha mình. Trước đây tôi chưa từng thấy ông khóc, nhưng ngày hôm đó, ông khóc và nói với tôi rằng những giọt lệ của ông không phải vì buồn rầu mà vì mừng vui.

Ước gì giờ đây mẹ tôi cũng cởi mở được như vậy. Ba mẹ tôi ly thân hơn ba năm qua. Trước đó, lúc còn sống chung, họ vẫn ở khác phòng và ít khi đứng bên cạnh nhau. Có quá nhiều chuyện trong quá khứ chưa được họ giải quyết và càng ngày họ càng cay đắng với nhau theo năm tháng. Lúc mới lớn, tôi không muốn ba mẹ tôi ly hôn. Đó là lý do tôi tự hứa với bản thân sẽ không bao giờ nói cho ba tôi biết điều bí mật nào tôi được biết về mẹ mình.

Tôi là một bé gái nhỏ nhắn khoảng năm tuổi, với mái tóc dài thắt bím đen mượt chấm vai. Tôi có vóc dáng xinh xắn và bụ bẫm, mặc bộ đồ ngủ rộng thùng thình khi tôi nhảy lên giường tối hôm ấy. Bố tôi, vốn là thủy thủ đi buôn, lênh đênh trên biển, và tôi ngủ chung giường với mẹ không phải là chuyện bất thường đối với trẻ con người Hoa. Bỗng nhiên mắt tôi mở lớn. Có điều gì đó bất ổn.

Tôi cố gắng tìm hiểu xem tại sao tôi có cảm giác chiếc giường đong đưa. *Cốc. Cốc. Cốc. Cốc.* Tấm ván đầu giường chạm vào tường, và trong lúc trở mình, tôi thấy một bóng người ngăm đen trườn lên người mẹ tôi. Tôi nghe từng hơi thở lẫn tiếng rên, mật từ bao tử tôi trào dâng lên ngực. Tôi rú thật lớn tiếng xé tan bầu không khí đêm khuya—mà mãi tận tới ngày nay vẫn còn dội vang trong tâm trí tôi, tôi thấy chú Lee, người làm trong văn phòng của mẹ tôi. Đột nhiên ông bật dậy, lõa lồ, chộp lấy quần tròng vào người. Mẹ tôi dắt ông ra khỏi phòng, giận dữ liếc ra sau nhìn tôi.

Tôi ngồi trên giường, kéo chăn lên tận ngực, rồi khóc, cứ khóc và khóc mãi. Tôi gọi bố nhưng ông chẳng có ở đó. Ông đang ở xa hàng ngàn dặm, trên đại dương tối đen như mực. Chẳng ai tới an ủi tôi. Chẳng ai tới nói cho tôi biết rằng mọi chuyện rồi sẽ ổn thôi. Tôi ngồi đó, nghẹn ngào trong nước mắt với lồng ngực bé bỏng phập phồng.

Tôi cảm thấy sợ hãi, xấu hổ và trên hết là dơ bẩn. Tôi cố gắng xem như chuyện đó chưa từng xảy ra, mà không thể. Hình ảnh thân thể mẹ tôi quấn lấy thân người đàn ông kia cứ quay cuồng trong đầu óc tôi. Thật là một bí mật sẽ luôn chôn kín trong nơi sâu kín của tâm trí tôi, giấu kín toàn bộ thế giới và giấu kín với cả ba tôi.

Sáng hôm sau, khi trời còn tờ mờ trong nắng mai, tôi lang thang qua các cánh đồng phía sau nhà. Tôi không biết mẹ tôi đã đi đâu, và bà cũng không đi tìm tôi. Tôi quì xuống giữa bùn sình và bắt đầu đào xới. Tôi ấn sâu các ngón tay trần bé nhỏ của mình xuyên đám cỏ xỉn màu, xuống sâu mảng đất ướt. Tôi thăm dò bên dưới mặt đất tới lúc các ngón tay tôi gặp phải một vật cứng: cái rễ từ một loại củ. Tôi kéo nó lên khỏi mặt đất và cầm trong bàn tay run rẩy trong lúc lệ lăn dài trên má tôi. Rễ cây bị đất bọc bên ngoài nhưng cọng rễ màu trắng vẫn lộ rõ bên dưới lớp đất bọc ngoài cùng.

Trong khi hình ảnh mẹ tôi làm tình với người đàn ông xa lạ xuất hiện trong đầu tôi, thì lồng ngực tôi vẫn tiếp tục phập phồng theo tiếng thổn thức không dứt của mình. Tôi tóm lấy rễ cây trong các ngón tay bẩn thỉu, đưa lên răng, rồi mút lấy nước. Sạn cát trong đất, chất mọng nước trong rễ cây, cùng chất ngọt từ cỏ xanh hòa lẫn trong miệng tôi. Tôi mút hết chất ngọt cho tới khi chỉ còn lại mớ xác cỏ trên lưỡi. Tôi nhả mớ xác cỏ ra tay rồi chôn lại xuống đất—giống hệt như tôi sắp chôn giấu cơn ác mộng của điều bí mật này. Tôi rất muốn bỏ lại cơn ác mộng đó dưới lòng đất sâu màu nâu đỏ của Thượng Hải—không bao giờ nhìn thấy nữa. Sau đó, tôi túm lấy một nắm cỏ khác, mút lấy chất ngọt, nhả ra, rồi chôn, lặp đi lặp lại cùng một qui trình như vậy. Một bé gái năm tuổi thì còn biết xử lý một điều kinh tởm đáng gớm ghiếc theo cách nào khác nữa chứ?

Tôi từng cố gắng tránh né sự thật xấu xa về mẹ, nhưng biết làm sao được, khi từng ngày đám đàn ông cứ tiếp tục bước qua nhà tôi? Họ tới "thăm" mẹ tôi suốt những tuần dài bố tôi vắng nhà trên con tàu buôn. Tôi muốn phát ói. Mẹ bảo tôi gọi họ bằng "Chú" nhưng tôi không thèm gọi. Tôi chỉ muốn nhổ vào mặt họ, nhưng thay vào đó, tôi nhìn họ đầy ghê tởm và căm thù. Điều này khiến mẹ tôi nổi giận, và nhiều lần tôi chạy ra khỏi nhà, quay về cánh đồng đó, móng tay đen sì, bàn tay bẩn thỉu và thô nhám do đào bới đất. Có quá nhiều điều chôn giấu trong ký ức tôi, quá nhiều điều che giấu trong bóng tối. Và những hình ảnh đó—những hình ảnh không một bé gái nào bị buộc phải gánh chịu—đã làm vấy bẩn tuổi niên thiếu thơ ngây và từng hủy hoại tâm trí, trái tim lẫn linh hồn tôi.

———

Chôn giấu bí mật suốt nhiều năm ảnh hưởng đến mối quan hệ giữa tôi với cha mẹ, với chồng tôi và với các con tôi. Nhưng may mắn là bây giờ nhờ ơn Chúa, tôi đã có cách xử lý quá khứ. Suốt thời gian kiêng ăn, tôi đã có thể trình dâng mọi điều thầm kín lẫn gánh nặng của mình trước mặt Đức Chúa Trời và bắt đầu tiến trình chữa lành.

Tôi có thể hiểu nỗi khắc khoải Christopher từng trải qua ở tuổi thiếu niên lúc cháu giữ kín bí mật đồng tính đen tối của cháu đối với mọi người. Tôi biết lý do khiến cháu cảm thấy chẳng ai hiểu mình cùng nỗi đau của mình. Tôi có thể hiểu nỗi nhục nhã lẫn mặc cảm tội lỗi cháu đã gánh chịu, dù rằng tất cả đều không phải là lỗi của cháu. Chẳng trách cháu cảm thấy thật thoải mái khi cuối cùng đã được "giải thoát." Tôi chỉ mong cháu sẽ mang hết mọi gánh nặng cùng nan đề của mình trình dâng cho Chúa. Tôi muốn cháu biết rằng gia đình yêu cháu—và Đức Chúa Trời càng yêu cháu nhiều hơn thế. Nhưng tôi biết vợ chồng tôi – dù rất yêu con trai mình—đã phải đối diện sự tranh giành từ những người bạn đồng tính của Christopher.

Tôi mường tượng Christopher giống như cậu bé trai chơi trong sân trường với các thiếu nhi khác. Tôi cố gắng thu hút sự chú ý của cháu, nhưng cháu sẽ làm ngơ tôi. Tôi tìm cách kéo cháu về nhà nhưng cháu sẽ không rời khỏi bạn bè. Tôi biết Christopher quá gắn bó với bạn mình tới mức xem họ là gia đình thực sự của cháu. Và tôi cầu xin bằng cách nào đó, cháu sẽ thấy được điều ưu tiên không phải là mối quan hệ với gia đình mà còn—quan trọng hơn—là mối quan hệ với Đức Chúa Trời.

Vài năm trước, tôi có vài lần quyết định gửi cho cháu mỗi tuần vài tấm thiệp để cháu biết rằng chúng tôi vẫn nghĩ tới và không quên cháu. Tôi nghĩ, *nếu cháu không trả lời điện thoại, thì vẫn còn có thể nhận những tấm thiệp.* Tôi nghĩ ít ra thì mình có thể gieo giống. Vì thế, tôi mua một xấp thiệp chúc mừng Cơ Đốc, và trong những giờ cầu nguyện, tôi sẽ viết vài dòng cho Christopher, nói cho cháu biết tôi đang cầu nguyện cho cháu. Đôi khi tôi sẽ chia sẻ một phân đoạn Kinh thánh có ý nghĩa đối với mình. Và cuối từng tấm thiệp, tôi ký tên với lời ghi: *Mãi yêu con, Mẹ.*

Tôi muốn mình là cầu nối tình yêu của Đức Chúa Trời sang Christopher, và tôi muốn cháu biết rằng cửa nhà luôn rộng mở đón tiếp cháu, bất kể cháu có làm gì hoặc có chuyện gì xảy ra. Đức Chúa Trời đang đặt để nhiều rễ sâu trong cuộc đời tôi—những dây rễ sẽ bám thật chặt trong những thử thách cam go nhất. Tôi không biết điều gì sẽ đến với Christopher, nhưng tôi có cảm giác là mọi việc sẽ không tốt đẹp hơn trong thời gian ngắn.

14

Cuộc Sống Xa Hoa

Christopher, mùa Xuân năm 1997

"Còn 30 phút nữa là tới giờ trình diễn đấy!" tôi gọi to lấn át tiếng nhạc dội ra từ máy âm thanh nổi của mình. Đó là vào khoảng năm giờ ba mươi chiều thứ Bảy, và các bạn tôi là Jack, Billy, với Mack đang giúp tôi chuẩn bị cho "giờ làm việc".

Tôi đã bắt đầu giới hạn việc bán ma túy trong phạm vi ngày giờ cụ thể, tối thứ Sáu và tối thứ Bảy, từ 6:00 giờ tới 10:00 giờ. Trước kia, mọi người kéo tới căn hộ tôi mua thuốc bất kỳ lúc nào, ban ngày cũng như ban đêm. Do đó, tôi thông báo một chính sách mới. Nếu bạn muốn lấy thuốc trước giờ tới câu lạc bộ thì cần phải đến lấy thuốc trong giờ làm việc.

"Hey, Billy, chúng ta có được bao nhiêu túi ma tuý đá rồi?" Ngồi trong phòng ngủ của tôi, Billy đang bận sử dụng loại cân kỹ thuật số, cân đong từng gram thuốc rồi cho vào các túi nhỏ màu xanh vuông, có dây kéo thật kín. "Chúng ta cần thêm ít nhất một trăm cho vài giờ sau và thêm một trăm nữa cho các câu lạc bộ."

Billy gọi lại: "Mình đang làm tốt đấy, Chris. Chúng ta đã có một trăm trong két rồi, và tôi vừa có được khoảng một trăm ở đây."

Jack hiện đang ở trong phòng có lối vào riêng, dùng máy nghiền cà phê để đập vỡ một cục cocaine. Chiếc máy nghiền nghiền nát nó thật nhuyễn.

"Ráng nghiền cho thật mịn nhé! Tuần trước có người nói cocain kỳ này không được mịn lắm đấy."

"Hiểu rồi. Ưu tiên số một của chúng ta vẫn là chiều lòng khách hàng mà! Khách hàng hài lòng sẽ tiếp tục là khách hàng lần thứ hai!" Jack luôn có cách chọc cười chúng tôi. Và ngay lúc đó chúng tôi bắt đầu hát khi bài "Dancing Queen" của Abba vang lên qua cái loa của tôi.

Tôi đi ngang qua Jack và mở két chống cháy của tôi. Trong két có vài túi nhựa, dán nhãn theo màu. Màu xanh da trời chứa những túi ma tuý đá nhỏ. Xanh lá chứa cocaine. Tím chứa thuốc lắc. Đỏ là chiếc túi khổng lồ nhất, do chứa đầy những ống nhỏ bằng thủy tinh chứa ketamine mùi dâu đặc biệt của tôi, còn gọi là K đặc biệt. Trắng là túi tạp nham đựng mọi thứ khác: Valium, A-xít, steroid,vv....

Mack đang dọn dẹp căn hộ của tôi thì đưa cho tôi một xấp thư: "Này, Connie, tính sao với đống này đây? Tao thấy toàn là hóa đơn thanh toán không hà."

"Cứ cho hết vào ngăn kéo đi." Tôi chỉ vào góc bàn làm việc của mình. "Cứ mỗi thứ Ba, Walter tới đây thanh toán mọi hóa đơn của tôi, anh ấy sẽ giải quyết hết đống đó."

Trong khi lôi ra một phong bì màu sáng, Mack hỏi: "Cái gì đây? Xem kìa, còn một tấm thiệp khác của mẹ anh. Tình cảm quá!"

Tôi xé toạc, xem thử bà có còn kèm gì thêm không. "Tuyên truyền Cơ Đốc giáo. Chẳng có tiền. Anh biết chỗ tôi cất thiệp bà gửi không. Cứ ném vào cái túi bìa đựng các đồ của bà đi," tôi vừa nói vừa chỉ vào đống rác. Anh ném tấm thiệp vào khay.

Chuông cửa reo, tôi nhìn đồng hồ đeo tay. "Thật khó tin, chưa tới 6:00 giờ mà họ đã đập cửa phòng tôi. Mack, anh vớ lấy đống đó đi, được không? Rồi bảo họ chờ vài phút." Tôi gom đống phong bì gồm toàn ngân phiếu ra khỏi két nhằm bảo đảm chúng tôi có đủ tiền lẻ mười và hai mươi đồng.

Mack nói: "Chris à, đó là Kyle. Anh ta nói đã có hẹn trước. Tôi có nên cho anh ấy vào không?"

"Được! Cho anh ấy vào đi."

Kyle là người bán chất kích thích địa phương. Những người có thể lộ mặt ngoài giờ làm việc chính là những kẻ mua hàng số lượng lớn— và có hẹn trước. Anh ta bước vào phòng khách, dáng vẻ rã rời, tơi tả, và ốm hơn tuần trước. Anh vốn đã gầy ốm, nhưng đêm nay, trông anh giống như một cái bao đựng toàn xương.

Tôi vỗ vào lưng anh: "Này Kyle, ông lo cho bản thân đi chứ. Đừng bỏ bữa, nghe không!"

"Ừ, Chris. Tôi xin lỗi. Tôi... tôi xin lỗi tới trễ. Tôi tìm mãi không ra chìa khóa và... um... tôi phải mất... um... khoảng một tiếng mới tìm ra chìa khóa, rồi... rồi sau đó trong lúc lái xe tới đây... um... không biết sao tôi lại đi lạc."

Lạc đường ư? Tôi nghĩ. Anh từng lái xe tới đây cả trăm lần rồi mà.

"Được rồi, tôi nghĩ bây giờ anh đã tới nơi rồi. Thế anh cần bao nhiêu đây?"

"Tôi có thể lấy 56 gram t-tina được không?" Anh ấy hỏi ngay thứ mà tôi nổi tiếng có bán lâu nay—hàng methamphetamine chất lượng cao. Đôi mắt anh dường như mở to hơn lúc anh nói "tina," và con ngươi trong mắt anh vốn đã lớn giờ lại khiến tôi cảm thấy như mình có thể nhảy vào trong đó.

Trong lúc nhìn qua các số liệu ghi chép, tôi nói: "Xem nào, lần trước tôi đã chơi quá đẹp với anh. Vì là người chơi đẹp, nên tôi cứ giữ đúng như vậy. Hai ounce là 3.200 đô-la."

"Ồ, tuyệt quá!" Kyle lục tìm trong ba lô, rút ra một phong bì dày cộm.

Tôi nói: "Toàn giấy lớn cả, đúng không?"

"Vâng, dĩ nhiên rồi. Và tất cả đều... um... thẳng thớm và được gấp lại, gấp lại thật gọn gàng, và đ-đ-đối nhau cùng một mặt, đúng theo cách anh vẫn ưa thích đấy. Thậm chí tôi còn ủi thẳng tưng... tôi-tôi đã ủi những tấm giấy bạc, y-y chang cách anh thích đấy." Tay anh run rẩy khi đưa cho tôi ba cọc giấy một trăm đô được gói lại, kèm theo hai tờ rời. Tôi lấy ba cọc giấy đi đến chiếc cân điện tử, gỡ giấy bọc, rồi để từng cọc lên cân, đo lường trọng lượng những tờ tiền tính theo miligram.

"Tuyệt quá, có vẻ như chúng ta có đúng 3.200 đô-la ở đây. Mack, nhờ anh cho tiền này vào két của tôi và lấy ra 65 gram tina cho bạn Kyle của chúng ta được không?"

Kyle lấy ra hai bịch lớn ma tuý đá, khoảng cỡ nắm tay của anh, cho hết vào túi đeo trên vai. Trong lúc bước ra khỏi cửa, anh suýt vấp phải bậc thềm và đụng vào tấm bảng tôi có ghi: *Giờ làm việc: 6:00 giờ sáng tới 10:00 giờ tối.* Anh đi qua dòng người đang xếp hàng ngoài cửa nhà tôi. Có người hỏi: "Anh ấy có mở cửa không?"

Chúng tôi nghe Kyle lắp bắp khi cánh cửa khép lại sau lưng anh: "Tôi-tôi-có một cuộc hẹn." Tôi thở ra và nghĩ: *Sao mà rối rắm thế!* Cả bốn người chúng tôi cùng hớt hải hoàn tất những chi tiết cuối cùng.

"Hey, Billy, xếp lại mấy cái gối trên ghế nằm của tôi, còn Jack, vui lòng đốt đèn cầy được không? Rồi khởi động luôn dàn nhạc, vì bây giờ chúng ta... mở cửa bán hàng!" Tôi vừa mở toang cửa thì thấy dòng người đứng nối đuôi nhau xếp kín trên hai hàng tam cấp. May mắn là đa số láng giềng của chúng tôi đều còn trẻ, độc thân, đồng tính và bản thân họ cũng là dân ăn nhậu—với lại nhiều người cũng là khách hàng của tôi nữa. Tôi không thấy trẻ em hoặc gia đình nào sống quanh đây. Ngoài ra, đây là Midtown—kinh đô tình dục đồng giới của Atlanta.

"Chào mọi người! Đêm nay đẹp quá phải không? Xin mời vào, mỗi lúc mười người."

Những câu chuyện trò thân thiện vẫn tiếp nối khi có thêm người bước vào và tìm chỗ ngồi trong phòng khách của tôi, chờ đặt hàng. Billy ghi vào sổ tay anh ta những đơn hàng, sau đó Mack đưa khách vào phòng ngủ của tôi, nơi Jack và tôi đang lấy hàng theo đơn đặt. Chúng tôi thay phiên nhau đếm tiền và giao thuốc.

"Anh thích gói giấy hay bọc nhựa?" Jack hỏi, rồi cho hai viên thuốc lắc vào cái túi nhỏ. Mọi sự đều có vẻ kỳ quái, giống như một trò chơi đối với chúng tôi vậy.

Gần 10:00 giờ mà mọi người vẫn còn tụ tập bên ngoài. Billy bắt đầu chạy vào để soạn các đơn hàng nhỏ. Sau cùng chúng tôi kết thúc lúc 11:00 giờ và sẵn sàng để đi dự tiệc. Trước tiên chúng tôi đến Blue, câu lạc bộ tình dục đồng giới, nơi mọi người hay lui tới—ít nhất là vào mùa đó. Khi câu lạc bộ đóng cửa lúc 4:00 giờ sáng, chúng tôi kéo nhau tới Backstreet, hộp đêm 24/24 của Atlanta. Hầu hết những người không muốn kết thúc khi các quán bar ở đây đóng cửa đều đến với Backstreet.

Trong khi lái chiếc xe thể thao mới cáu vào bãi đậu, chúng tôi thấy một hàng dài từ cửa trước. Chúng tôi bước thẳng tới đầu hàng, và nhân viên an ninh mở lối, cho chúng tôi vào ngay không phải chờ đợi hoặc thậm chí trả khoản phí nào. Jack, Billy, Mack cùng tôi cởi áo sơ-mi, và buộc các bóng đèn an toàn nhấp nháy dành cho xe đạp vào dây nịt của chúng tôi để người đến dự có nhu cầu ma túy có thể tìm ra chúng tôi trong bóng tối. Lúc chúng tôi đi ngang qua căn phòng trước đông nghẹt người, mọi người tìm cách chặn chúng tôi lại, nhưng tôi bảo họ: "Hãy gặp tôi trên sàn nhảy." Tôi quyết tâm nhập cuộc và hòa mình trong điệu nhạc, nhập cuộc với vài trăm đàn ông đang nhễ nhại mồ hôi.

Lúc chúng tôi lên tới đầu cầu thang dẫn xuống sàn nhảy chính, bạn có thể chứng kiến cả biển tấm thân trần bị lôi cuốn như thỏi nam châm về phía chúng tôi. Mọi người đều nhìn thấy ánh đèn của chúng tôi. Chúng tôi đi xuống các bậc thềm, rồi đứng kế bên nhau trên sàn nhảy, bắt đầu bán trong lúc mọi người nối đuôi nhau đặt hàng.

Tôi hỏi: "Anh muốn mua gì?"

"Hai viên X với một gram K. Anh có bán K anh đào không?"

"Có chứ. Giá 110 đô. Anh có tiền lẻ không? Chúng tôi thích tiền lẻ."

"Vâng, có ngay đây."

Anh ta dúi tiền vào tay tôi, nguyên một nùi nhàu nát. Tôi trải thẳng từng tờ nhằm bảo đảm đúng số tiền, nhưng thật khó thấy trong chỗ tối. Bởi thế, tôi giơ lên cao, chờ cho các ngọn đèn nhạc disco chiếu qua hướng của tôi, rồi mới vội đếm tiền. Tất cả đều nằm trong đó. Tôi kéo hộc Tic Tac của mình ra.

"Phụ tôi một tay đi."

"Ở đây sao?"

"Vâng. Chỉ toàn mùi bạc hà thôi, đúng không?" Tôi vừa nháy mắt vừa nói.

Anh nhìn quanh, nói: "Được rồi. Còn K của tôi thì sao?"

"Kiểm tra lại túi quần trước của anh đi." Tôi đã cho vào túi quần anh ta một lọ K nhỏ. Lấy làm ngạc nhiên, anh ta bỏ đi.

Tôi gọi anh chàng kế tiếp: "Chào, Greg. Anh khỏe không? Lâu rồi không gặp anh. Tôi giúp gì được cho anh đây?"

Hầu như đêm nào các túi quần tôi cũng nhét đầy tiền, buộc tôi phải đi ra xe để cất chúng. Tôi bây giờ đang ở trên đỉnh của thế giới—giàu sang, nổi tiếng và đầy quyền lực. Hơn cả điều mà bất cứ ai cũng mơ ước. *Giống Chúa hẳn là như vầy đây.*

———

Theo thời gian, tôi bớt buôn hàng mà nghiêng sang làm nhà cung cấp, có nghĩa là tôi cần sáng tạo hơn trong cách vận chuyển tiền và thuốc. Tôi nhận đơn đặt hàng phần lớn qua hộp thư trả phí từ một trung tâm bưu chính tư nhân gần nhà. Để gửi hàng cho khách mua, thì FedEx rất nhanh gọn và đơn giản. Nhưng đôi khi nếu tôi cần giao ngay một đơn hàng, thì tôi phải sử dụng dịch vụ giao hàng bằng đường hàng không, và nhét thuốc vào máy ghi âm video. Cách đó thì hơi tốn kém hơn, nhưng tôi có thể giao hàng ngay trong ngày.

Với những phi vụ lớn hơn, thì tôi phải bay tới điểm đến và đôi khi dẫn theo một người bạn. Chúng tôi mang theo tiền, được buộc chung quanh thân mình—dưới mười ngàn đô mỗi người và để trong từng túi xách, vì chúng tôi sợ các đường chỉ bằng kim loại trong nhiều tờ tiền như thế sẽ phát cháy khi gặp dụng cụ phát hiện kim loại. Và chúng tôi quay về mang theo ma tuý đá hoặc thuốc lắc nhét trong vớ và đồ lót, buộc vào ống chân và thân người, hoặc giấu trong lớp vải lót hành lý. May mắn là các bịch nhựa chứa thuốc không nóng chảy khi gặp dụng cụ phát hiện kim loại. Mấy chuyến đi đầu tiên khá căng thẳng. Nhưng sau một thời gian thì chỉ là chuyện nhỏ, và chúng tôi thực sự xông xáo trong công việc.

Giờ đây nhờ có được số lượng lớn hơn, nên tôi cung cấp cho người dân ở khoảng một chục tiểu bang. Tôi đã có được mọi thứ mình mong muốn—một căn hộ xinh xắn, một chiếc xe đẹp, quần áo của nhà thiết kế tên tuổi. Nhờ có thêm chút ít thời gian lẫn tiền bạc trong tay khi làm nhà cung cấp, tôi tìm kiếm công việc khác để làm.

Chẳng có nhiều việc để làm vào chiều Chủ Nhật trong cộng đồng đồng tính ở Atlanta. Sau đêm thứ Sáu và thứ Bảy điên loạn, các câu lạc bộ đều đóng cửa vào lúc 4:00 giờ sáng Chủ Nhật. Mọi người hoặc kéo nhau vào Backstreet để vui chơi thêm vài giờ hoặc về nhà. Và phần lớn vẫn chưa giã thuốc của đêm hôm trước. Lựa chọn duy nhất của chúng tôi là Fat Tuesday, một quán bar có đồ uống đông lạnh ở Buckhead thanh lịch, phía bắc Midtown. Nhưng ở Fat Tuesday không có sàn nhảy.

Vì vậy, đầu óc tiếp thị của tôi bị kích thích khi tôi nhớ lại những chiều Chủ Nhật tại nhiều tiệc xiếc: khiêu vũ tiệc trà Chủ Nhật.

Tôi nghĩ, sẽ là ý kiến hay nếu có khiêu vũ tiệc trà diễn ra đều đặn vào Chủ Nhật ở Atlanta và dùng câu lạc bộ khiêu vũ dành cho người "thẳng" làm nơi gặp gỡ nhằm tăng thêm tính mới lạ. Làm sao để người ta muốn quay lại câu lạc bộ đồng tính mà họ từng đến dự tiệc vào tối thứ Bảy? Tôi đã tìm ra một câu lạc bộ thú vị của người "thẳng" ngay tại Buckhead mang tên Chili Pepper và hẹn với những anh em là chủ nhân nơi này.

Tôi hỏi họ: "Anh em có thích kiếm thêm tiền không? Tôi có thể làm cho câu lạc bộ của các anh đầy người vào chiều Chủ Nhật, trong khi bình thường các anh đóng cửa—và đó là những khách hàng vốn không thường vào quán các anh." Ý kiến đó thu hút sự quan tâm của họ. "Do các anh không thường làm gì vào Chủ Nhật, chúng ta hãy thương lượng với nhau đi. Tôi sẽ lấy tiền phí vào cửa, và sẽ chịu trách nhiệm về mọi chương trình quảng cáo lẫn DJ. Còn các anh thì thu toàn bộ khoản tiền từ quán bar. Các anh tự lo nhân viên phục vụ rượu và an ninh, và đồng ý không thu tiền thuê khi tôi sử dụng câu lạc bộ của các anh." Thật là một đề nghị khác lạ, nhưng họ đã chấp nhận bởi nó giúp họ tăng thêm thu nhập.

Tôi không tiết kiệm được khoản chi tiêu nào. Tôi phải trả tiền vé máy bay cho DJ thượng hạng từ Miami, New York, Montreal. Tôi thuê các nghệ sĩ đồ họa chuyên nghiệp thiết kế những tờ bướm và bảng quảng cáo chất lượng cao, được in ấn ngoài tiểu bang. Chúng tôi phủ đầy Midtown bằng những tờ bướm, và tin tức nhanh chóng lan rộng.

CHRIS YUAN GIỚI THIỆU

MA TUÝ ĐÁ

TIỆC TRÀ KHIÊU VŨ CHỦ NHẬT

4:00 giờ chiều tới nửa khuya

tại Chili Pepper

với DJ Mark Anthony

(Black & Blue, Montreal)

Ma tuý đá. Tôi nổi tiếng là nhờ đó. Tôi có loại ma tuý đá chất lượng cao nhất trong tỉnh. Toàn bộ tiền vào cổng đều bỏ hết vào DJ, quảng bá, cùng những chi phí phụ. Chủ yếu tôi tổ chức các tiệc tùng này với giá đủ để có được một nơi khác nhằm bán thuốc lắc. Tôi không quan tâm ai biết chuyện đó. Tôi bán quá nhiều thuốc lắc trong từng sự kiện và ngày càng trở thành nhân vật nổi tiếng của địa phương.

Buổi tiệc ma tuý lớn nhất được tổ chức sau Hotlanta năm 1997. Khả năng của câu lạc bộ chỉ chứa được hơn hai ngàn người, nhưng chúng tôi có tới trên ba ngàn người chen chúc bên trong. Hơi nước bốc lên từ sàn nhảy, nơi DJ Mark Anthony lừng danh, người từng chiếm những dòng tít lớn trong các tiệc xiếc lớn nhất thế giới, đang quay cuồng. Tôi có thể thấy ban công của câu lạc bộ bị gập xuống và đong đưa theo sức nặng của hàng trăm người không thể bước lên sàn nhảy chính.

Thật là một bữa tiệc khó tin, và là tiệc của chính tôi, được ghi tên của tôi: "Chris Yuan Giới Thiệu". Bạn bè cũ mới kéo tới vây quanh tôi. Dù họ thích tôi hay thích thuốc lắc của tôi cũng chẳng có gì quan trọng: bản thân tôi là điều "hot" nhất ở Atlanta vào hôm đó. Một số bạn cũ của tôi từ Nashville tới dự tiệc trà khiêu vũ của tôi, nhưng họ phải đứng xếp hàng suốt nửa tiếng chỉ để nói "chào cậu".

Tôi cảm thấy mình thực sự còn lớn hơn cả cuộc sống. Vậy đó. Chris Yuan đã xuất hiện.

— 15 —

Lạc Mất

Angela, mùa Hè năm 1997

Trời nắng hai mươi mốt độ. Vài cụm mây như bông lờ lững trôi qua bầu trời Atlanta trong vắt. Dù thời tiết đẹp như vậy, nhưng thật khó thưởng thức nó vào một ngày như hôm nay. Vợ chồng tôi đang ngồi trên chiếc ghế dài trong khu nhà ga đến, bên ngoài Phi Trường Quốc Tế Hartsfield-Jackson Atlanta. Sau gần hai tiếng đồng hồ, tôi cảm thấy choáng váng do hơi khói thoát ra từ các ống xả. Tôi bị nhức đầu do những tiếng ầm ầm, ken két và xì hơi từ những xe buýt qua lại như con thoi. Tôi nhìn xuống đường dẫn tới trạm dừng, tràn trề hy vọng.

Chồng tôi nói: "Anh không nghĩ con mình chịu về."

"Có thể nó sẽ có mặt ở đây bất kỳ lúc nào."

Lạy Chúa, xin ban cho con tình yêu, vui mừng, bình an, kiên nhẫn ...[1]

Khi đứng dậy và để tay lên hành lý của mình, chồng tôi hỏi: "Em nghĩ có chuyện gì xảy ra cho con mình không?"

"Chắc nó bị kẹt xe. Có thể người ta đang sửa đường." Tôi tìm cách nghĩ ra những lý do bào chữa cho sự chậm trễ của Christopher.

Tình yêu thương hay dung thứ mọi sự, tin mọi sự, hy vọng mọi sự, chịu đựng mọi sự.[2] Tôi cố gắng không từ bỏ hy vọng, nhưng không dễ. Tôi không thể không nghĩ tới những lần chúng tôi muốn Christopher về và thậm chí mua vé máy bay cho cháu. Nhưng cháu đã gọi hủy chuyến vào phút chót—ngoại trừ Giáng Sinh vừa rồi.

---

[1] Xem Ga-la-ti 5:22
[2] Xem 1 Cô-rinh-tô 13:7

Đó là xế chiều của ngày trước lễ Giáng Sinh trong lúc tôi lái xe qua những con đường rét mướt của Chicago để tới Phi Trường O'Hare. Chỉ một lớp tuyết mỏng che phủ mặt đường. Tôi nghĩ: *Hay quá. hy vọng các chuyến bay sẽ không bị trễ.* Suốt nhiều tuần cho tới hôm nay, tôi vẫn lo Christopher sẽ hủy chuyến đi như cháu vẫn thường làm nhiều lần trước. Nhưng lần này thì không. Vợ chồng tôi đã gọi điện cho cháu ngày hôm trước và báo sẽ đón cháu tại phi trường.

Chúng tôi đã dọn phòng sẵn cho cháu về thăm. Chúng tôi dự tính nấu mọi món cháu ưa thích và mời gia đình cùng bạn bè chung vui với chúng tôi. Nếu có được bò mập, thì chúng tôi cũng đã vui vẻ giết bò làm tiệc tối chào đón Christopher về nhà.

Tôi tới phi trường thật sớm, phòng khi chuyến bay của cháu đến sớm. Sau khi đậu xe, tôi bước vào nhà ga và nhìn lên màn hình tìm chuyến bay từ Atlanta. Khi tới cổng, tôi xí ngay cổng dành cho máy bay phản lực. Chiếc phản lực về tới cổng, và tiếng reo hò vang lên khiến tôi không chịu nổi. Hành khách đi ngang qua trước mặt tôi, ôm hôn người thân yêu bằng nụ cười cùng nước mắt. Tôi nhón chân cố nhìn xem ai đang xuất hiện nơi góc sân. Cuối cùng, một cái đầu thấp, tóc đen, đang nhướng qua vai một người cao hơn. Tôi không thể đè nén nỗi háo hức—tôi nhảy lên và nhào tới trước để chào đón. Nhưng rồi bị cụt hứng. Không phải Christopher.

Tôi lắp bắp: "Xin lỗi", và người đàn ông gốc Á liếc nhìn về hướng của tôi, rồi tránh đường cho tôi đi. Tôi bối rối lùi lại, nhưng vẫn tiếp tục nhìn xuống chiếc thang máy bay trong dòng hành khách đang xuống khỏi máy bay. Khoảng mười phút trôi qua, dòng người chỉ còn lác đác. Sau cùng, mấy người cuối đi ngang qua tôi—đó là tiếp viên hàng không và phi công. Nhưng không có Christopher.

Tôi hít vào thật sâu. *Có thể là cháu bị lỡ chuyến bay. Có thể là cháu đi chuyến kế tiếp từ Atlanta.* Tôi bước tới bảng thông báo gần đó để xem thử còn có chuyến bay nào từ Atlanta tới trong ngày hôm đó hay không. Còn một chuyến nữa tối hôm đó. Vì thế tôi quay về nhà và ba giờ sau trở lại phi trường.

Tôi đi tới cổng chờ và lại đứng ngay đầu cầu thang lên máy bay. "Chuyến bay Delta 1612 thả khách ở cổng E12," tiếng thông báo vang dội máy phóng thanh.

Mọi người chung quanh tôi bắt đầu chuyện trò rần rần. Một phụ nữ trẻ đặt con nhỏ trên đùi, một thanh niên tuổi đại học tay cầm bó hoa, một cặp vợ chồng lớn tuổi chậm rãi đi tìm chỗ có thể nhìn rõ hơn, một phụ nữ bên tay trái tôi, vẫy khăn tay có dòng chữ *Mừng Con Về Nhà.*

Một lần nữa, nhờ vị trí ngay trước đám đông, tôi nhìn xuống cầu thang máy bay, mong mỏi nhìn thấy con trai. Tôi nín thở trong khi mọi người bắt đầu kéo nhau từ cầu thang đi về phía chúng tôi. Lúc họ tiến lại gần, vẻ mệt mỏi vì chuyến bay được thay thế bằng nỗi mong ngóng tái ngộ. Người cha thả ngay va-li nơi cửa để kịp ôm chầm đứa con gái nhỏ tóc buộc đuôi gà. Tôi không thể kiềm chế nổi ganh tị trong lòng. Từng người một, hành khách được chào đón trong vòng tay người thân yêu. Dần dần, tất cả những người hồi nãy đứng chờ ở cửa giờ đã gặp được người họ chờ và đã ra về.

Mọi người, ngoại trừ một mình tôi. Đứng đó một mình, chẳng có ai để tôi có thể tiếp đón về nhà. Vô số gương mặt đã đi qua khỏi tôi—tất cả đều không quen biết, toàn người xa lạ — và không một gương mặt nào trong số đó giống gương mặt con trai yêu quí của tôi cả. Tôi đứng nhìn xuống lối vào phòng chờ — bây giờ đã trống vắng — và cuối cùng tôi phải đối diện với thực tế là Christopher không về nhà vào dịp Giáng Sinh này.

Tôi cảm thấy muốn khuỵ gối trên sàn bê-tông cứng ngắc đó. Những giọt nước mắt trào ra. Tôi không còn có thể ngăn lại được nữa. Nỗi đau tôi cảm nhận giống như mình đã mất hẳn đứa con trai... một lần nữa.

Giờ đây, sau nhiều tháng, tôi lại chờ đợi một lần nữa—nhưng ở một phi trường khác. Trên chiếc ghế dài bên ngoài trạm dừng ở phi trường Atlanta, tôi chiến đấu với cùng một cảm giác bị lún xuống như vậy. Hai vợ chồng tôi bị bỏ lại đằng sau suốt hai giờ đồng hồ. Chúng tôi quyết định sau Giáng Sinh, nếu Christopher không về, thì chúng tôi sẽ đi thăm cháu. Nhưng giờ đây chúng tôi đang ở Atlanta, mà vẫn không nghe tin gì từ con trai cả.

Tôi nói: "Để em gọi con một lần nữa xem sao."

Đổi chỗ trên băng ghế dài và liếc nhìn đồng hồ đeo tay, chồng tôi đáp: "Được rồi."

Tôi có thể nói là anh đang chiến đấu với nỗi thất vọng, vì thế tôi mỉm cười động viên tinh thần và vỗ nhẹ lên vai anh. Rồi tôi đi về phía bốt điện thoại trả tiền lần thứ tư. Cuộc gọi đi thẳng vào hộp thư thoại của Christopher. Tôi chỉ lắc đầu khi ngồi xuống cạnh chồng tôi. Anh hít vào thật sâu.

Anh nói: "Thôi, mình kêu ta-xi đi em."

Tôi liếc nhìn đồng hồ đeo tay. "Mình chờ thêm mười lăm phút nữa nghe anh? Chắc hẳn con bị lạc rồi."

Chồng tôi nói: "Lạc hả? Đúng đấy, chắc chắn Christopher bị lạc rồi—không phải chỉ lạc trên một đường."

Thay vì gọi taxi, chúng tôi tiếp tục chờ. Và sau ba tiếng đồng hồ chúng tôi ngồi trên ghế đá, cuối cùng Christopher đã tới. Cháu ngồi trong chiếc Honda Prelude bóng mượt, màu bạc kim đời 1997. Tôi tự hỏi: *Làm sao nó tậu được chiếc xe xịn cỡ đó nhỉ? Bộ bây giờ nó đã kiếm được việc làm rồi sao?*

"Mẹ! Bố!" Christopher nói, như thể chẳng có gì e ngại. Cháu bước ra, ôm hôn chúng tôi. Dù cháu rất lễ phép, nhưng không có hơi ấm trong lời chào hỏi. Cháu mặc quần jean bó sát, cắt ngắn và mang đôi ủng ống cao. Mặt cháu bóng lưỡng, với bọng mắt thâm quầng. Cháu thật gầy ốm—chỉ có da bọc xương. Christopher có vẻ lơ đãng khi cháu nhìn quanh rồi trước tiên, bước tới đầu xe, ra cuối xe rồi vòng lại bên hông xe. Sau cùng, cháu mở thùng xe để chất hành lý chúng tôi lên xe.

Tôi nghĩ, *Nó hành động lạ quá. Không biết có gì không ổn không.*

Tôi bước vào ghế sau trong xe hai cửa, còn chồng tôi ngồi ở băng ghế hành khách kế bên Christopher.

"Okay, xong rồi... ừm... okay, chúng ta đi thôi," Christopher nói, trong khi chiếc xe phóng tới trước. Cháu lẩm bẩm một mình trong khi bối rối kiểm tra kính chiếu hậu và kính soi hai bên. Trong lúc chúng tôi rẽ vào Đường Liên Bang 85 về hướng Bắc, Christopher luồn lách đôi chút giữa dòng xe. Đây là lần đầu tôi tới Atlanta, nhưng có vẻ như chúng tôi đã đi qua khu trung tâm. Còn Christopher thì vẫn cứ mải mê lái. Tôi nghĩ, *Lạ thật,* vì tôi biết cháu ở không xa khu trung tâm.

Sau đó Christopher ra khỏi Đường Liên Bang. Cháu rẽ trái vào dốc ra (exit ramp), băng qua đường liên bang rồi trở lại xa lộ thẳng tiến theo hướng ngược lại. Qua kính chiếu hậu, tôi có thể thấy hàng lông mày của Christopher nhíu lại. Trông cháu có vẻ bối rối và mất phương hướng. Sau vài dặm, cháu thoát ra tại một ngã rẽ khác và tính rẽ trái. Sau cháu lại đổi ý và rẽ phải. Cháu lái thêm vài dặm theo hướng ấy, sau đó quay lại rồi lái thêm vài dặm theo đường chúng tôi vừa tới.

Tiếp theo, cháu ra khỏi con đường chính và lái chậm rãi trên những con đường ngoằn ngoèo trong các khu dân cư ít người cho tới lúc vào một khu buôn bán nhộn nhịp. Cháu lái xe vào một trạm xăng và kéo cửa kính xuống.

Christopher nói với người bơm xăng vào xe của mình: "Xin hỏi cháu nên rẽ phải hay trái, hay cứ lái thẳng tới đường Cây Đào đằng kia?" Cháu ngập ngừng.

Người đàn ông nhìn cháu, lúng túng. "Đó không phải là đường Cây Đào. Cháu muốn tìm đường nào?"

Christopher nói, giọng hơi gắt: "Cháu biết đây là đường Cây Đào mà!"

Người đàn ông hỏi lại: "Cháu muốn đi đâu?"

"Thôi bỏ đi... mấy kẻ ngốc..." Christopher tăng tốc ra khỏi trạm, rẽ theo khúc quanh rồi ra lại đường chính.

Tôi nghĩ: *Nó đi đâu vậy? Bộ nó không còn biết đường về nhà sao chứ?* Chồng tôi cũng bối rối như tôi.

Christopher đưa chúng tôi đi vòng quanh Atlanta suốt gần hai tiếng đồng hồ để tìm đường về nhà. Chúng tôi muốn dành trọn thời gian có được để ở bên Christopher, nhưng cháu có nói trước với chúng tôi rằng cháu đã có kế hoạch riêng vào tối thứ Bảy. Do đó, không còn lựa chọn nào khác, chúng tôi đã sắp xếp dùng cơm tối với Jim và Joyce, hai người bạn đang sống ở Dacula. Chúng tôi cũng ở lại qua đêm với họ. Lúc chúng tôi về tới căn hộ của Christopher, thì họ đang trên đường tới đón chúng tôi.

Tôi hỏi: "Christopher, ngày mai là Chúa Nhật. Con có muốn đi nhà thờ với bố mẹ không? Bố mẹ dự tính đi nhà thờ First Baptist Church Atlanta. Bố mẹ sẽ cho con địa chỉ để gặp bố mẹ ở đó, nếu con muốn." Tiến sĩ Charles Stanley là một mục sư nổi tiếng, và tôi nghĩ nếu Christopher có thể nghe ông giảng, biết đâu đó sẽ là bước ngoặt trong cuộc đời cháu.

Cháu nói trong khi lấy xấp giấy để trên kệ bếp, làm bộ bận rộn. Chúng tôi đang ghi địa chỉ nhà thờ cho cháu, thì điện thoại reo. Jim và Joyce gọi báo cho chúng tôi biết họ đang chờ bên ngoài.

Vợ chồng tôi bước ra cửa trước. "Thôi, bố mẹ đi đây. Tạm biệt con nhé." Chúng tôi kéo hành lý ra khỏi cửa. Christopher còn không màng nhìn lên.

––––––––––

Sáng Chúa Nhật, vợ chồng tôi tới nhà thờ First Baptist thật sớm để có thể giữ một chỗ cho Christopher. Chúng tôi đã cố gắng gọi cho cháu thật sớm sáng hôm đó, nhưng không ai trả lời. Chồng tôi nhìn quanh phòng chờ đông nghẹt người nhưng không thấy con trai chúng tôi. Chúng tôi tìm được một chỗ, chỗ tôi có thể dễ dàng nhìn thấy các lối dẫn vào phòng nhóm—phòng hờ trường hợp Christopher đến. Buổi nhóm bắt đầu với những bài ngợi khen giúp tâm linh tôi lắng đọng. Tôi mải nhìn ra sau xem thử Christopher có mặt ở mấy cửa ra vào hay không, nhưng chẳng thấy cháu đâu cả.

Lúc hội chúng sắp hát bài thờ phượng sau cùng, tôi nhìn kỹ từng nét mặt đằng sau mình mà cũng chẳng thấy Christopher đâu. Giọng hát bắt đầu vang lên trong phòng nhóm: "Chúa cùng đi với tôi trên đường đời tăm tối mịt mù.³" Tôi nắm tay chồng khi nhận ra lời ca quen thuộc. Anh cũng siết tay tôi. Bài hát này có ý nghĩa thật sâu sắc đối với cả hai chúng tôi.

Nếu có lúc nào đó tôi cần Chúa mở lối, thì đó chính là ngay lúc này. Christopher dường như ngày càng tuyệt vọng, càng khó gần gũi. Mọi

––––––––––

³ Don Moen, "God Will Make a Way", được thu âm năm 2003 trong *God Will Make a Way: The Best of Don Moen*,

điều chúng tôi làm nhằm bày tỏ tình yêu cùng sự quan tâm về cuộc sống của cháu đều dường như thất bại hết. Có vẻ như chẳng còn cách nào để kết nối với cháu—và ngày hôm nay cũng vậy. Tim tôi đau đớn trong khi vẫn tiếp tục nhìn về phía các lối dẫn vào phòng nhóm. Chẳng thấy gì. Không có Christopher. Khi tiến sĩ Stanley bắt đầu giảng được vài phút thì tôi không còn quay lại nhìn các cửa vào nữa.

Rồi một tiếng đồng hồ thờ phượng trôi qua, từ khóe mắt mình, tôi nhìn ra Christopher đang ở phía sau. Cháu đứng tựa lưng vào tường, nhô ra như ngón tay cái bị thương tích giữa tập thể những con người mặc lễ phục chỉnh tề nhất cho ngày Chúa Nhật. Tôi huých nhẹ chồng tôi và thì thầm: "Con ở đây rồi!" Tôi muốn ra dấu cho cháu nhìn thấy chúng tôi. Nhưng trước khi nhận ra, thì cháu đã chuồn lẹ qua một lối ra và biến mất.

16

Nhà Thờ Trang Trọng

Christopher, mùa Hè năm 1997

Tôi không biết làm sao mình bị thuyết phục xuất hiện trong nhà thờ mà lại là nhà thờ First Baptist Church Atlanta, trong số nhiều nhà thờ khác. Thậm chí tôi còn không về lại căn hộ của mình sau cái đêm đi chơi với bạn bè; tôi từ câu lạc bộ thẳng tiến tới nhà thờ. Tôi đến trễ và đứng phía sau trong thánh đường đồ sộ, tự hỏi *Làm cách nào để tìm ra bố mẹ tôi đây? Tại sao tôi lại tới đây?*

Nhưng hiện tại là tôi đang đứng đây, cũng với bộ đồ tôi đã tiệc tùng vào đêm trước. Không phải là y phục chuẩn để đi nhà thờ đặc biệt là nhà thờ truyền thống và khá trang trọng này. Tôi tự cười một mình trong khi cho tay vào túi quần lấy hộp thuốc lá bằng kim loại đang đựng ống thủy tinh. *Tôi vẫn còn một ít tina. Có thể đây là nơi thích hợp để "chơi tiếp"!*

Tôi lách mình ra khỏi thánh đường rồi tìm tới phòng dành cho nam giới. Khóa chặt cửa, tôi ngồi trên bàn cầu và mừng thầm là không có ai khác trong phòng. *Mọi người đều đang bận "thờ phượng Đức Chúa Trời,"* tôi giễu cợt. *Thì đó là thuốc phiện của họ đấy mà. Còn tôi thì có thứ riêng của tôi!*

Tôi lôi ống điếu ra rồi nhét vào đó vài mẩu ma tuý đá qua khe hở nhỏ bé của chén thủy tinh. Tôi thọc tay vào túi tìm cái bật lửa, lôi ra ngoài, rồi mở nắp. Cơn say đã bắt đầu ngay từ trước lúc tôi chạm vào ống điếu. Tôi có thể nếm biết mùi vị, ngửi thấy mùi, cảm nhận nó ngập tràn trong phổi tôi. Tai tôi bắt đầu ù, các đầu ngón tay bắt đầu ngứa ngáy. Sự háo hức và săn đuổi giống như món khai vị trước bữa tiệc.

Tôi kềm chế đôi tay run rẩy khi bật quẹt và hạ bớt ngọn lửa màu xanh đang kêu xì xì xuống thấp hơn chén ống điếu thủy tinh. Tôi nhịp nhàng đưa ngọn lửa qua lại bên dưới ống điếu như từng làm trước đây hàng trăm lần. Khi các mảnh ma tuý đá tan ra, tôi lặng lẽ thở phào không khí từ phổi qua đường mũi.

Sau đó ma tuý đá bỗng nhiên sôi lên và tôi kéo bó đuốc ra sau một chút để giữ cho ma tuý đá không bị đốt. Tôi từ từ hít vào thật sâu, dè dặt—không quá nhanh, nhằm làm nguội bớt chất mê-ta-nol đang sôi, mà cũng không quá chậm trong việc làm nóng chảy và đốt cháy chất lỏng quí giá này—chỉ vừa đủ để giúp từng hơi nước phóng lên ống điếu thủy tinh và xuyên qua miệng tràn ngập buồng phổi trong tôi.

Tôi nín thở theo khả năng kéo dài của mình, và bỗng chốc có tiếng reo trong lỗ tai—giống như tiếng reo kéo dài sau khi tham dự một buổi hòa nhạc rock ầm ĩ. Một cảm giác tê ngứa lan khắp người tôi. Tôi nhắm mắt rồi bám chặt bệ ngăn phòng tắm để bản thân không bị ngã. Đầu lắc lư giống như tàu lửa đầu đạn lao ra khỏi đường hầm. Tôi hít vào, và một làn khói khổng lồ dày kịt phủ kín bệ phòng tắm nhỏ bé.

Đây mới là cái tôi gọi là thờ phượng.

— 17 —

Lời Cầu Xin Táo Bạo Và Nguy Hiểm

Angela, mùa Hè năm 1997

Khi bài thánh ca kết thúc bắt đầu, tôi lẩm nhẩm: "Lạy Chúa Giê-xu, xin hãy phán với Christopher theo cách huyền bí của Ngài. Xin hãy đem cháu về với Ngài và làm mềm tấm lòng cứng cỏi của cháu."

Tiếng nhạc chấm dứt, và tôi nhìn quanh thánh đường tìm kiếm Christopher. Cháu đang đứng ở đó, tựa vào tường phía sau, nhìn vào máy nhắn tin. Jim và Joyce có mời cả ba chúng tôi cùng ăn trưa với họ, và Christopher đã đồng ý cùng đi. Nhưng suốt thời gian trong nhà hàng, cháu cứ ló ra, trả lời điện thoại hoặc đứng lên khỏi bàn, đi vệ sinh—không chỉ một, hai lần mà rất nhiều lần. Cứ mỗi lúc trở lại bàn, cháu có vẻ càng bồn chồn hơn. Rõ ràng là cháu chỉ muốn rời khỏi nhà hàng thôi.

Christopher lái xe chở vợ chồng tôi về lại căn hộ của cháu. Dù tôi có nêu ra để tài nào thì Christopher cũng ăn nói cộc lốc và tranh cãi với tôi. Vợ chồng tôi cảm thấy giống như mình đang đạp lên vỏ trứng. Chúng tôi không muốn nói điều gì mất lòng cháu, vì vậy suốt buổi tối lưu lại căn hộ của cháu, chúng tôi chỉ làm thinh. Christopher ngồi trong phòng riêng, đóng cửa lại, tỏ ra không muốn tiếp xúc với chúng tôi.

Vợ chồng tôi thức dậy sớm vào sáng thứ Hai sau giấc ngủ trên chiếc giường sô-pha của Christopher. Do cháu bận buổi tối hôm đó nên có đề nghị chúng tôi lưu lại ở nhà bạn bè. Vì thế chúng tôi cũng đã có kế hoạch gặp bạn bè ở Marietta, phía Bắc Atlanta, và họ muốn mời cả ba chúng tôi cùng tới dùng cơm trưa.

9:00 giờ sáng. Vợ chồng tôi vừa xong giờ tĩnh nguyện sáng, nhưng Christopher thì vẫn đang ngủ. Rồi 10:00 giờ. Vẫn không có dấu hiệu nào từ Christopher. 11:00 giờ. Cánh cửa phòng của cháu vẫn đóng, và chẳng có tiếng động nào phát ra từ bên trong. 11 giờ 30. Tới giờ phải đi rồi, mà vẫn chưa có dấu hiệu gì.

Tôi hỏi chồng: "Giờ mình tính sao?"

Anh nói: "Mình có ba mươi phút để tới đó. Nếu muốn đúng giờ, mình phải đi ngay thôi."

"Được rồi, chắc em phải đi đánh thức con thôi. Dù sao đã tới giờ này thì nó cũng phải dậy rồi."

Tôi rảo bước dọc theo hành lang rồi từ từ mở cửa phòng ngủ của Christopher. Tôi khẽ gọi: "Christopher, 11 giờ 30 rồi... Chúng ta cần phải đi gặp tiến sĩ Wu và Karen để ăn trưa. Tới giờ phải dậy thôi."

Christopher quẳng tấm trải giường ra, ngồi lên trên giường, gào thật to, đôi mắt căm thù nhìn chằm chằm vào mặt tôi: "Cút ngay khỏi phòng tôi!"

Tôi lùi khỏi cửa phòng cháu, về lại khu phòng khách là nơi chồng tôi đang chờ tôi. Christopher theo sát ngay sau tôi, quấn chặt áo choàng ngang hông. Cháu giận dữ trừng mắt nhìn tôi, nói: "Con muốn mẹ ra khỏi chỗ này ngay bây giờ. Con có yêu cầu mẹ tới đây đâu."

"Mẹ xin lỗi, Christopher. Con không cần phải đi ăn trưa với ba mẹ. Nhưng con có thể đưa ba mẹ tới chỗ của tiến sĩ Wu được không?"

Christopher hét thật lớn: "Không!" Cháu nhìn xuống hành lý của chúng tôi ở ngay cửa ra vào. Cháu nói: "Ông bà đã chuẩn bị hành lý xong cả rồi thì hãy cút đi!"

Tôi hỏi: "Đi bằng cách nào chứ? Ba mẹ đâu có xe riêng."

Cháu la to: "Không phải chuyện của tôi. Hãy cút ngay!"

Chồng tôi đề nghị: "Vậy thì gọi tiến sĩ Wu đợi ông ấy đưa mình đi thôi".

Christopher gào thật to: "Không! Ra ngay đi!"

Trong lúc tôi đứng đó, choáng váng, chồng tôi cho tay vào túi xách của anh, rút ra một món đồ. Đó là cuốn Kinh thánh của anh-cuốn Kinh thánh duy nhất từng là tài sản riêng của anh lâu nay. Anh ôn tồn nói, xuyên qua bầu không khí căng thẳng trong phòng: "Christopher à, bố có cái này muốn tặng cho con trước khi bố mẹ rời khỏi nơi đây." Anh đưa Kinh thánh cho con trai.

Christopher la thật lớn: "Ông nói nghiêm túc đấy à? Tôi không muốn lấy cuốn Kinh thánh ngớ ngẩn đó! Thậm chí tôi còn không muốn các người nghĩ rằng tôi sẽ đọc nữa! Tôi không cần tôn giáo của mấy người. Tôi không muốn mấy người ở đây. Ra ngay dùm đi! Ra đi! Và nếu còn nhắc tới Đức Chúa Trời hoặc Kinh thánh, thì mấy người sẽ không bao giờ còn thấy mặt tôi nữa!"

Quay lưng về phía chúng tôi, cháu đứng chờ cho chúng tôi rời khỏi phòng. Chồng tôi nhìn tôi rồi đặt cuốn Kinh thánh xuống kệ bếp của Christopher. Chúng tôi vớ lấy túi xách rồi bước ra khỏi cửa. Khi quay nhìn lại, tôi thấy Christopher cầm lấy Kinh thánh của chồng tôi ném vào sọt rác. Sau đó cháu bước tới cửa trước đang mở, đóng sầm lại sau lưng chúng tôi.

———

Khi vợ chồng tôi về lại nhà ở Chicago, thì thực tế về chuyến viếng thăm đầy thảm họa ấy đã lộ rõ. Chúng tôi đang ở ngã ba đường. Nếu tiến sang hướng này thì đi con đường tuyệt vọng. Còn hướng kia là... hy vọng. Mọi thứ liên quan tới Christopher đều đẩy chúng tôi về hướng thất vọng. Làm sao con trai chúng tôi lại đối xử với chúng tôi cách khinh bỉ như vậy chứ? Làm sao cháu lại có thể giận dữ và cứng lòng như thế chứ? Làm sao cháu lại có thể hành xử như thể chúng tôi là kẻ thù vậy chứ?

Có lẽ bỏ cuộc với con mình là chuyện dễ làm hơn với chúng tôi, nhưng Đức Chúa Trời phán: *Hãy đợi!* Ngài đã ban cho chúng tôi đức tin để hi vọng bất chấp mọi chứng cứ chúng tôi đã nhìn thấy, chúng tôi tin rằng Ngài có chương trình của Ngài. Vợ chồng tôi cam kết không tập chú vào sự vô vọng mà vào những lời hứa của Đức Chúa Trời.

Tôi có nhờ các bạn trong nhóm học Kinh thánh BSF và hội thánh cầu nguyện cho Christopher. Ngoài việc cầu nguyện riêng, chúng tôi còn có trên một trăm chiến sĩ cầu nguyện cầu thay cho Christopher. Kể từ khi từ Louisville trở về, tôi kiêng ăn mỗi thứ Hai để cầu nguyện cho con trai của mình. Nhưng sau chuyến đi tới Atlanta, tôi cảm nhận Đức Chúa Trời kêu gọi tôi kiêng ăn lâu hơn nữa. Vì thế tôi bắt đầu kiêng ăn, chỉ dùng nước ép trái cây mà không có thời hạn cụ thể. Giai đoạn đó kéo dài ba mươi chín ngày.

Suốt thời gian đó tôi có viết ra nhiều lời cầu xin vào nhật ký. Có vài lời tôi thường lặp lại mỗi buổi sáng và suốt cả ngày. Tôi sợ biết đâu Đức Chúa Trời có thể lại quên con trai tôi thì sao! Bởi vậy, giống như bà góa kiên trì, tôi không ngừng lặp lại những lời cầu xin đó, van nài Đức Chúa Trời hành động. Cầu xin Đức Chúa Trời thương xót Christopher. Cầu xin một sự đột phá phi thường. Tôi biết rằng phải có một phép lạ mới có thể đem đứa con trai hoang đàng này về lại với Cha. Sau đây là một số lời cầu xin như vậy:

> Con sẽ đứng vào chỗ sứt mẻ vì Christopher. Con sẽ đứng cho tới lúc chiến thắng, cho tới khi lòng của Christopher được thay đổi. Con sẽ đứng trong chỗ sứt mẻ mỗi ngày, và tại đó con sẽ tha thiết nài xin. Và lạy Chúa, chỉ xin Ngài một đặc ân nữa thôi, xin đừng để con nao núng. Nếu mọi thứ trở nên khó khăn, mà rất có thể là như vậy, thì con cũng sẽ chẳng bao giờ bỏ cuộc đối với con trai con, và Ngài cũng sẽ không bỏ cuộc với nó. Dù kẻ thù có tìm cách hủy diệt, con cũng sẽ không từ bỏ lời con khẩn xin, dù có kéo dài bao nhiêu năm tháng. Con xin trao cho Ngài mọi nỗi lo sợ cùng nước mắt vì từng giây phút con nguyện cầu con đều tin cậy Ngài.

Tôi sợ mình xin Chúa quá nhiều. Tôi chỉ muốn biết rằng Christopher đã thuộc về Ngài, rằng con trai tôi được bình an — nếu không phải trên cõi đời này thì cũng là trong cõi đời đời. Tôi quỳ xuống cầu xin Đức Chúa Trời cho tôi xin chỉ một ngày — thậm chí một giờ được biết Christopher tiếp nhận Đấng Christ trước lúc tôi qua đời. Đó là tất cả điều tôi dám cầu xin Ngài bây giờ.

18

Phá Sản

Christopher, ngày 27 tháng 1 năm 1998

Lúc tôi bước ra khỏi vòi sen thì chuông cửa reo. Tôi với gọi Rick—anh chàng tôi gặp tại câu lạc bộ hôm cuối tuần—đang thay đồ trong phòng ngủ của tôi.

Tôi nói: "Anh ra mở cửa giùm được không? Tôi sẽ ra ngay."

Tôi nghe tiếng cọc cạch rồi tiếng cánh cửa xịch mở, theo sau là những giọng nói không quen thuộc. Đó không phải là giọng tán gẫu của bạn bè hoặc khách hàng. Tôi ra khỏi phòng tắm với tấm khăn quấn ngang hông và thấy cả chục người mặc đồng phục đen đang đứng trong căn hộ của mình. Họ đội mũ có ghi *DEA (Drug Enforcement Administration = Cục Chống Ma Túy)* và *Cảnh Sát Atlanta*. Mặt tôi không còn chút máu.

Tôi vừa mới nhận một đơn hàng ma túy và các hộp vẫn còn trên kệ bếp. Có vài lượng nhỏ thuốc phiện với khoảng ba trăm viên thuốc lắc ở ngay đó, rất dễ thấy. Nếu có "nguyên nhân khả dĩ" buộc nhân viên DEA phải đến mà không cần lệnh khám xét, thì đây chính là nguyên nhân đó. Họ đẩy bạn tôi qua một bên, khiến anh đứng lặng người.

Lòng tôi chùng xuống. Họ tách tôi khỏi Rick, đưa tôi về phòng ngủ, và giữ anh lại trên ghế nằm ở phòng khách. Họ đóng cửa phòng ngủ và bắt đầu thẩm vấn tôi. Tôi năn nỉ họ thả cho bạn tôi đi. Tôi giải thích mình vừa mới mời anh bạn đến chơi cuối tuần cho nên anh chẳng dính dáng gì tới ma túy cả. Lúc đầu họ không tin tôi, nhưng tôi cứ năn nỉ họ. Cuối cùng họ đưa lại hết áo quần cho anh ấy rồi tha cho anh ấy đi. Tôi được phép mặc đồ tươm tất, sau đó họ dẫn tôi lại chiếc bàn nhà bếp và bắt đầu chất vấn.

Một nhân viên ghé sát mặt tôi, hỏi: "Anh lấy thuốc đâu ra. Hãy cho chúng tôi biết anh lấy ma tuý đá từ đâu?" Tôi cảm thấy như mình đang ở trong trại Thủy Quân Đánh Bộ.

Tôi đang suy tính có nên nói ra hay là chờ gặp luật sư, thì một nhân viên ló đầu ra từ cửa phòng ngủ của tôi, nói:

"Sếp ơi, sếp phải tới đây xem này—như thế này đây."

Người được gọi là Sếp nói với một nhân viên khác: "Canh chừng anh ta đấy."

Tôi không biết họ đã tìm ra thứ gì. Có thể đó là paraphernalia, thuốc phiện, tiền bạc... chăng. Tôi nghe tiếng đóng học tủ hồ sơ của tôi, sau đó là một học khác được kéo ra. *Học sổ sách kinh doanh của tôi!*

Qua thói quen làm việc trong phòng nha của bố, tôi giữ hết những biên nhận cùng mọi giao dịch kinh doanh quan trọng của mình. Những thứ này giúp tôi nhớ mình đã mua bán với ai, và giá cả là bao nhiêu. Tôi sử dụng các tên thuốc và tên người theo mã số, mà giờ đây tôi mới thấy cũng không quá khó để giải mã. Kèm chung trong hồ sơ là những biên nhận và chi phiếu: phiếu điện thoại, hóa đơn khách sạn, những cuốn vé máy bay, xác nhận thẻ tín dụng—chắc chắn là mỏ vàng đối với bất kỳ nhân viên DEA nào.

Họ đưa tôi sang phòng đựng hồ sơ trong phòng chứa đồ, rồi hỏi: "Tại sao anh lại giữ hết mọi biên nhận đó? Bộ anh tưởng có ngày mình sẽ sắp xếp các bản thống kê thuế thu nhập đó hay sao?"

Tôi nhún vai và không thể nhịn cười. "Đó chỉ là cách tôi được nuôi dạy phải làm thôi."

Đột nhiên Jack, một người bạn có chìa khóa của căn hộ tôi, bước vào cửa trước. "Này, Chris_" Anh ta nhìn lên và chết lặng. Vài nhân viên quản lý nhào ra cửa trước trong khi họ ấn tôi ngồi xuống giường, đóng cửa ngăn cách chúng tôi. Tôi nghe các nhân viên trong phòng bên kia bảo Jack ngồi xuống ghế trường kỷ. Một lần nữa, tôi bảo các nhân viên để cho bạn tôi ra về, rằng Jack là bạn thân của tôi, không phải là người bán thuốc hoặc người cung cấp. Tôi biết rằng các nhân viên này muốn bắt giữ người mua bán và cung cấp, chớ không bắt người sử dụng. Trước đó, họ đã chịu nghe tôi và thả cho Rick ra đi. Liệu họ có tin tôi lần này để thả cho Jack hay không? Vì thật sự tôi đang nói thật. Nhưng có vẻ họ không sẵn sàng muốn tin. Tôi cần tác động thêm.

Rồi tôi nghe chuông điện thoại reo. Tôi nghĩ, *Tuyệt quá. Ai gọi giờ này vậy?* Tôi nghe nhân viên bỏ qua phòng bên kia và có người nói: "Đừng lo, sếp. Đó chỉ là âm thanh máy fax thôi."

Tôi thường nhận đơn đặt hàng qua máy fax và máy tự động nhận tin. Tôi nghe âm thanh rẹt rẹt chuyển tin, và trong giây lát tôi nghe tiếng máy nhả ra một mảnh giấy. Đầu tôi đang suy nghĩ thật nhanh xem khách hàng hoặc nhà cung cấp nào đã gửi fax, thì một nhân viên mở cửa bước vào với mảnh giấy.

"Sếp à, dường như Sammy Long ở L.A. vừa mới nhận được tiền Chris thanh toán một cân thuốc phiện. Và may mắn cho chúng ta là anh ta sẽ gửi hàng đến trong hôm nay."

Sếp nhìn tôi và nói: "Có thể đây là thời điểm tốt để anh nói chuyện đấy."

Tôi chưa từng ngưng hút nhưng đây là lúc tôi cảm thấy tỉnh táo nhất sau nhiều năm. Có những lựa chọn nào dành cho tôi? Tôi có thể làm thinh để bảo vệ những người cung cấp thuốc cho tôi cùng khách hàng của tôi. Họ nói họ luôn luôn ủng hộ tôi. Nhưng nếu không nói, thì có nguy cơ đám nhân viên DEA có thể tóm người bạn thân nhất của tôi là Jack và tống tôi vào tù một thời gian dài.

Tôi từng tự hào mình là người mua bán thuốc lắc chuyên nghiệp, có học thức cùng kinh nghiệm thương trường, lại thông thạo giải quyết vấn đề. Nhưng bây giờ tôi không thể nghĩ ra được chọn lựa nào tốt đẹp cả.

Sếp nhìn tôi nói: "Sao hả?"

"Được rồi... tôi sẽ giúp anh. Nhưng anh phải để cho bạn tôi đi... tôi xin anh đó." Sếp suy nghĩ một hồi, rồi ra hiệu cho một nhân viên đứng bên cửa ra vào. Anh ta mở cửa và nói: "Cho anh ấy đi đi."

"Vậy... Anh lấy thuốc từ ai?" nhân viên đứng trước tôi hỏi.

"Tôi lấy thuốc... ừm... từ một người ở miền Bắc... Anh ta tên là Kareem Abbas." Tôi nghĩ, *Đúng. Cứ vậy đi.* Vài tháng trước, Karem đã lừa bịp tôi khi anh ta đưa cho tôi hai ngàn liều thuốc lắc dởm, làm tôi tốn hai mươi bảy ngàn đô. Cú trả thù thật đẹp!

Kareem là nhà cung cấp ma tuý đá, thuốc lắc và ketamine khá lớn ở New York. Tôi nhớ anh ta có nói với tôi là nhiều năm trước, anh ta từng đánh các nhân viên cục điều tra liên bang.

Sếp nhìn tôi. "Kareem Abbas à, tôi có biết anh ấy. Anh ta ở New York, đúng không?" Tôi nghĩ: *Wow, họ biết được bao nhiêu?* Họ bắt đầu hỏi về mọi giao dịch giữa tôi với Kareem—tôi gặp anh ấy bằng cách nào, tôi mua gì từ anh ấy, khi nào tôi gặp lại anh ấy. Dù rằng lâu rồi tôi không liên lạc với Kareem, nhưng mọi giao dịch giữa chúng tôi vẫn còn đủ mới mẻ để khiến các nhân viên DEA quan tâm.

Sau khi chất vấn khoảng hai mươi phút, một nhân viên nói: "Nói cho anh biết là chúng tôi sẽ cho anh nghỉ giải lao một chút vì đã sẵn sàng giúp chúng tôi biết về Kareem và tình nguyện cung cấp mọi thông tin từ đống hồ sơ lẫn máy fax. Do đó chúng tôi sẽ không giữ anh tối nay. Nhưng ngày mai, anh phải tới văn phòng chúng tôi tại tòa nhà liên bang trên đường Spring Street, lầu tám vào lúc 10:00 giờ sáng. Anh rõ chưa? Đừng tới trễ đó.

"Nếu anh không tới, chúng tôi sẽ cử nhân viên tới bắt anh, và chúng tôi sẽ theo đuổi... săn lùng anh." Tôi nhìn lên anh ta và biết mình không còn lựa chọn nào khác.

———

Sáng hôm sau tôi tỉnh dậy sau một giấc ngủ thật ngon. Tôi sợ gọi điện cho bất cứ ai vì nghĩ rằng điện thoại của tôi có thể bị nghe lén. Tôi không đi ra ngoài; mà tôi đi đâu bây giờ? Tôi nhìn quanh phòng và hi vọng sự việc xảy ra ngày hôm trước chỉ là cơn ác mộng thôi. Tôi bước tới tủ rồi nhìn vào két sắt. Trơ trọi, trống trơn. Tôi không chỉ phải gặp đám cảnh sát liên bang một lần nữa, mà còn chẳng có thuốc để giúp tôi tỉnh giấc mỗi sáng. Tôi tìm thấy một ống điếu thủy tinh, rồi đưa lên môi, chỉ để hút thứ dư thừa ít ỏi còn lại thôi. Chẳng đủ để giúp tôi tỉnh táo.

Tôi nhìn đồng hồ: 9 giờ 35 phút sáng. Tôi phải có mặt ở văn phòng DEA lúc 10:00 giờ, vì vậy tôi nhảy xuống để chuẩn bị. Tôi chẳng biết phải mang theo thứ gì, ăn mặc ra sao, sẽ gặp chuyện gì. Liệu họ có nhốt tôi ngay hay không? Tôi có được gọi điện cho ai không? Tôi có nên nhờ luật sư không? Thời gian cứ trôi qua và gần tới 10:00 giờ rồi. Tôi nhảy lên xe phóng thẳng xuống phố. Thế là xong. Tôi đang trên đường nhận lấy số phận của mình.

Tôi đến văn phòng ở tầng tám. Họ đưa tôi vào một căn phòng nhỏ và bắt đầu hỏi cung thêm. Sau vài giờ, họ bảo tôi tuần sau quay lại và cho biết là họ đang theo dõi tôi. Rồi, trước sự ngạc nhiên của tôi, khi họ thả tôi về. Thật tôi không hiểu nổi những chuyện này là như thế nào.

Họ đã lấy hết tiền bạc cùng bảng kiểm kê thuốc của tôi. Không tiền và chẳng còn gì để bán, có nghĩa là không còn chuyện đi mua sắm lu bù, chẳng còn tiệc tùng rình rang hoang phí. Tôi phải sống cuộc đời bình thường – ngoại trừ việc đã hoàn toàn bị phá sản.

————

Vài tuần đầu sau khi bị phá sản, tôi cố gắng sống lương thiện bằng cách đẩy mạnh công việc khiêu vũ phòng trà ngày Chủ Nhật. Nhưng điều duy nhất kéo dài tiệc tùng chính là mua bán ma túy. Tôi đã bị phá sản ngay từ khoản thu phí vào cửa và thường bị lỗ. Tôi cần tiền mỗi tuần để mua vé cho DJ, trả tiền cho người vẽ đồ họa và đặt hàng tờ rơi. Mà việc này thật khó khi bạn không có tiền.

Bởi thế, tôi tìm cách bán một lượng nhỏ ma túy chỉ để sống còn. Tôi sợ sử dụng điện thoại riêng, cho nên dùng điện thoại thuê để gọi đám cung cấp hàng cho tôi. Nhưng chẳng ai đụng chạm tới tôi. Có tin đồn là tôi đã bị tóm. Tôi mất nhiều thời gian bịa chuyện để che giấu việc cơ quan DEA đã khám xét chỗ của tôi. Ít người tin lời tôi, ngay cả khách hàng trung thành cũng chẳng muốn dính líu gì với tôi.

Tôi bị buộc phải lùi lại thật xa trong chuỗi cung cấp và mua lại từ những người bán lẻ đã từng làm việc cho tôi. Tôi có thể cảm nhận được niềm mãn nguyện trong mắt họ trong lúc họ giao cho tôi ma túy mà tôi mua. Tôi cảm thấy mình giống như kẻ ăn xin: "Làm ơn mua thêm nữa đi." Thời cuộc đã thay đổi—lãnh chúa bây giờ trở thành nông nô.

Tôi đang tuột dốc tới mức chưa từng trải qua trước đây. Sương mù của suy thoái phủ bóng suốt ngày đêm của đời tôi, và tôi cố gắng xua tan bằng cách càng hút thêm ma túy. Những thuốc tôi mua để bán đều đi vào ống điếu của tôi. Tôi bắt đầu những đêm không ngủ suốt mười ngày, dính chặt vào ma tuý đá. Cơ thể tôi cuối cùng suy sụp, và tôi ngủ vùi suốt một hai ngày liền.

————

Hút ma tuý đá khiến tôi ham muốn tình dục còn hơn cả thức ăn, cho nên tôi bắt đầu thường xuyên lui tới các phòng tắm. Nhà tắm xuất hiện chỉ vì một lý do: tình dục giữa đàn ông đồng tính không quen biết nhau. Đó đúng là một nơi nằm trong ngõ hẻm, nhỏ bé và chẳng mấy ai biết. Tôi luôn luôn tới đó một mình—chẳng ai tới đó để giao tiếp với xã hội cả. Có một nhà tắm như thế trên đường Fourth Street ở Atlanta. Cửa trước thì ở phía sau, đối diện đường liên bang. Tôi xuống xe chuồn vào nhà tắm thật nhanh để tránh bị phát hiện.

Bên trong nhà tắm, tôi bước vào căn phòng kích thước bằng cái tủ nhỏ tới mức hai người phải khó khăn lắm mới len qua được. Bên tay mặt là cánh cửa sổ kính thật dày. Tôi nhét thẻ ID (căn cước công dân) và một số tiền ba mươi đô vào dưới tấm kính, thì có người bên trong mở cho tôi vào. Hành lang đèn mờ có nhiều phòng nhỏ dọc hai bên, mỗi phòng đều có trải chiếu bọt trên sàn gỗ dán. Các phòng đều mốc meo và nhớp nháp, bốc mùi mồ hôi, hơi nước và nhiều mồ hôi hơn nữa. Tôi vẫn thường tự dối mình, bảo rằng chỉ vào một lát thôi, rồi lại ra ngay. Nhưng tám tiếng đồng hồ và vô số những gương mặt vô danh sau đó, tôi lại đứng ở bàn thu tiền, trả ba mươi đô cho tám giờ khác.

Một sáng sớm tháng Tư, sau cuộc chạy bộ ở một nhà tắm khác, tôi cùng ngồi với một người bạn trong phòng anh ta. Tôi biết anh có thuốc, nên hỏi xin một liều. Trong lúc lấy ống điếu thủy tinh ra, thì anh cũng lôi túi của anh ra.

Anh nhìn tôi với ánh mắt xa cách khi thấy ống điếu của tôi. Anh nói trong khi đưa cho tôi bao ma tuý đá: "Anh hút tina hả, phí quá. Anh không biết mình đang thiếu món gì."

Lúc đầu tôi không hiểu anh ta nói gì, sau đó mới biết ý anh ta là gì khi anh ta lôi ra một ống chích. Tôi cho một ít thuốc vào ống điếu của mình rồi bắt đầu hút, sau đó khó chịu ngồi theo dõi trình tự diễn ra trước mắt mình. Chắc chắn tôi không sợ kim chích, nhưng tôi chưa từng thấy ai tiêm—nhất là trong khoảng cách gần như vậy.

Anh ta đặt cái muỗng đã uốn cong lên tấm ván giường rồi thả vài phiến thuốc vào muỗng. Sau khi đổ đầy ống chích với lượng nước lấy từ lọ nhỏ lôi trong bao ra, anh ta chậm rãi chắt ra muỗng, thế là những mảnh vỡ nhanh chóng hòa tan ngay.

Anh ta giải thích: "Có hàng nguyên chất rồi đấy. Xem này, chẳng còn gì nổi lềnh bềnh nữa. Quá đẹp." Mắt anh ta nhìn dán vào cái muỗng, rồi anh ta bắt đầu liếm môi. "Tôi có thể cảm nhận được cổ họng mình đang bị châm chích."

Anh ta lấy một tí bông gòn thả vào muỗng. Sau đó đẩy kim chích vào ngay giữa miếng bông gòn để hút nước. Chỉa kim hướng lên, anh ta bấm vài lần để đẩy bong bóng ra ngoài. Anh ta kéo ra một ống cao su, cột quanh cánh tay, còn bàn tay thì nắm lại rồi mở ra. Khi anh ta làm như vậy, tôi thấy nhiều dấu kim tiêm trên cánh tay anh ta—vết sẹo từ các mũi tiêm chích trước đây. Cảnh này khiến tôi thấy ớn lạnh xương sống.

Anh ta vỗ nhẹ lên cánh tay mình vài lần trong lúc tìm mạch máu. Khi nhìn thấy một đường thật nhỏ xuất hiện trên cánh tay lúc anh ta dùng miếng bông gòn nhúng cồn để lau sạch, anh ta la lên: "A, đây rồi." Anh ta cầm lấy ống chích rồi đâm kim vào. Tôi thấy chút ít máu trong ống chích lúc anh ta rút kim ra sau mũi tiêm.

"Nhóc à, hơi nóng chút thôi, nhưng bõ công lắm." Anh ta thở ra rồi từ từ chích phần thuốc trong ống tiêm vào cánh tay mình. Lúc kim vẫn còn nằm trên cánh tay, anh ta vừa tháo dây cao su vừa thì thầm: "Năm... bốn... ba... hai..."

Thậm chí chưa đếm tới một, thì cơ thể anh đã trắng bệch, đôi mắt trợn trừng, chỉ thấy có tròng trắng. Anh thở ra một hơi dài chậm rãi rồi toàn thân yếu lả.

Anh ta nằm đó bất động có vẻ như đến thiên thu. Tôi bắt đầu hốt hoảng. Anh ta không cử động và không hít thở. Tôi chồm người tới trước và bối rối lay người anh ta. Chẳng động tĩnh gì. Tôi lắc thêm lần nữa, mạnh hơn một chút.

"Này … này … này!" Tôi lay chân anh ta mạnh hơn, rồi mạnh hơn nữa. *"Này!"* Mắt anh ta liếc tới trước, anh ta ho yếu ớt và đớp lấy không khí.

Anh ta nhìn tôi xuyên qua khe hở của đôi mắt nhắm và đầy tự mãn. "Đây là cách anh phê tina." Anh ta kéo kim chích ra khỏi cánh tay mình rồi thở dài: "Ôi, thật là phê."

———

Tháng Sáu tôi nhận được thư từ Văn Phòng Người Ủy Nhiệm phía Hoa Kỳ. Đó là phiên tòa ngày 17 tháng 7 năm 1998. *Cái gì đây?* Tôi đọc hết lá thư, rồi lại đọc lại. Tôi nghĩ vì mình đang cộng tác với DEA, cho nên mọi việc đều sẽ có người lo thôi. Tôi nhấc điện thoại, gọi nhân viên DEA đang cùng làm việc với tôi.

Tôi nói: "Tôi nhận được thư này trong hộp thư" rồi giải thích nội dung lá thư. "Vậy là thư này đề cập chuyện gì đây? Tôi có cần phải hầu tòa không?"

"Có. Anh phải làm theo bất kỳ điều gì trong thư yêu cầu."

"Tôi có cần luật sư không?"

"Tôi không thể đưa ý kiến về chuyện đó. Tôi không được phép nêu ý kiến riêng về mặt pháp lý. Đó là chuyện của anh."

"Tôi nghĩ chúng ta có thỏa thuận với nhau."

"Tôi phải đi đây." Trước khi tôi kịp nhận ra, thì đường dây đã bị cúp. Tôi hiểu ngay ý nghĩa sự việc này. *Đây là thế giới tàn sát lẫn nhau. Ai cũng chỉ lo nghĩ cho riêng mình.*

Ngày hầu tòa đã tới, tôi đi hầu tòa cùng với một luật sư biện hộ miễn phí do tôi không có tiền thuê. Quan tòa đọc lời cáo buộc tôi— "âm mưu sở hữu methamphetamine với ý định phân phối"—sau đó hỏi tôi có khiếu nại gì không. Tôi nghĩ: *Ông có nghiêm túc không đấy? Tôi bị bắt quả tang mà!* Thế là tôi lãnh án và bắt đầu từ tuần sau đó sẽ chịu giám sát. Có nghĩa là hàng tuần phải gặp một quan chức quản chế và xét nghiệm ma túy mỗi tuần.

Ước gì tôi có thể tống khứ nước tiểu bẩn thỉu của mình để sử dụng nước tiểu của ai đó thì tôi sẽ thoát nạn. Nhưng tìm đâu ra nước tiểu sạch đây? Mọi người tôi quen đều có dùng thuốc. Nhưng sau một hồi tìm kiếm, tôi gặp một người quen của một người quen của một người quen không dùng ma túy. Anh ta cho tôi một lượng lớn nước tiểu trong chai nhựa. Tôi cất giữ trong tủ lạnh và đánh dấu *Không được uống!*

Vào ngày xét nghiệm, tôi lấy một lọ nhỏ hiệu Elmer, đã rửa sạch, và đổ đầy nước tiểu vào đó. Do những chén phân tích nước tiểu có ghi nhiệt kế nhằm cho biết mẫu xét nghiệm có đúng với thân nhiệt hay không, cho nên tôi đã hâm nóng nước tiểu trong lò vi-ba rồi sau đó ủ trong áo lót nhằm giữ nhiệt và cho dễ lấy.

Tới giờ làm xét nghiệm, viên chức quản chế cùng tôi bước vào phòng tắm rồi đứng đó quan sát. Viên chức phải thấy nước tiểu thực sự ra từ cơ thể của tôi và được hứng vào ly. Có gương soi lắp đặt sẵn trên tường kế bên bồn vệ sinh giúp viên chức có thể nhìn thấy từ cả hai phía. Đi tiểu mà có người nhìn chằm chằm đã là khó chịu rồi, nhưng càng khó chịu hơn khi bạn tìm cách lén lút rót nước tiểu của người khác vào ly mẫu. Dù rằng lọ keo dán của Elmer có chất trông giống như thật, nhưng cũng có một vấn đề. Không khí cần phải hút lại vào lọ để tống khứ hết mọi thứ bên trong lọ ra ngoài.

Tôi nghĩ: *Chẳng sao cả.* Tôi nói với viên sĩ quan: "Tôi thuộc kiểu người dễ bối rối... hay mắc cỡ. Tôi xin phép mở nước được không?"

Trong khi nước chảy vào bồn kế bên bàn cầu, tôi ra sức kéo lọ keo ra ngoài qua chỗ cài cúc áo và giữ trong tay mình—tránh cái nhìn của viên sĩ quan. Các ngón tay tôi thận trọng vặn nắp màu cam, và trong lúc vặn, tôi thở phào đúng lúc y như đi tiểu thật. Tôi hết sức tự hào về bản thân mình—nhất là khi tôi qua được cuộc kiểm tra.

———————

Một hôm tôi thức giấc, bụng đói cồn cào. Tôi nhìn đồng hồ thấy 6:43. Là sáng hay chiều đây? Tôi xuống khỏi giường và kéo các tấm màn che lên. Mặt trời đang bắt đầu lặn. Tôi bước vào phòng tắm, vỗ nước lên mặt. Tôi nhìn vào kính soi và thấy cơ thể hốc hác của mình.

Dù sao, ít ra mình cũng có cơ bắp. Tôi bước lên cân: 61 ký. Chắc tôi bị sụt hết mười tám ký, nhưng dù sao vẫn là đích ganh tị đối với bất kỳ nhóm Theo Dõi Cân Nặng nào!

Tôi nghe tiếng cửa trước mở ra. "Này, Chris." Đó là tiếng nói quen thuộc.

"Jack! Mừng quá, có anh ở đây. Ngay đúng lúc để cụng ly," tôi vừa nói vừa bước vào nhà bếp và kéo ống điếu bằng thủy tinh ra.

Nhưng trước khi có thể cho thuốc vào chén, anh nói: "Được rồi. Tôi không muốn nhiều hơn đâu."

"Sao? Anh đùa tôi đấy hả. Anh có ổn không đấy" Tôi nói kiểu đùa cợt.

"Không, nói nghiêm túc đấy. Tôi đang cố gắng cắt bớt." Jack đang là sinh viên tại Georgia Tech và phải tự lo cho cuộc sống. "Tôi có mang đồ ăn tối cho anh đây." Anh lấy ra một hộp mua sẵn từ Cowtippers trên kệ bếp của tôi. "Món khoái khẩu của anh đây: thịt thăn nấu tái—đúng ý của anh—xà-lách với khoai lang chiên."

Đã lâu lắm rồi tôi mới được ăn món 'steak' ở Cowtippers. Thật ra, cũng khá lâu rồi tôi mới được ăn món steak. Tôi đang đói lắm đây.

Jack nói tiếp: "Mà anh cũng cần phải chăm sóc chính mình đi."

"Cái gì? Anh đang làm mẹ tôi đó hả?" Tôi nói, miệng đang ngốn miếng thịt.

Jack cười khó chịu. Anh nói trong lúc chuyển sức nặng cơ thể từ chân này sang chân kia: "Thôi, um... Tốt hơn, tôi nên đi."

"Nhưng anh mới tới thôi mà," tôi nói trong khi nuốt cả một miếng đầy khoai lang. "Vẫn còn sớm, trời chưa tối mà."

Jack nhìn xuống, rõ ràng là khó chịu. "Ừ, tôi cần phải đến chỗ này cái."

"Chỗ nào?"

"Một buổi tiệc."

"Mà tiệc của ai chứ?" Tôi hỏi, đặt nĩa lên quầy hàng.

Jack nhìn vào bàn tay mình, tránh nhìn vào mắt tôi. "Anh biết mà... với vài anh chàng.' '

"Với vài anh chàng." Thật khó tin. Jack hiện đang tham gia những bữa tiệc mà tôi không được mời sao? Thật là ngược đời. Hồi trước tôi từng đứng đầu danh sách hạng A ở Atlanta. Nếu có tiệc riêng tư nào trong cộng đồng đồng tính của Atlanta, thì tôi đều được mời. Nếu có một hàng người đứng chờ bên ngoài câu lạc bộ, thì tôi chẳng cần phải chờ đợi. Jack là bạn thân nhất của tôi, và tôi dẫn anh đi khắp nơi tôi đi.

Nhưng bây giờ Jack—chính Jack bạn thân nhất của tôi đang tham gia những buổi tiệc mà chẳng ai nhắc tới tôi.

Tôi biết tiếng tăm cùng những thói quen đang biến mình thành nỗi lúng túng cho những người bạn đang né tránh tôi. Nhưng tôi biết mình vẫn còn có Jack, bạn thân nhất của mình. Hoặc tôi nghĩ là thân nhất.

"Mai tôi sẽ gọi anh, được không bồ?"

Anh bước ra khỏi cửa và nhẹ nhàng khép lại, bỏ một mình tôi đứng trong bếp, miệng há hốc, tính phản đối.

Ít ra tôi cũng còn lại một người bạn. Tôi nhìn ống điếu thủy tinh của mình. *Tao đoán giờ chỉ có mày ở bên tao thôi.*

Nhiều tháng trôi qua, càng ngày tôi càng gặp khó khăn trong việc chi trả các hoá đơn của mình. Tôi không có khả năng trả tiền thuê nhà một ngàn ba trăm đô mỗi tháng hoặc trả tiền thuê xe, tiền điện thoại. Chẳng mấy ai muốn đưa thuốc cho tôi nữa, số thuốc ít ỏi còn lại thì tôi để lại hút. Tôi vẫn xuất hiện trong dáng vẻ đẹp nhất có thể, càng lâu càng tốt, nhưng có những lúc khi tôi đang ngồi trong căn hộ trên cao của mình ở Buckhead mà chẳng có gì ăn—cố gắng xoay sở đủ tiền lẻ chỉ để ra ngoài mua chiếc bánh burger.

Nhưng đó là tháng Tám, và sắp tới sự kiện Cuối Tuần ở Hotlanta. Nếu tôi có thể tổ chức một tiệc trà khiêu vũ Chủ Nhật thành công, thì có thể đủ tiền để tổ chức sự kiện đó. Đây có thể là thời gian tạm nghỉ tôi đang cần. Chỉ một năm trước, buổi tiệc Chủ Nhật Cuối Tuần ở Hotlanta tại Chili Pepper thật tuyệt vời. Trên ba trăm người tham dự. Nếu chỉ phân nửa con số đó tới trong năm nay, thì tôi sẽ có thể tự thanh toán mọi hóa đơn của mình và có lẽ còn mua vài loại ma túy tốt nữa.

Vài người đưa cho tôi một số tiền dựa theo số tiền năm ngoái, và tôi đặt sẵn một nơi họp mặt nhìn ra công viên Piedmont Park. Tôi đặt DJ nổi tiếng của Miami, David Knapp, cho thiết kế và in các tờ bướm quảng cáo. Tôi tự nhủ, *Ước gì mình có thể còn sống tới Hotlanta, thì mọi việc sẽ ổn thôi. Tôi chỉ cần chờ tới lúc đó.*

Nhưng tim tôi chùng xuống khi đọc tờ rơi chính thức quảng cáo Lễ Hội Hotlanta. Sự kiện cuối cùng trên tờ chương trình là một tiệc trà khiêu vũ Chủ Nhật—không phải tiệc của tôi. Bất cứ ai mua thẻ một trăm đô cho cuối tuần đó đều đương nhiên có vé vào dự tiệc trà. Ai thèm dự tiệc của tôi—nhất là khi họ phải trả thêm phí?

Kết quả là, "Chris Yuan Giới Thiệu Ma Tuý Đá 1998" thật ảm đạm. Tổ chức trong một sảnh tiệc xoàng xĩnh. Tôi không đủ khả năng cung ứng hệ thống âm thanh tốt, cho nên âm thanh—cùng ánh sáng—thật thê thảm. David Knapp dữ dội, nhưng anh ta phải làm việc trong điều kiện không thể chấp nhận được. Sàn của quầy DJ rung chuyển dưới bước nhảy của những người khiêu vũ. Sàn rung chuyển khi Motion, nữ hoàng nhảy của địa phương chúng tôi thực hiện phiên thứ của mình. Và mỗi lần sàn rung chuyển thì dàn nhạc dừng tiết mục trình diễn. Giống như tiệc sinh nhật tồi tàn tại một khu vui chơi hạng bét. Chỉ vỏn vẹn khoảng một trăm người. Tôi đợi mãi mà đêm hôm đó mới kết thúc.

Một nhóm bạn lẻ tẻ còn lại đã tới ủng hộ tôi. Cuối buổi, chúng tôi đứng thành vòng tròn, vờ như chẳng có gì sai sót xảy ra. Tôi có thể thấy họ lúng túng thay cho tôi, nhận ra buổi tiệc thê thảm tới cỡ nào và biết tôi đã phải hao tốn biết bao nhiêu tiền. Nhưng tôi không cần lòng thương hại của họ.

Tôi nói: "Này! Biết mấy giờ rồi không? Giải tán đi thôi!"

Mọi người thông cảm chen chúc trên bệ với tôi—cố gắng chúc mừng tôi. Và trong lúc chúng tôi châm lửa cho các ngọn đuốc 'bu-tan', thì có ai đó ập vào cửa. "Chris ơi! Họ đang kéo xe mày đi rồi!"

Tôi phóng ra ngoài khu đậu xe ngay đúng lúc thấy một chiếc xe tải kéo chiếc Prelude của tôi từ bãi đậu ra tới đường. Tôi chưa thanh toán phí suốt nhiều tháng, và hẳn nhiên ngân hàng cũng đã nghe về buổi tiệc của tôi. Tôi quay lại, thấy các bạn cùng vài người khác đứng nhìn tôi và theo dõi cảnh xe của tôi bị kéo đi. Tôi có thể nghe văng vẳng suy nghĩ của họ:

"Tội nghiệp Chris, anh ấy còn không thanh toán nổi hoá đơn."

"Buồn quá đi thôi."

"Buổi tiệc thì thất bại hoàn toàn, mà giờ họ còn lấy luôn xe anh ấy? Thật quá bi đát."

Tôi khuỵ xuống đất, đầu gối bị sỏi nhám chà xước. Tay ôm đầu, tôi cất tiếng khóc.

19

Đếm Ơn Phước

Angela, ngày 9 tháng 12 năm 1998

Tôi lái xe từ nhóm học Kinh thánh BSF về nhà vào một chiều đông mát mẻ. Mặt trời chiếu sáng bầu trời màu xanh bụi phấn, trong lúc tôi đang ngân nga hát theo chiếc Moody Radio trong xe. "Hãy đếm ơn trên, hãy kể tên linh ân."[1] Và tôi đã làm theo. Tôi đếm mọi ơn phước trong lúc đang lái xe và lòng tôi ngập tràn các phước lành đó. Chén tôi đầy tràn niềm vui Giáng Sinh, cùng với niềm vui của tình bạn, cộng thêm niềm vui trong hôn nhân vừa hồi sinh từ đống tro tàn. Lúc tôi đậu xe trong nhà để xe rồi đi vào nhà, tôi nghĩ *sao có lắm điều để cảm tạ thế!*

Tôi chưa kịp bước qua cửa thì chuông điện thoại reo. Tôi chạy tới nhấc ống nghe.

"A-lô?"

Bíp

Giọng nói được cài sẵn, vang lên: "Đây là Trại Cải Tạo Atlanta City. Quí khách có một cuộc gọi phải trả phí từ"—ngưng một chút, sau đó là giọng quen thuộc—"Chris Yuan."

Từ nhiều tháng nay, tôi không được nghe giọng của Christopher—nhưng sao lại từ nhà tù chứ? Giờ được nghe giọng cháu lại trong tôi xuất hiện nhiều xúc cảm lẫn lộn: vui vì cháu đã gọi điện, lo vì cháu đang ngồi tù, sợ vì không biết có chuyện gì. Tôi nín thở rồi gác ống nghe.

Giọng thu âm tiếp tục. "Nếu quí khách muốn nghe cuộc gọi này, xin vui lòng bấm số 1. Nếu quí khách muốn từ chối, xin vui lòng bấm

---

[1] Johnson Oatman Jr., "Count Your Blessings," 1897, public domain.

số 2. Nếu quí khách muốn chặn không cho người bên kia gọi lại, xin vui lòng bấm..." Không do dự, tôi ấn ngay 1.

Bíp

Tiếng ồn cùng tiếng la hét ầm ĩ từ những người xung quanh dội qua ống nghe. "À... Mẹ hả?" Âm thanh vọng lại thật nhỏ và ngập ngừng. Giọng nói của Christopher khác hẳn. Không hề tỏ bày giận dữ, bực tức và xấc láo. Ngược lại, nhỏ nhẹ và buồn bã.

"Mẹ ơi ... Con đang ở trong tù."

Tôi dừng lại, chẳng biết phải nói gì. Tôi chưa bao giờ nghĩ cháu sẽ kết thúc trong tù. Trước đây tôi chưa từng thấy hoặc lái xe ngang qua nhà tù. Tôi chỉ tưởng tượng kẻ trộm cắp, lừa đảo và sát nhân với hãm hiếp mới ở trong ngục tối. Thật khó mà không lo sợ cho tính mạng con trai mình. Thế nhưng tôi cũng biết rằng dù sao Đức Chúa Trời cũng đang điều khiển tình hình. Ngoài ra, tôi cũng đã cầu xin: *Lạy Chúa, dù có ra sao, xin hãy làm bất cứ điều gì theo ý Ngài.*

Tôi hỏi: "Con đó hả, con có ổn không?"

Tôi không quan tâm nhiều về lý do cháu ngồi tù, mà chỉ muốn nghe từ chính tấm lòng của cháu. Từ quá lâu rồi, vợ chồng tôi đã bị ngăn cách khỏi cuộc sống của Christopher, khỏi những cảm nhận cùng suy tư thầm kín nhất của cháu. Tôi muốn biết sơ qua mọi khía cạnh đó một lần nữa.

Bên kia đầu giây lại im lặng.

"Dạ... Con bình thường."

Sau một chút im lặng, Christopher bắt đầu giải thích sự việc đã xảy ra. Cháu nói căn hộ của cháu bị cảnh sát bài trừ ma túy liên bang khám xét bất ngờ hồi tháng Một. Sau đó, tòa án trả tự do trước khi xét xử, bao gồm xét nghiệm phân tích nước tiểu hàng tuần. Nhưng cháu đã không đạt ba xét nghiệm trong bốn tuần, cho nên thẩm phán thu hồi giấy cam kết, và cháu bị bắt giữ sáng sớm hôm đó. Tâm trí tôi đang quay cuồng với đủ thứ thông tin. Rõ ràng tôi đã cầu xin: *Dù thế nào đi nữa.* Nhưng tôi chưa bao giờ tưởng tượng điều đó bao gồm cả ma túy hoặc tù tội.

Christopher nói và tôi lắng nghe thêm vài phút nữa. Đây là cuộc nói chuyện lâu nhất của chúng tôi sau nhiều năm, và tôi trân trọng từng giây từng phút. Tôi không quan tâm cháu đang ở đâu và vì sao cháu bị bắt. Sau cùng tôi cảm nhận được tinh thần cởi mở và sẵn sàng của cháu. Đó là cả một phép lạ.

Câu nói được ghi âm sẵn làm gián đoạn cuộc chuyện trò của chúng tôi: "Cuộc gọi này sẽ kết thúc sau một phút."

Christopher giải thích: "Họ chỉ cho con nói mười lăm phút". Tôi không thể tin những giây phút ấy sao mà trôi qua quá nhanh. "Sau con còn một hàng dài nhiều người khác. Mẹ à... con ước gì hai mẹ con mình được trò chuyện lâu hơn, nhưng con phải dừng thôi. Con gọi lại sau được không?"

"Dĩ nhiên là được chứ!" Tôi không thể tin là cháu lại muốn nói nhiều hơn. Dĩ nhiên chúng tôi muốn cháu gọi lại, bất cứ giờ nào, dù tốn kém đến mức nào. Sau bao nhiêu năm bị chống đối, giờ đây mơ ước của chúng tôi đã thành hiện thực. Tuy mười lăm phút trôi qua quá nhanh, nhưng thật là quí báu.

Tôi nói: "Mẹ sẽ đến thăm con trong vài ngày tới. Con hãy gọi lại, rồi mẹ sẽ cho con biết mẹ sắp xếp cho chuyến đi như thế nào". Tôi ngừng lại. "Christopher à, mẹ mong con biết rằng ba mẹ sẽ đồng hành với con suốt chặng đường này, con ạ. Mẹ yêu con."

"Cám ơn mẹ. Con cũng yêu mẹ. Con chào mẹ."

Bíp.

Lúc tôi gác ống nghe, lệ tràn tuôn khóe mắt, tôi biết mình phải nhìn xa hơn hoàn cảnh hiện tại, xa hơn giông tố hôm nay, xa hơn thử thách tôi đang gặp và ngược lại, phải vui mừng. Tôi nhớ lại Rô-ma 5:3-5: *"Chúng ta cũng vui mừng trong gian khổ nữa, vì biết rằng gian khổ sinh ra kiên nhẫn, kiên nhẫn sinh ra nghị lực, nghị lực sinh ra hy vọng. Và hy vọng không làm chúng ta hổ thẹn, vì tình thương của Đức Chúa Trời tuôn đổ vào lòng chúng ta bởi Đức Thánh Linh, là Đấng đã được ban cho chúng ta."*

Tôi thấy phải cảm tạ Đức Chúa Trời về điều Ngài đã làm trong cuộc đời Christopher, dù rằng trước đây tôi chưa từng thấy thương cháu đến như thế. Và tôi biết không chút nghi ngờ—hoàn toàn chắc chắn rằng—đây là cách Đức Chúa Trời đáp lời cầu xin của tôi. *Hãy đếm ơn trên, hãy kể tên linh ân,* cứ mãi vang dội trong tâm trí tôi. Tôi nghĩ, *Vâng, đó là việc con phải làm.*

Tôi nhìn vào văn phòng của chồng tôi và thấy có máy cộng. Tôi lôi ra một dải băng từ máy cộng và chụp lấy cây bút. Tôi ghi ngay những ơn phước đầu tiên để không quên rằng Đức Chúa Trời vẫn đang hành động.

"Christopher hiện đang ở nơi an toàn, và lần đầu tiên cháu gọi điện cho chúng con."

Hơi ấm cùng sự bình an không mô tả được vây phủ tôi trong khi tôi nhắm mắt cảm tạ Chúa. Với lòng biết ơn, những lời này chập chờn bay lượn trong tâm trí tôi:

Mau mau đến nơi chân Giê-xu Nhìn lên Vua vinh hiển cao tuyệt vời Mọi sự trên dương gian tối tăm dần mờ dần Nhờ vinh hiển quyền năng của Vua muôn đời.[2]

---

[2]Helen H. Lemmel, *"Turn Your Eyes Upon Jesus, 1922, public domain."*

20

Ra Khỏi Đống Rác

Christopher, ngày 12 tháng 12 năm 1998

Ngủ. Thứ thuốc phiện của những kẻ tuyệt vọng. Giường thì cứng, còn tấm chiếu nhựa thì kêu cót két mỗi khi tôi trở mình. Tấm chăn len thô nhám là tất cả tài sản tôi có được để giữ ấm trong ngày đông tháng Mười Hai lạnh giá này. Tấm chăn không đủ dài để che phủ toàn thân tôi, và thật khó ngăn chặn được cơn gió lùa dường như thổi vào phòng từ muôn hướng.

Nằm trên chiếc giường sắt thô cứng trong tù, tôi biết mở mắt ra chỉ làm tôi nhớ tới hoàn cảnh u ám của mình thôi. Chỉ trong bóng đêm của tâm trí, tôi mới có thể thoát khỏi nỗi đau của thực tại mới mẻ đầy ám ảnh này. Với đôi mi khép chặt, tôi ráng kéo dài niềm an ủi trong bóng tối, và kéo tấm mền thô nhám lên tận cằm. *Nếu tôi không mở mắt ra mà chỉ cần ngủ tiếp, thì có lẽ tôi sẽ tỉnh giấc để thấy đây chỉ là một cơn ác mộng đáng thương thôi.*

Nhưng đôi mắt lại phản bội tôi. Khi chúng hé mở, tôi không thể nào làm ngơ khúc gỗ cứng kê đầu cùng khung sắt lạnh của phòng giam kích thước 1,8m x 3,4m này. Một chút ánh sáng ban ngày len qua lớp bạc bẩn thỉu ngăn đạn trên cánh cửa sổ. Tôi nghĩ mình đã ngủ mười hoặc mười hai tiếng đồng hồ. Bọn cai tù đã tước mất đồng hồ của tôi. Thay vào đó, tôi nhận lại thời gian... thời gian khốn khổ.

Tôi thức dậy để sử dụng nhà vệ sinh bằng kim loại ngay tại chân giường và nhìn lên tấm thép trên tường dùng làm gương soi. Hình ảnh phản chiếu trong gương mờ mờ và méo mó, nhưng tôi vẫn thấy đôi mắt thâm quầng cùng gò má hóp hép của mình. Tôi dội nước bồn cầu, sau đó lấy ra bộ áo liền quần, cột các cánh tay áo lại giống như dây thắt lưng, quanh hông tôi. Tôi đẩy mở tung cửa phòng giam rồi bước ra khu vực sinh hoạt chung.

Ngay bên ngoài cửa, tôi suýt giẫm lên một chồng khay vẫn còn thức ăn. Một anh chàng người Tây Ban Nha đang đi tới bên hông phòng tôi. Anh ta nói: *"Vato*, chúng tôi tưởng anh chết trong đó rồi chứ." Tôi bối rối nhìn anh ta. Anh ta nói tiếp: "Chúng tôi cứ nhìn vào để kiếm anh, mà anh chẳng nhúc nhích."

Tôi hỏi: "Mấy giờ rồi?"

Anh ta nói: "Khoảng 2:00 giờ chiều, anh bạn ạ. Và hôm nay là thứ Bảy đấy." Anh ta vừa cười lớn vừa bước vào phòng mình.

Thứ Bảy à? Sao có thể là thứ Bảy nhỉ?

Hôm tôi gặp nhân viên quản chế và bà thu hồi cam kết của tôi thì mới thứ Tư. Đúng là tôi đã không đáp ứng được ba lần xét nghiệm ma túy âm tính. Tôi đoán mình không còn cơ hội thứ hai... một lần nữa. Hai lần đầu thất bại là vì anh chàng cung cấp nước tiểu "sạch" cho tôi phải đi nhổ răng khôn nên phải dùng chất giảm đau có chứa codeine. Vì lý do nào đó, mẫu của tôi phải được gửi tới một phòng thí nghiệm, cho nên mãi tới lần phân tích nước tiểu kế tiếp thì kết quả xét nghiệm dương tính với codeine lần trước mới về tới. Lúc đó thì đã quá muộn rồi; tôi đã trao cho họ một lọ nước tiểu khác có nhiều chất codeine. Tôi đã thất bại trong hai lần xét nghiệm ma túy vì chất mà chính tôi cũng không hề sử dụng!

Vì vậy tôi quyết định thử một cách khác. Có một loại thức uống dùng để giấu ma túy trong nước tiểu. Tôi đã dùng thứ đó và uống nhiều lít nước trước khi làm xét nghiệm. Nhưng không hiệu quả. Thử nghiệm vẫn cho kết quả dương tính đối với meth. Tôi đoán là do mình hút quá nhiều ma túy—cho nên không giấu được. Chuyện đó xảy ra chưa tới một tuần trước khi tôi bị đưa vào Trại Cải tạo của Atlanta City.

Tôi vào đây chiều thứ Tư, kéo theo nhiều ngày đêm không ngủ. Một lần nọ trong tù, tôi đã té ngã ngay sau khi gọi điện cho mẹ tôi và sau bữa tối đầu tiên trong tù. Hôm sau, chẳng dùng thuốc giảm đau, tôi tự mình lê thân đi ăn trưa. Tôi bất tỉnh một lần nữa ngay sau bữa ăn trưa. Chắc hẳn tôi đã ngủ suốt từ bữa tối ngày thứ Năm và suốt ngày thứ Sáu. Đó là lý do có tới sáu khay thức ăn ở bên ngoài cửa phòng tôi. Tôi nhìn thức ăn trên các khay cùng ruồi nhặng bay bò khắp hướng. Tôi thấy đói bụng, nhưng không đói tới mức thèm ăn thức ăn đó.

Tôi nhìn bốn mươi ông hoặc khoảng đó trong khu chúng tôi, 3 Lô Đông Nam 5. Họ tụ tập trong khu sinh hoạt chung, chơi bài, xem truyền hình, hoặc chỉ lê bước trong đôi dép xỏ ngón. Các ông trông có vẻ xuề xòa, giống mấy kẻ sống lề đường. Một ông xăm đầy mình và miệng đầy vàng đi ngang qua. *Bây giờ trông ông ta giống như người bán ma túy đích thực*, tôi nghĩ. Một anh chàng khác mặc quần một ống của bộ áo liền quần màu cam, quấn chặt ống kia, kéo lê trên đường. Tôi nghĩ, *Đám Băng Đảng*. Tốt nhất là tôi nên tránh xa những tên tội phạm này. Thật may mắn, sau đó mẹ tôi có đến thăm tôi vào đúng buổi tối đó và tôi có thể thoát ra khỏi tình cảnh đó—ít ra là trong giây lát.

Tôi đang kích hoạt trạng thái sống còn khi bước dọc theo vành đai khu trại giam, hoàn toàn cắt đứt mọi tương tác với những đàn ông khác. Tôi rẽ lối để quay về phòng giam, chợt đi ngang qua một bãi rác đồ hộp. Tôi nhận ra cuộc đời mình giống y hệt bãi rác đó. Tôi lớn lên tại một vùng ngoại ô trung lưu ở Chicago, cha tôi có hai bằng tiến sĩ, còn riêng tôi thì đang chuẩn bị trở thành bác sĩ. Giờ đây tôi thấy mình đang sống giữa đám dân đen tội phạm—thành phần cặn bã.

Cả bạn bè cũng không muốn chơi với tôi. Thậm chí họ không chịu nhận điện thoại mà người nghe phải trả phí nữa. Tôi chẳng khác nào thứ phế thải, đáng vứt đi. Tôi hít vào thật sâu rồi thở ra trong khi đôi vai sụp xuống và tôi cúi đầu. Khi sắp quay về lại phòng mình, bỗng nhiên mắt tôi bắt gặp một thứ gì nằm trên bãi rác.

Tôi cúi xuống nhặt lên một cuốn Tân Ước của Hội Ghê-đê-ôn. Cuốn sách còn mới toanh và thậm chí là chưa được mở ra nữa. Tôi đem sách về phòng với ý nghĩ: *Ta đã có được cả tấn thời gian trong tay rồi đây. Có việc để làm rồi.* Trong khi ngồi xuống trên tấm chiếu lạnh giá của chiếc giường sắt, tôi mở cuốn sách nhỏ ra, trúng phúc âm Mác.

— 21 —

Đừng Để Con Khóc

Angela, ngày 12 tháng 12 năm 1998

Tôi thức giấc trước khi chuông báo thức reo. Lúc tôi còn nằm trên giường, ý tưởng thực sự đi thăm một nhà tù khiến tôi ớn lạnh cả xương sống. Trước đây tôi chưa từng tới nơi đó bao giờ. Tất cả những hình ảnh nhà tù mà tôi hình dung ra đều xuất hiện trong tâm trí tôi—lạnh, tối, hắc ám. Nhưng tôi biết rằng dù mình có đi đâu thì Đức Chúa Trời cũng chẳng bao giờ lìa xa tôi.

Tôi mang dép và khoác áo choàng rồi đi sang phòng cầu nguyện riêng. Tôi mở Kinh thánh ở Ê-sai 41:10.

"Đừng sợ vì Ta ở với con;

Chớ kinh khiếp vì Ta là Đức Chúa Trời của con.

Ta sẽ làm cho con mạnh mẽ và sẽ giúp đỡ con;

Dùng tay phải công bình của Ta mà nắm giữ con."

Đức Chúa Trời biết đúng điều tôi cần nghe khi gặp hoàn cảnh khó khăn và bất trắc. Tôi sẵn sàng làm trọn bất kỳ điều gì Đức Chúa Trời đã hoạch định cho tôi vì biết rằng Ngài sẽ nâng đỡ tôi bằng tay hữu công bình của Ngài.

6:00 giờ chiều hôm ấy, Stan Singleton gặp tôi bên ngoài phi trường Atlanta. Stan có dáng người cao lớn nhưng rất nhiệt tình và thân thiện hình dáng giống như con gấu thật ngoài đời. Anh là một luật sư Cơ Đốc—bạn của một người bạn—đã bắt đầu giúp Christopher trong vài vấn đề pháp lý cơ bản, một hình thức tư vấn pháp lý miễn phí. Stan là luật sư công ty, chuyên trách những vấn đề phi lợi nhuận, nhưng còn hơn thế nữa, anh là quân tử miền nam hành xử điềm đạm và nói năng nhẹ nhàng. Dù chiều đó là lần đầu tiên tôi gặp anh, nhưng sự có mặt của anh giúp tôi dễ chịu và bình tĩnh. Những nỗi sợ tôi cảm nhận trước lúc rời khỏi nhà đã tan biến hết. Thật phước hạnh quá! Tôi nhắc trong lòng sẽ thêm mục này vào bảng liệt kê những ơn phước của mình.

Chúng tôi bước ra ngoài dưới bầu trời đêm đông tạnh ráo đầy sao đang chào đón chúng tôi. Stan đưa tôi thẳng từ phi trường tới Trại Cải Tạo của Atlanta City. Đó là tòa nhà lớn màu xám, cao mười tầng, chiếm trọn một khu của thành phố giống như một thành trì bằng bê-tông. Khác với những tòa nhà kế cận, khu nhà này không có cửa sổ dọc bên hông—chỉ là những khe nhỏ hẹp nhìn xuyên lớp xi măng lạnh giá. Stan chạy xe vào bãi đậu kế bên nhà ga xe lửa.

Không có ai đi ngoài đường. Lề đường và bãi đậu xe đều trống trơn. Mới chạng vạng tối, nhưng những con đường vắng cùng các bóng nhá nhem làm tôi nép vào dưới bóng an toàn của Stan. Tôi cảm ơn Chúa cho có anh ấy ở đây—giống như thiên sứ canh giữ vậy.

Chúng tôi đi qua một tòa nhà nhỏ màu vàng—cỡ cái nhà di động—cửa sổ có gắn bảng hiệu 'neon' màu đỏ: *A&B Bonding*. Trong khi chúng tôi băng qua đường và tới gần cổng vào trung tâm giam giữ, tôi thấy hai xe cảnh sát không bảng hiệu, đậu ngay bên dưới một bảng hiệu *Cấm Đậu Xe*. Các máy ảnh an ninh được gắn khắp nơi—ngã tư, trên các đèn đường, dọc theo lề đường, tại mỗi góc của tòa nhà và ngay lối ra vào.

Bên trong, rõ ràng là không có khoản tiền nào được chi tiêu cho việc trang hoàng hoặc trang trí nội thất. Nơi này chỉ có bê-tông—tường, sàn, trần nhà toàn bằng bê-tông. Các bóng đèn dạ quang nhấp nháy tỏa chiếu màu xanh nhạt khắp căn phòng trống trơn. Không khí tĩnh lặng và bốc mùi mốc meo, như dưới tầng hầm nhớp nháp.

Chúng tôi bước tới khu vực tấm kính che chắn để làm khu tiếp tân nhỏ bé, và Stan lịch sự nói chuyện với một người phụ nữ chẳng buồn ngước lên nhìn chúng tôi. "Tôi là luật sư biện hộ cho bị cáo Chris Yuan. Tôi đến đây cùng với mẹ của thân chủ tôi, bà từ ngoài tỉnh bay đến đây. Tôi có sắp xếp cho bà tới thăm con trai."

Người phụ nữ không buồn ngước đầu lên, hỏi: "Người bị giam tên gì?"

Stan nói: "Chris Yuan."

"Xin đánh vần tên được không?"

"Y-u-a-n."

Sau khi lướt qua một số hồ sơ, bà rút một hồ sơ ra và nói bà muốn xem giấy chứng minh. Tôi đưa cho Stan bằng lái xe, và anh đẩy nhẹ thẻ ID của cả hai chúng tôi dưới tấm kính chắn. Bà xem qua hai tấm thẻ, liếc nhìn chúng tôi, rồi đẩy lại hai tấm thẻ ID về chỗ cũ. Sau đó bà chỉ tay về hướng cuối phòng và quay ghế sang hướng khác. Có vẻ như bà chẳng cần tới chúng tôi nữa.

Chúng tôi nghe âm thanh *choang* thật lớn từ cuối phòng, và chúng tôi đứng đó, không biết phải làm gì. Người phụ nữ phía sau tấm kính nhìn chúng tôi, vẫy tay và chỉ hướng cho tôi đi qua cửa. Tôi nhìn Stan, và anh cũng đi về cùng một hướng.

"Không sao đâu. Tôi sẽ ở đây chờ chị."

Tôi bước về cuối phòng, ngang qua cánh cửa kim loại. Tôi hít thật sâu và bước tới trước. *Choang!* Cánh cửa sau lưng tôi đóng lại, và tôi nhảy lên. Giờ đây tôi bị ngăn cách với bên ngoài và đang đứng ở cuối hành lang thăm thẳm tối om. Sàn nhà bê tông sáng bóng trải dài mười lăm mét trước mặt tôi. Dưới ánh đèn dạ quang chớp tắt bên trên, bóng tối dường như đang nhảy múa và lao phóng chung quanh tôi. Tôi thử bước một bước về phía trước, rồi một bước nữa. Từ từ, tôi cũng đi dọc hết quãng hành lang tối. Nếu ở hoàn cảnh khác, hẳn tôi đã la khóc, nhưng đêm nay, tôi phải can đảm vì Christopher.

Leng, keng, leng, leng, bang! Tôi giật nảy mình. Ngay trước mặt tôi, một cánh cổng sắt rung chuyển rồi tự động mở toang. Trong lúc bước qua cổng, tôi cảm thấy đầu gối mình yếu hẳn. Tôi khó nhọc bước tới. Rồi tiếng *lách cách* và *leng keng* của kim loại lại vang lên khi cánh cửa sắt từ từ khép lại sau lưng tôi.

Tôi thì thầm qua hơi thở: "Lạy Chúa, xin nâng đỡ con. Đức Chúa Trời ôi, xin ban sức lực cho con. Xin giúp con mạnh mẽ."

Tôi tiếp tục bước về hướng tiếng *lách cách* và *loảng xoảng* phía trước mặt khi cánh cổng kế tiếp mở toang. Chẳng có ai cả, một lính canh cũng không thấy. Chỉ còn một hướng để đi, và tôi hy vọng mình được dẫn tới đúng chỗ. Khi tôi bước qua cổng thứ nhì, thì cổng tự đóng lại sau lưng tôi. Tiến trình căng thẳng này cứ lặp lại khi tôi đi qua ba bốn loạt cổng có song sắt tiếp theo. Các máy quay an ninh ghi lại từng bước chân của tôi, tôi cảm thấy mình bắt đầu run. Tôi nhẩm lại câu Kinh thánh đã đọc sáng nay:

Đừng sợ, vì Ta ở với ngươi; chớ kinh khiếp, vì Ta là Đức Chúa Trời ngươi.

Ta sẽ bổ sức cho ngươi và giúp đỡ ngươi; lấy tay hữu công bình của Ta mà nâng đỡ ngươi.

Trong lúc đi dọc theo hành lang bê-tông lạnh giá, tôi biết điều duy nhất đưa tôi đi tới chính là bàn tay của Đức Chúa Trời. Sau cùng, lúc tôi tới cuối hành lang, một lính gác mở cửa và ra dấu cho tôi. Anh ta đưa tôi xuống một lối đi nhỏ hẹp và dừng lại ngay trước một cánh cửa nhỏ.

"Chờ ở đây. Họ sẽ đưa người đó ra ngay."

Tôi dừng lại trước khi bước vào. Tôi biết mình sẽ thấy gì: con trai yêu quí của tôi, giờ đây là tù nhân. Liệu tôi có sẵn sàng đối diện với điều này không? *Lạy Chúa, xin đừng để con khóc... xin đừng để con khóc... Chúa ôi.*

Mở cánh cửa, tôi hít thật sâu rồi bước vào. Đó là căn phòng nhỏ. Bên trái là một quầy thấp bằng kim loại chạy dọc theo chiều dài bức tường. Tường được chia thành nhiều ngăn gồm ba khu thăm nuôi. Bên trên quầy là tấm kính dày có mắc lưới sắt bên trong. Tại mỗi trạm có một chiếc ghế đẩu sắt gắn chặt xuống sàn, và một điện thoại dùng giao tiếp giữa tù nhân với khách viếng thăm.

Tôi ngồi trên ghế đẩu đầu tiên và nhìn xuyên qua tấm kính dày cộm. Phía bên kia cũng có những thứ tương tự như ghế đẩu, vật ngăn cách và điện thoại—nhưng chỉ đủ chỗ cho một người chen vào.

Mười phút trôi qua, sau cùng cánh cửa bên kia tấm kính mở ra—và con trai tôi đang đứng đó.

Christopher mặc bộ đồ thể thao màu cam tươi sáng. Cháu cười thật tươi, và tôi cũng cười vẫy tay cho cháu. Lính canh mở còng tay cho cháu rồi khép cửa. Christopher xoa xoa cổ tay trong khi đi về chiếc ghế đẩu. Tôi nhìn xuống và thấy dây xích quanh mắt cá chân cháu. Lúc cháu ngồi xuống, tôi nhìn vào khuôn mặt hốc hác cùng gò má lõm sâu, cảm thấy lệ mình trào tuôn. Nhưng khi nhìn vào mắt cháu thì lại thấy một thằng bé vẫn thường nhảy vào lòng tôi, chơi đùa với mấy ngón chân tôi và ôm hôn tôi tưởng chừng như không bao giờ muốn rời xa. Tôi không thể không nở nụ cười toe toét, giống như bất kỳ bà mẹ nào vẫn thường làm khi gặp lại con trai mình sau thời gian dài như vậy.

Chúng tôi nhấc điện thoại. Tôi hy vọng mình có thể phá tan sự im lặng.

Tôi nói đùa: "Christopher ơi! Mẹ thích căn hộ mới của con đó nghe." Cháu nhìn tôi rồi cười lớn.

"Chào mẹ. Gặp mẹ con rất vui."

"Mẹ cũng thật vui gặp lại con." Tôi hỏi thăm cháu có khỏe và bình an không. Cháu cho biết cháu cố gắng tránh xa rắc rối. Cháu kể thường thấy đói bụng. Thức ăn ở đó không ngon, mà phần ăn thì quá ít. Tôi đau lòng vì đã không thể mang cho cháu thứ gì để ăn. Cháu hỏi là ba và mẹ có thể nạp tiền trước vào tài khoản để cháu có thể mua thức ăn vặt từ tài khoản đó được không. Tôi thật ngạc nhiên thấy cháu hăng say trò chuyện với tôi.

Christopher hỏi: "Mẹ gọi các bạn Jack và Billy giùm con được không? Con cần tìm chỗ để cất mấy món đồ của con..."

Cháu nói như thể sự việc xảy ra chẳng có gì quan trọng, như thể cháu sẽ sớm được trả tự do. Tôi nghĩ chắc cháu hy vọng được hưởng án treo hoặc có thể là quan tòa sẽ chuyển cháu sang nhà tù liên bang ở Atlanta. Tôi không biết Christopher bị kết tội gì và tội nặng cỡ nào, nhưng tôi cũng gật đầu, sung sướng được ngồi đó nghe con trai mình nói chuyện.

Tôi nói: "Mẹ có mang theo vài tấm hình gia đình. Con có muốn xem không?" Christopher gật đầu. Tôi giơ từng ảnh lên tấm kính. Tôi muốn Christopher biết rằng cháu vẫn còn là thành viên quan trọng trong gia đình. Tôi muốn nhắc cháu nhớ rằng mình được yêu thương. Tôi muốn cháu thấy lại một số kỷ niệm hạnh phúc từ thuở ấu thơ của cháu. Christopher ấn mấy ngón tay lên kính, cố gắng rờ chạm từng bức ảnh.

Sau mười lăm phút, người lính gác thò đầu vào, bảo tôi đã tới giờ thu xếp mọi thứ. Tôi quay lại với Christopher. Cháu nói trước: "Con gọi điện theo hình thức mẹ trả tiền được không ạ?"

Tôi đáp: "Dĩ nhiên là được chứ."

Trước lúc bị lính canh xua ra ngoài, tôi thu hết can đảm yêu cầu Christopher một điều mà nhiều lần trước đây cháu đã quyết liệt bác bỏ. "Mẹ con mình cầu nguyện với nhau nhé?" Tôi có mang theo một trong những bài cầu nguyện viết sẵn mà tôi từng cầu xin mỗi buổi sáng suốt năm năm nay. Tôi muốn cầu xin lớn tiếng cho Christopher nghe bằng chính đôi tai của cháu.

Christopher ngừng lại rồi gật đầu. Cháu nói: "Dạ được".

Tôi giơ tay mặt lên sờ vào kính. Christopher từ từ áp tay cháu vào bàn tay tôi. Dù không cảm nhận được bàn tay của cháu, và vì chúng tôi bị ngăn cách với nhau bởi tấm kính dày lạnh lẽo, nhưng cử chỉ thân mật của cháu đã khiến tim tôi tan chảy và mắt tôi nhạt nhòa.

Lạy Chúa dấu yêu, Ngài là Bạn Đường chung thuỷ của Christopher. Không có nhu cầu nào Ngài không thể đáp ứng. Cho dù đường lối Ngài dành cho Christopher hướng tới đỉnh núi thỏa vui rạng rỡ hay là thung lũng khổ đau của nhân loại, thì Ngài vẫn ở bên Christopher. Ngài luôn luôn hiện diện với Christopher. Ngài ở gần bên Christopher. Khi Christopher rảo bước trên nẻo đường tăm tối hiểm nguy và ngay cả lúc Christopher lởn vởn bên tử thần, thì Ngài cũng có ở đó cho cháu nương dựa. Khi nỗi đau xé lòng, Ngài cũng ở gần để an ủi. Khi gánh nặng quá sức chịu đựng, Ngài có ở đó để đỡ nâng. Khi buồn thảm khiến linh hồn Christopher u tối, Ngài rờ chạm cháu bằng hy vọng cùng niềm vui vĩnh cửu. Và khi Christopher cảm thấy trống vắng, cô đơn, lẻ loi, thì Ngài lấp đầy khoảng trống đau thương bằng quyền năng của Ngài. Lạy Chúa, sự an toàn của Christopher gắn liền với lời Ngài hứa luôn gần bên cháu và với ý thức rằng Ngài sẽ không bao giờ bỏ cháu. A-men.

Tôi không còn cầm được nước mắt. Dù rằng con trai tôi ngồi tù, nhưng lòng tôi vẫn ngập tràn thỏa vui và sự tạ ơn. Tôi đang thực sự cầu nguyện chung với con trai mình! Đó chính là phép lạ.

Tôi nghĩ: *Hôm nay bắt đầu một ngày mới. Christopher đang ở trong bàn tay đẹp đẽ, mạnh mẽ của Cha vĩ đại và đầy quyền năng của chúng ta!*

22

Xuống Đến Tận Cùng

Christopher, ngày 21 tháng 12 năm 1998

"Này, cho tớ làm thêm hai lần nữa đi!" Chris Cloud, bạn cùng tập thể thao với tôi, la to. Mồ hôi lăn dài xuống má khi tôi thực hiện xong một lượt nâng tạ.

Chris là người bạn tôi mới làm quen trong xà lim. Bởi từng là tay chơi bóng đá ở trung học, cho nên anh thích luyện tập. Chúng tôi hợp nhau ngay từ đầu, hóa ra là chúng tôi có nhiều điểm chung, không chỉ là thể thao.

Giống như tôi, anh bị bắt vì buôn ma túy. Giống như tôi, cha mẹ anh là Cơ Đốc nhân. Giống như tôi, cha mẹ anh đã cầu nguyện cho anh quay về với Đức Chúa Trời. Chúng tôi trùng tên nhau, và thật khó tin, cùng ngày sinh lẫn năm sinh. Chris vẫn đùa rằng chuyện này không chỉ là ngẫu nhiên mà có lẽ là Chúa có kế hoạch nào đó. Anh được dưỡng dục trong hội thánh, nhưng lại bảo rằng chỉ gần đây thôi, anh mới bắt đầu nghiêm túc trong đức tin. Chúng tôi bắt đầu học Kinh thánh chung—bên cạnh những giờ cùng tập thể thao.

Không có quả cân trong xà lim, chúng tôi phải có chút sáng tạo để tìm món thay thế. Chúng tôi dùng các bịch rác trống, luồn hai bịch thành một, đổ đầy nước rồi cột vào hai đầu cán chổi, nhìn giống như một thanh tạ kỳ quặc. Mỗi ga-lông nước cân nặng khoảng bốn ký, và mỗi bịch có thể chứa từ ba tới bốn ga-lông. Không nặng là bao, nhưng có còn hơn không. Vấn đề thực sự là tìm cách cân bằng lượng nước khi lặp lại động tác. Chúng tôi tập cuộn tròn, ép vai và ngồi xổm. Chúng tôi cũng kết hợp động tác đu xà trên khung cửa—dùng những cuộn giấy báo ướt làm kẹp—với nhiều động tác hít đất. Chúng tôi gọi đây là Xưởng Luyện Cơ Bắp C&C.

Trong lúc Chris đang hoàn tất một lượt nâng tạ của mình thì tôi nghe âm thanh *lách cách* và *lạch cạch* của cổng xà lim. Theo sau là tiếng bước chân, rồi âm thanh loảng xoảng của chìa khóa cùng giọng lè nhè của một lính canh tù.

You-awn! You-awn! Y tá gọi kìa!"

Chris đặt mấy bịch nước xuống. "Tôi nghĩ CO đang gọi anh." Từ CO thay cho sĩ quan cải tạo.

Tôi bước vào khu vực chung. Người lính canh nhìn tôi, nói: "Này, You-awn! Chúng ta đi thôi! Điều dưỡng gọi đấy!"

Tôi nghĩ: *Điều dưỡng gọi ư? Mình vừa mới tới đó tuần trước mà.* Tôi về phòng, vớ lấy đôi giày từ dưới gầm giường, do biết trước rằng không bao giờ được nêu thắc mắc với quản giáo. Trong lúc tôi đang kéo bộ áo liền quần màu cam tươi lên, thì Chris bước vào.

"Lạ thật, chẳng ai cùng đi với anh. Họ luôn luôn cho nguyên một nhóm cùng đi chung với nhau tới bệnh viện khi điều dưỡng gọi. Tôi thắc mắc không biết có chuyện gì?"

"Ừ, tôi biết. Cũng lạ thật. Mình sẽ kết thúc việc luyện tập khi tôi quay về, được không?"

Lính canh đập cửa. "You-awn! Dẹp hết. Đi ngay!"

Tôi chui ra khỏi phòng riêng và đi ngang qua cảnh thường ngày: các bạn tù xúm quanh vài xới bài, còn người khác thì ngồi trước truyền hình, xem phim truyện nhiều tập hoặc hay hơn nữa là chương trình *Oprah.*

Tôi đứng lại trước cổng để lính canh còng tay tôi, khóa còng vào dây quấn quanh thắt lưng tôi và còng chân tôi. Tôi vẫn thắc mắc tại sao chẳng có bạn tù nào đi cùng tôi khi điều dưỡng gọi, nhưng tôi cũng không bận tâm nhiều về chuyện đó. Ít ra, tôi cũng được ra ngoài và thoát khỏi trại giam trong chốc lát.

Bụng và cổ của tôi co thắt khi luồng gió lạnh quất quanh bộ áo liền quần khi tôi trèo lên sau xe tải có trang bị vũ khí. Lính canh giơ tay mang găng ra dấu cho tài xế rằng mọi thứ đã sẵn sàng cho xe lăn bánh.

Tôi ngồi một mình phía sau xe tải và nhìn xuyên qua mắt lưới kim loại che chắn cửa sổ. Bên ngoài là quang cảnh thật đẹp: tự do. Chẳng có gì bất thường trên đường phố Atlanta buổi sáng hôm ấy lúc chúng tôi chờ đợi trong dòng xe cộ lưu thông dưới phố. Mọi người ngồi thờ ơ trong xe riêng, di chuyển tới nơi đến—lãng quên đặc quyền được vui hưởng tung tăng bên ngoài trong thế giới tự do. Chiếc xe tải tiến vào sân sau bệnh viện. Tôi có thể thấy đèn đường được trang trí bằng cành lá trường xuân và kẹo cây. Tôi chờ cho lính canh mở khóa cửa. Anh ta bỏ chiếc ghế đẩu xuống cho tôi đứng lên—lúng túng—với đôi chân bị xích.

Bất chấp gió lạnh khiến ngạt thở, tôi vẫn đứng yên ngoài trời. Sau một lúc, tôi cảm thấy thật thoải mái. Tôi nhắm mắt và hít vào một hơi dài thật sâu. Không khí tươi mát chưa bao giờ mang hương vị ngọt ngào đến thế.

"You-awn, chúng ta đi thôi!"

Cánh tay tôi bị lôi đi thật nhanh. Âm thanh dây còng kéo tôi về với thực tại khi tôi bị đẩy qua cửa sau của phòng khám. Ánh sáng mờ đục quá quen thuộc từ đèn chiếu nhân tạo làm phòng khám cũng như nhà tù phát bệnh. Tôi quay nhìn ra sau, khi những tia nắng chiều của hy vọng tan biến theo cánh cửa đang khép lại.

Tôi bị ấn xuống ghế và bảo ngồi chờ. Lính canh rút ra xâu chìa khóa và mở còng tay phải cho tôi. Tôi ngồi thẳng lưng, chờ tháo còng tay bên kia. Nhưng anh ta nhanh tay lấy chiếc còng trống tròng qua tay ghế dựa, rồi bỏ đi.

"Chào các chị." Anh ta mỉm cười với các nữ điều dưỡng phía sau bàn làm việc được trang trí kim tuyến bạc, và câu chuyện của họ chỉ là những tiếng rì rào xen lẫn những trận cười thật lớn.

Nửa tiếng đồng hồ trôi qua. Tôi có thể thấy chiếc đồng hồ trên tường đằng xa. Các nữ điều dưỡng đi ngang nhưng thậm chí không hề liếc nhìn tôi. Tôi là một tù nhân, bị xã hội ruồng bỏ. Hiện tại tôi còn không bằng một con người. Như thể tôi không còn hiện hữu nữa.

Mười phút nữa trôi qua.

Hối hả và đợi chờ. Cuối cùng thì đó chính là cuộc sống trong tù. Đi tới đâu, tôi đều phải chờ đợi. Thêm vài phút nữa thì đã sao? Tất cả những tôi hiện đang có là thời gian.

Một nữ điều dưỡng đi về phía tôi, cầm một biểu đồ trên tay. Đầu cô cúi xuống, và đôi chân kéo lê trên sàn có tấm phủ. Cô dừng lại trước mặt tôi rồi nhìn vào biểu đồ.

Cô hỏi: "Có phải anh số 49311-099... Chris Yuan không?

Bị thu gọn thành con số. Tôi gật đầu.

Cô ra dấu cho lính canh mở còng cho tôi ra khỏi ghế ngồi, được tự do không đeo còng tay khi cô hộ tống tôi vào văn phòng của cô.

Với đôi chân vẫn mang còng, tôi ngồi thụp xuống ghế theo hướng cô chỉ tay, trong lúc cô đóng cửa. Rõ ràng là có gì đó không ổn. Tôi có thể thấy sự căng thẳng và khó chịu trên nét mặt cô, và tôi thắc mắc sao cô lại lo lắng như vậy.

"Anh tới đây tuần rồi do sức khỏe không ổn", cô mở đầu, cố gắng tìm từ ngữ thích hợp. Cô mở biểu đồ của tôi và bỏ qua vài trang, sau đó từ từ xếp lại.

"Và... thực ra, tôi..." Cô đằng hắng rồi cúi đầu xuống, thậm chí khó khăn lắm mới nhìn thẳng vào mắt tôi. "Tôi không phải là người thường làm việc này."

Làm việc gì?

"Lần khám sức khỏe tuần trước, mọi tù nhân đưa vào đây đều chụp phim và xét nghiệm máu đầy đủ." Cô ta ngừng giữa câu nói. Cô nhìn lại biểu đồ. "Kết quả..."

Cô đưa bàn tay run rẩy lên sờ trán rồi luồn qua mái tóc. Nhìn xuống bàn làm việc một lần nữa, cô buồn buồn cầm bút lên rồi chậm rãi viết gì đó lên một mảnh giấy. Cất bút qua một bên, cô đẩy tấm giấy ngang qua bàn về phía tôi.

Tôi nhìn xuống thấy ba chữ cái và một biểu tượng.

Điều tôi thấy mãi mãi làm thay đổi cả cuộc đời tôi.

HIV +

Đã có lúc tôi cho rằng mình bị nhiễm rồi, nhưng không bao giờ thực sự xử lý hậu quả đối với bản thân. Thậm chí tôi còn không bận tâm đi xét nghiệm nữa. Tôi luôn tìm cách chôn giấu ý nghĩ đó thật sâu trong tâm trí vốn bị chai cứng nhờ tác dụng từ những thứ thuốc trái phép. Nhưng nay, ngay khi tôi có cảm giác mình được hồi sinh, ngay khi tôi cảm thấy một tia hy vọng, ngay khi tôi cảm thấy mình đang được kết nối lại với gia đình—thì tôi phải đối diện với án tử hình.

23

Yên Ninh Thay

Angela, ngày 21 tháng 12 năm 1998

Chỉ còn bốn ngày nữa là tới Giáng Sinh. Phòng nha được trang hoàng cây thông Nô-en cùng hang đá xinh tươi. Những bài hát mừng dội vang hệ thống truyền thanh dọc hành lang, nơi có vài bệnh nhân đang ngồi chờ gặp chồng tôi. Lúc tôi đang ngâm nga hát theo trong khi xếp lại giấy tờ trong các ngăn kệ gỗ đựng hồ sơ phía sau bàn làm việc, thì chuông điện thoại reo.

"Xin chào. Đây là văn phòng tiến sĩ Yuan. Quí khách cần gì ạ?"

Bíp. "Đây là cuộc gọi người nghe trả tiền từ trại giam Atlanta City..."

Nét mặt tôi bỗng nhiên trở nên rạng rỡ, và tôi nhận ngay cuộc gọi trong khi bước ra phía sau văn phòng. Hầu như mỗi ngày Christopher đều gọi điện về nhà. Được liên lạc lại với con trai sau bao nhiêu tháng ngày—bất chấp tình trạng của con—đối với tôi gần như là điều quá đỗi hạnh phúc tới mức khó tin.

Lách cách. Âm thanh huyên náo của cuộc sống trong tù dội vang qua ống nghe. Tôi nói: "Chào con trai. Chúc con Giáng Sinh sớm thật vui nghe!" trong khi ngồi xuống ghế.

Nhưng chẳng có câu trả lời ngay. Chỉ là một sự do dự.

"A-lô, Christopher phải không con?" Trong nửa giây đồng hồ đó, tim tôi bắt đầu loạn nhịp, và tôi phải đặt tay lên ngực trong lúc nín thở. Có chuyện bất ổn rồi đây!

Cháu mở lời: "Mẹ đó hả?" Giọng của cháu thật bối rối. Tiếng la hét sau lưng cháu khiến tôi gần như không thể nghe được tiếng cháu nói. Tôi ép sát tai vào điện thoại, lắng nghe khi cháu bắt đầu mô tả hành trình tới trạm y tế sáng sớm hôm ấy, chờ đợi trong phòng khám, không biết vì sao mình có mặt ở đó, và cuối cùng nhận được tin bất ngờ và thật đau lòng.

"Mẹ ơi, con bị... con bị dương tính HIV rồi..." Giọng rầu rĩ và yếu ớt của cháu kéo dài trong khi toàn thân tôi ủ rũ. Tôi cảm thấy nhức đầu và khó thở. Như thể toàn thế giới dừng lại trong khi tim tôi vẫn đập thật mạnh trong lồng ngực.

Kể từ khi nhận được tin con trai đồng tính vào năm 1993, tôi vẫn sống trong nỗi lo sợ không ngừng rằng có thể một ngày Christopher sẽ bị lây nhiễm thứ vi-rút chết người này. Tôi biết rất ít về đời sống cá nhân của cháu, và cháu không hề cho chúng tôi biết mình từng giao du với ai. Nhưng áng mây đen dai dẳng dường như lúc nào cũng lờ mờ ẩn hiện phía sau.

Cơn ác mộng tồi tệ này nay đã thành sự thật.

Tôi không còn nhớ thêm chi tiết nào về cuộc trò chuyện đó, nhưng lúc gác ống nghe, tôi cảm thấy như một nhát dao đang đâm xuyên trái tim tan vỡ của mình. Những bước chân vô định lần theo các bậc cầu thang dẫn tôi quay về lại phòng ngủ. Chân tôi yếu dần, tựa một cánh tay lên tường, tôi lê toàn thân vào phòng cầu nguyện riêng. Dưới chân thập giá, tôi quì gối với những giọt lệ nhoè cả đôi mắt. Nỗi buồn phiền này thật quá sức chịu đựng đối với bất cứ người mẹ nào. Hai tay ôm lấy đầu, tôi la lớn tiếng trong nỗi đau cùng cực của mình. Tôi khóc lớn tiếng, cảm thấy nặng nề trong khi hít lấy không khí vào lồng ngực.

Nhiều phút trôi qua, trong sự tĩnh lặng của nỗi sầu khổ, một giai điệu bắt đầu vang lên trong tâm trí tôi. Khúc nhạc êm dịu ngọt ngào từ một thánh ca:

> Khi tôi được bình tịnh dường sông chảy theo dòng đời,
> Hoặc lắm thống bi như ba đào sôi; Hoàn cảnh dẫu ra sao,
> Christ khuyên cứ nói sắt đinh: Linh hồn hỡi, ta yên ninh,
> thật yên ninh.[1]

Tôi rút lấy khăn mặt xuống khỏi móc rồi lau nước mắt. Tôi nghĩ tới Thi Thiên 56:8: "Chúa đếm từng bước lưu lạc của con; xin Chúa đựng nước mắt con trong ve của Chúa."[2] Đức Chúa Trời hiểu niềm đau của

---

[1]Horatio Spafford, "It Is Well with My Soul," 1873, public domain.
[2]Thi Thiên 56:8

tôi và cảm nhận nỗi sầu khổ của tôi. Tôi không cô độc một mình.

Linh hồn hỡi, ta yên ninh, thật yên ninh.

24

Hy Vọng Và Một Tương Lai

Christopher, ngày 28 tháng 1 năm 1999

"Số đăng ký bao nhiêu?"

"49311-019," tôi nói với viên chức R&D khi đang đứng trước mặt ông ta trong tình trạng hoàn toàn trần trụi. Tôi hiện đang trải qua lần khám xét thứ hai trong sáng nay—một lần trước khi rời Trại Giam Atlanta City và bây giờ là tại trại cải tạo đầy tai tiếng của Hoa Kỳ ở Atlanta. Hai tiếng đồng hồ trôi qua kể từ khi chúng tôi tới R&D Department—Bộ phận tiếp nhận và phóng thích—và chúng tôi hiện đang làm thủ tục. Hối hả và chờ đợi. Chẳng có gì mới.

Chuyện tôi không được khỏe chẳng giúp ích gì—ai mà quan tâm chuyện đó. Các viên chức cải tạo mặc đồng phục và áo ấm. Tôi không rõ mình bị lạnh hay cảm cúm, nhưng dù sao thì tôi đang bị sốt và nhức đầu. Tôi mong được nằm xuống nghỉ. Nhưng khi nào mới được đây?

Lính canh nói: "Luồn các ngón tay qua tóc. Há miệng rồi lè lưỡi qua trái... qua phải." Sau khi nhìn vào miệng tôi, viên chức nhìn vào lỗ mũi tôi để khám hốc mũi. Tôi nhắm mắt, biết rõ là để tránh phải tiếp xúc bằng mắt với nhóm lính canh.

Tôi chỉ mong được mặc đồ vào người. Đứng đây với cơ thể trần trụi giữa tháng Một thì ai cũng phải khó chịu, ngay cả người hoàn toàn khỏe mạnh. Nhưng hôm nay những cơn sốt ớn lạnh khiến cho sự việc càng khó chịu đựng nổi đối với tôi.

"Bây giờ quay đầu, cho chúng tôi xem phía sau và bên trong lỗ tai anh. Giơ tay ra phía trước rồi ngửa bàn tay lên, úp xuống... Giơ thẳng cánh tay lên," lính canh nói, trong khi nhìn vào hai nách của tôi. Sau cùng, và đây mới là phần lúng túng nhất: "Bây giờ đưa bộ phận sinh dục ra. Quay lại rồi giơ chân lên. Được rồi, giờ thì cúi xuống và đưa mông ra." Không có điều gì nhục nhã hơn việc này. Nhưng trong bảy tuần bị tống giam vừa qua, và sau khi chịu đựng vô số lần khám xét trần truồng, tôi đã học nuốt trôi mọi kiêu hãnh. Còn sự lựa chọn nào khác đâu!

USP Atlanta là nhà tù có hệ thống an ninh thật cao dành cho nam giới và còn là nơi lưu nhiệm tạm thời đối với những người bị giam giữ như tôi, những người đang trên đường vào tù để bắt đầu thời gian ngồi tù. Điều khiến cho UPS Atlanta nổi tiếng chính là ở chỗ đó là nơi giam giữ hai mươi ba tiếng mỗi ngày. Có nghĩa là bị giam trong xà-lim hai mươi ba tiếng mỗi ngày và chỉ được cho ra ngoài một tiếng để tắm rửa, gọi điện thoại, giặt đồ, hoặc tập thể dục trong sân bóng rổ bít bùng. Tại trại giam của Atlanta City, chúng tôi không được phép ra khỏi khu xà-lim, nhưng trong ngày được phép rời xà-lim của mình để xem ti-vi, chơi bài, ăn chung với các bạn tù khác, tập hoặc chỉ để giãn gân cốt.

"Cỡ nào?" một lính canh hỏi khi tôi đi lấy áo quần tù. Mỗi lần tù nhân đi tới một nơi mới, lại nhận được một bộ y phục mới. Chúng tôi không được phép mang theo thứ gì—không áo quần, giấy tờ hoặc sách báo.

Tôi nói: "Cỡ lớn". Điều tôi học được là, ưu tiên hàng đầu của tù nhân không phải là kích cỡ phù hợp hoặc áo quần có đẹp hay không. Ưu tiên hàng đầu là thoải mái. Tôi với lấy một đôi bao tay và vớ ngắn rồi mang vào, trước khi chớp lấy áo sơ-mi cùng quần ka-ki được ủi thẳng. Mặc đồ vào, cuối cùng tôi cảm thấy mình trở lại hoàn toàn là con người—và không còn mặc bộ áo bơi màu cam chói lói nữa.

Tôi hỏi xin lính canh miếng khăn giấy để hỉ mũi. Tôi xoa màng tang, tìm cách xoa dịu cơn nhức đầu. Qua được mùa cảm cúm trong tù luôn luôn là một thách thức. Nếu một bạn tù bị ốm, thường là nguyên khu xà-lim đều bị lây. Và đối với người có hệ thống miễn dịch yếu, thì cảm cúm có thể là mối đe dọa nghiêm trọng. Theo lời một bác sĩ trong tù, thì đối với người dương tính với HIV, đó còn có thể là vấn đề sống chết nữa. Tôi không muốn mình bị sưng phổi.

Sau khi vớ lấy áo gối, tấm trải giường, mền bông, khăn tắm, bàn chải răng và xà phòng, chúng tôi được đưa về khu xà-lim riêng. Khu này rộng lớn hơn các khu xà-lim ở trại giam của Atlanta City. Nơi này gồm một hành lang dài, rộng, không có khu chung—chỉ toàn xà-lim.

Người lính canh quát tháo bảo chúng tôi đi theo. Anh ta bước tới một xà-lim, mở khóa, rồi gọi một tên trong danh sách của mình. Sau khi khóa xà-lim lại, anh gọi tên tiếp theo.

"Yuan!"

"Dạ có," tôi đáp lại kèm theo tiếng ho và đằng hắng để thông cái cổ họng lúc này bắt đầu đau. Tôi lê bước trong đôi giày vải do nhà nước cung cấp.

"Số đăng ký."

Tôi đáp: "49311-019".

Tôi bước vào xà-lim rồi đặt giấy tờ lẫn khăn tắm lên kệ sắt, trong khi cánh cửa đóng sầm lại sau lưng tôi. Tôi vui vì không có ai khác trong xà-lim. Tôi ngồi sụm xuống giường. Tôi nghĩ: *Cũng vẫn là thứ chiếu bọc nhựa. Nhưng ít ra tôi có thể ngả lưng.* Tôi không còn đủ sức để dọn giường, cho nên cứ nằm vật ra, đầu nhức như búa.

————

Khi đợi phán quyết bản án dành cho mình vào tháng trước, tôi đã nghĩ mình sẽ thoát nạn bằng một bản án nhẹ—nhất là do tình trạng HIV của mình. Nhưng bên nguyên đơn, tức Luật sư Phụ thẩm Hoa Kỳ là Chelsea O'Brien, nhắc vị thẩm phán đừng quên cáo trạng của tôi: tương đương 9.1 tấn cần sa. Với quá nhiều loại ma túy bất hợp pháp như thế đã lưu thông, thì cần sa được dùng làm mẫu số chung cho việc hướng dẫn xử án trong liên bang. Và 9,1 tấn là số lượng đã tịch thu từ căn hộ của tôi, cộng thêm bằng chứng phân phối sỉ thuốc. Tôi đang đối diện mức án tối thiểu mười năm tù cho đến mức tối đa là chung thân.

Tôi đang ngồi ở bục làm chứng lúc nghe đọc bản án với những con số đó. *Từ mười năm tới chung thân ư?* Tôi đã nhìn khắp phòng xử án—trống trơn ngoại trừ anh bạn Jack với ba mẹ tôi. *Đây là cách mọi chuyện kết thúc,* tôi nghĩ. Nhóm bạn đông đảo của tôi đâu mất hết rồi? Những người tôi nghĩ mình có thể nhờ cậy được nay đâu cả rồi?

Khi đứng nghe bản án, tôi cảm thấy nhức đầu. "Đây là phán quyết của tòa án: Bị cáo Christopher Yuan sẽ bị giam giữ trong thời hạn bảy mươi hai tháng, bởi đó bị quản chế bởi Cục Nhà Tù. Bản án còn yêu cầu..."

Tôi nghĩ, *Bảy mươi hai tháng. Đó là sáu năm. Trọn sáu năm của đời tôi. Liệu tôi có sống sót sau sáu năm ấy không?*

———

Thế là tôi ở đó, giam mình trong xà-lim nhỏ bé của nhà tù với an ninh nghiêm ngặt ở Atlanta. Tôi nhìn khối sắt trên đầu mình, chi chít kiểu chữ graffiti, những biểu tượng băng đảng, cùng nhiều lời lẽ tục tĩu. Lâu nay tôi trông chờ điều gì? Sáu năm quan trọng của đời tôi bị tước đoạt khỏi tay mình. Chẳng ai lập kế hoạch cho đời mình theo kiểu này cả—bị xã hội khước từ, chẳng có tương lai để hướng tới. Phải chăng đây chính là phần còn lại của đời tôi sao? Ngồi trong xà-lim vốn là tài sản của chính phủ liên bang và chỉ còn là một con số, số tù, thôi ư?

Tôi lướt nhanh những hình vẽ cùng chữ viết trên tấm bảng kim loại rỉ sét bên trên, và mắt tôi hướng tới góc ở đằng xa. Lời lẽ thì dễ hiểu, còn chữ viết thì nguệch ngoạc vội vàng. Trông thật lộn xộn, nhưng tôi có thể đọc ra: *Nếu bạn chán nản, hãy đọc Giê-rê-mi 29:11.*

Tôi nhìn quanh phòng. Chẳng có gì ngoài một chiếc bàn nhỏ để làm việc với một chiếc ghế dính chặt vào tường. Không có Kinh thánh. Mặt bên kia phòng là bàn cầu bằng kim loại với bồn nước. Không có Kinh thánh. Kế bên là chiếc tủ có ngăn nhỏ, rỉ sét với hộp xà phòng và một xấp lá bài bên trên. Tôi thu hết can đảm để ngồi thẳng lên rồi bước tới ổ khóa. Sau khi mở khóa, tôi lục chung quanh và tìm thấy nhiều hộp đựng ngũ cốc trống trơn, một xấp giấy, hai chén xốp và một nắm khăn ăn. Sau đó tay tôi chạm vào một vật gì cứng cứng phía sau. Tôi có cảm giác như góc của một cuốn sách. Tôi lôi nó ra—đó là cuốn Kinh thánh.

Tôi nhanh tay lật ra Giê-rê-mi 29:11 rồi đọc: Đức Giê-hô-va phán "Vì chính Ta biết chương trình mà Ta hoạch định cho các con, đó là chương trình bình an, chớ không phải tai họa, để ban cho các con một tương lai và một hy vọng."

Hy vọng. Một tương lai. Những điều hiện tại tôi không có. Bước ra khỏi phòng làm việc của cô y tá và sau khi nghe bản án trên, tôi hoàn toàn vô vọng. Tôi không có tương lai. Tôi từng cố gắng kiếm cho mình một tương lai ở Louisville và ở Atlanta. Tôi đã tự tìm kiếm kế hoạch riêng, lối đi riêng—và tất cả những gì tôi đạt được là bị bắt giữ, tống giam và bản án sáu năm tù. Tôi thích được thịnh vượng, được yêu mến và có tương lai.

Tôi đọc tiếp:

"Bấy giờ các con sẽ kêu cầu Ta, chạy đến cầu khẩn Ta, và Ta sẽ nhậm lời các con. Các con sẽ tìm Ta và gặp được khi các con tìm kiếm Ta hết lòng. Đức Giê-hô-va phán: Ta sẽ cho các con gặp được Ta và sẽ đem các con về từ chốn lưu đày. Ta sẽ tập hợp các con lại từ mọi nước và mọi nơi mà Ta đã đuổi các con đến. Ta sẽ đem các con về nơi mà từ đó Ta đã lưu đày các con." (Giê-rê-mi 29:12-14)

Ý nghĩ rằng Đức Chúa Trời có thể phục hồi tôi và đem tôi về từ cảnh lưu đày dội vang tận tâm linh tôi. Ở thời điểm này, cả thế giới sẽ hân hoan muốn tôi bị giam hãm mãi mãi. Thế nhưng Đức Chúa Trời nói một điều hoàn toàn ngược lại. Ngài muốn là một phần trong cuộc đời tôi—bất chấp con người tôi có ra sao và tôi đã làm điều gì. Ngài không xem tôi như một tội phạm. Ngài không xem tôi như một ác nhân. Ngài không xem tôi như một con số. Ngược lại, Ngài nhìn thấy tôi—và Ngài thấy hy vọng.

Suốt phần còn lại của đời mình, tôi sẽ sống với tội nghiêm trọng này trong lý lịch của mình—giống như một vết nhơ muôn đời đóng ấn linh hồn tôi. Nhưng với Đức Chúa Trời, dường như tôi chẳng có lý lịch nào; tôi chẳng có nợ nào phải trả; tôi không có quá khứ hổ thẹn. Tôi muốn được như vậy. Viễn cảnh hy vọng và tương lai dường như làm rực sáng chốn xà-lim u tối của tôi và cải thiện ban mai ảm đạm của tôi. Có lẽ tôi thực sự đã có một điều gì đó để hướng tới.

———

Đó là chiều ngày 1 tháng 3 năm 1999. Máy bay đáp xuống nơi mà theo tôi nghĩ—và hy vọng-là phi trường ở Lexington, Kentucky. Vì lý do an ninh, nhóm lính canh và quan chức không hề cho chúng tôi biết mình đang đi đâu. Nhưng tôi nghĩ nơi đến sau cùng là Trung Tâm Y Khoa Liên Bang ở Lexington.

Tôi đã trải qua ba tuần rưỡi mệt nhoài ở USP Atlanta—hơn bất kỳ ai từng phải chịu đựng. Bởi thế, tôi rất vui khi thoát khỏi Atlanta và trước tiên bay tới Trung Tâm Chuyển Giao Liên Bang (Federal Transfer Center=FTC) ở Oklahoma City trên máy bay của Hệ Thống Chuyên Chở Tù Nhân—gọi là Con Air. FTC ở Oklahoma City là nơi lưu nhiệm tại bờ tây của Sân Bay Quốc Tế Will Rogers. Nơi này được dùng để chuyển tù nhân xuyên khắp nước. Không lớn, nhưng không phải là nơi giam suốt hai mươi ba tiếng giống như USP Atlanta. Dù sao, sau một tuần ấy tôi vẫn vui vì được thoát khỏi nơi đó để chuyển tới "nhà lớn" là nơi tôi có thể bắt đầu thời gian của mình.

Tôi đoán lúc ấy đã xế chiều rồi, và tôi quá đuối sức. Chúng tôi thức dậy từ sáng sớm. Lính canh tại FTC Oklahoma City đã đập cửa phòng chúng tôi khoảng 4:00 giờ sáng và nói chúng tôi có 15 phút để chuẩn bị. Sau gần bốn tiếng làm giấy tờ và lê bước từ xà-lim này sang xà-lim kia, khoảng một trăm người chúng tôi bị lột hết áo quần, nhận y phục khác và bị xiềng lại. Toàn bộ sự việc được thực hiện theo tiến trình dây chuyền.

Chúng tôi đứng theo hàng một. Trước hết, dây xích quấn vòng thắt lưng chúng tôi. Sau đó chúng tôi bị xiềng tay và dây xích luồn xuyên còng. Sau hết, chúng tôi đứng trên sàn gỗ để lính canh dễ vòng dây còng quanh mắt cá chân chúng tôi. Âm thanh của một trăm bạn tù di chuyển dọc hành lang, theo hàng một, kéo lê dây xích, chắc chắn đánh thức bất cứ ai còn lơ mơ làng màng vì mới thức dậy.

———

Chúng tôi bay tới ba phi trường khác, nhưng tôi không thể nhận ra đó là những phi trường nào, thậm chí là mình đang ở tiểu bang nào. Chúng tôi phải chờ trong phi cơ vì nó dừng ở phi đạo khoảng một giờ mỗi lần hạ cánh. Một chiếc xe buýt sẽ chạy ra để đón hoặc thả tù nhân. Có khoảng một chục cảnh sát trưởng Hoa Kỳ trên máy bay này, vài người cầm súng săn trên tay. Tôi nhìn ra ngoài trong lúc họ đi vòng quanh máy bay và chuẩn bị từng cuộc trao đổi tù nhân.

Vào giờ ăn trưa, các cảnh sát trưởng phát những bịch cơm trưa. Tôi thấy đói, nhưng cũng biết thận trọng với thức ăn trong lúc di chuyển.

Tôi không muốn gặp vấn đề về tiêu hóa trong khi bị còng trên chiếc Con Air—nhất là vì khi tôi muốn đi thì cửa phòng vệ sinh luôn mở cửa trong khi đó viên cảnh sát trưởng sẽ luôn theo dõi bạn.

Chúng tôi cố gắng ăn trưa, nhưng do bị còng tay, chúng tôi phải cúi tới trước, ngực ép sát đùi, hạ thấp miệng sát miếng thịt hun khói hoặc bánh mì kẹp trứng xà lách. Trông thật vụng về, vài anh chàng còn làm đổ thức uống lên đùi. Tôi quyết định bỏ luôn nước uống—thà khát còn hơn suốt ngày ngồi trên xe với cái quần sũng nước—và sau đó là nhớp nháp.

Khoảng nửa tiếng sau, chúng tôi đáp xuống, cuối cùng một chiếc xe buýt chạy đến. Tôi nhìn ra cửa sổ, theo dõi lính canh dẫn bạn tù ra khỏi máy bay của chúng tôi. Một viên cảnh sát trưởng đứng gọi tên các tù nhân đi ra khỏi chuyến bay. Khi ông ta gọi tên xong, khoảng hai mươi người trong số chúng tôi đi ra theo cửa sau. Tôi thận trọng bước đi và cố gắng không dẫm lên dây xích mắt cá chân hoặc dán mặt vào khu vực đá dăm trộn bê-tông bên dưới trong lúc rời khỏi máy bay.

Chiếc Boeing 727 màu trắng, không có đặc điểm gì nổi bật và đơn giản—nhưng đáng ngờ. Máy bay lù lù xuất hiện trên đầu chúng tôi với động cơ chát chúa. Các cảnh sát trưởng xác nhận nhân thân chúng tôi rồi vỗ vai lần cuối—chỉ nhằm lấy cảm tình. Chúng tôi lên chiếc xe buýt, và tôi bắt đầu nhìn xem mình đang đi tới đâu.

Ngay khi nghe lính canh lên tiếng, thì biết ngay là họ nói giọng Kentucky. Và khi chúng tôi tới xa lộ, thì bảng chỉ đường ghi *Lexington* cùng những tấm biển số Kentucky chung quanh khẳng định tôi đã về lại Bluegrass State. Không một bạn tù nào bỏ sót phong cảnh chúng tôi đi qua. Tôi ép sát đầu mình vào tấm lưới kim loại màu đen che các cửa sổ và nhìn ra bên ngoài. Tôi cố gắng thu nhận càng nhiều càng tốt cảnh những con đường, nhà cửa, xa lộ, cùng ruộng đồng trước khi mọi thứ lại khuất khỏi tầm mắt.

Hai mươi phút sau, lúc mặt trời xuống thấp trên bầu trời mùa đông, xe buýt chúng tôi chạy vào con đường dẫn vào Trung Tâm Y Khoa Liên Bang ở Lexington. Giống như hầu hết nhà tù, trung tâm này nằm ở vùng quê. Xe buýt chúng tôi chạy xuyên ruộng đồng bao la lẫn núi đồi trùng điệp. Trước đây tôi đã quên đi cảnh đẹp của vùng quê, ngay cả trong mùa đông chết chóc.

Lúc chúng tôi tới nơi, đồng hồ chỉ 4:35 chiều. Phần tiếp nhận chúng tôi chiếm hết cả buổi chiều, nên chúng tôi được phát bữa tối đựng trong hộp xốp. Chúng tôi làm mọi thủ tục R&D thông thường, nhưng vì đây là trạm dừng cuối, cho nên phải ghi nhiều thứ giấy tờ và phát áo quần tù. Sau bốn tiếng đồng hồ, cuối cùng chúng tôi được miễn thủ tục R&D và đưa vào phòng.

Các tòa nhà cũ kỹ giống như thuộc thập niên 1920. FMC Lexington vốn được gọi là Nông Trại Ma Túy Hoa Kỳ cho dân nghiện ma túy. Khu phức hợp khổng lồ đó chiếm trên một ngàn mẫu đất. Nó có xà-lim rộng 1,8m đến 8m hoặc một khu xà-lim khóa kín. Các tòa nhà là những cấu trúc bê-tông rêu phong tăm tối. Vài cây mọc trong khuôn viên có nhiều tòa nhà vây quanh.

Sáu người chúng tôi được chỉ định vào Đơn Vị Bluegrass. Đó là toà nhà cao ba tầng, dạng chữ U vuông—hai hành lang dài nối với nhau bằng một hành lang ngắn. Không có xà-lim, chỉ toàn là phòng, còn cửa phòng thì không có ổ khóa. Rất giống các phòng ký túc xá hồi xưa.

Một lính canh đưa sáu người chúng tôi tới một chỗ trông giống nhà kho. Bên trong có ba giường chồng lên nhau với sáu tủ khóa cao bằng kim loại. Không có cửa, cho nên chúng tôi dùng tấm vải giăng ngang khoảng trống. Hành lang trống trơn; phần lớn bạn tù đều ở ngoài sân chơi. Đã trễ, nhưng sân vẫn mở cho tới 9 giờ 45 phút tối mới đóng để chuẩn bị điểm danh toàn bộ tù nhân lúc 10:00 giờ đêm.

Năm lần điểm danh chính thức mỗi ngày trong tuần—sáu lần điểm danh vào cuối tuần—là cách nhằm bảo đảm tinh thần trách nhiệm của toàn thể tù nhân. Mỗi tù nhân phải có mặt tại vị trí chỉ định cho đơn vị của mình mỗi lần điểm danh. Các cửa dọc hành lang đều khóa lại suốt thời gian điểm danh, và chúng tôi phải ở trong phòng cho tới khi điểm danh xong.

Tôi liếc nhìn đồng hồ 8 giờ 46 tối. Tôi vẫn còn một giờ để ra sân, nhưng phải chờ tới 8 giờ 50 mới bắt đầu giờ di chuyển có kiểm soát.

Di chuyển có kiểm soát là thời gian cho phép tù nhân di chuyển từ khu này của khuôn viên nhà tù tới khu khác—dù đó là sân, nhà ăn, thư viện, cửa hàng bán đồ chơi thủ công, phòng khám bệnh, hay thậm chí nhà nguyện. Bắt đầu lúc 10:00 giờ và kết thúc gần 11:00 giờ. Chúng tôi được giải thích trong R&D là khi hết giờ di chuyển có kiểm soát, thì mọi cửa đều khóa, và ai còn ở ngoài thì bị kiểm điểm—tức là phải viết một bài tường trình sự việc—hoặc tệ hại hơn, là bị nhốt một mình vài hôm trong "hang", loại Phòng Biệt Giam. Tôi chờ lính gác mở cửa, rồi đi theo các bạn tù khác, những người có vẻ đang tiến về phía sân.

Chỉ cần được đi ngang qua một loạt cửa—không bị còng tay, xiềng chân, không bị lính canh dẫn độ đã thật quá thoải mái. Hóa ra sân không quá xa. Tôi đi qua một hành lang nhỏ, tối om hướng về sân chơi và những gì tôi nhìn thấy khiến tôi kinh ngạc.

So với các sân bóng rổ của USP Atlanta thì sân giải trí ở đây là cả một trời tự do rộng mở. Tôi cảm thấy mình giống như đứa trẻ vừa được bước vào Thế Giới Disney. Khí trời đêm tháng Ba thật khô và lạnh, nhưng tôi không quan tâm. Toàn bộ không khí tôi hít thở suốt ba tháng qua chỉ là thứ khí tái chế, nhàm chán. Ở đây thì quá tuyệt! Bầu trời trong vắt, mặt trăng tròn hiện rõ cuối chân trời. Dường như có cả muôn ngàn vì sao chen chúc nhau trên bầu trời. Tôi có thể nằm dưới đất đếm sao suốt đêm cũng được. Quá nhiều không tài nào đếm hết được. Tôi cảm thấy muốn khóc.

Một trong những bạn tù cùng bay tới đây với tôi nói: "Ê, mày, mình cùng đi bộ quanh khu này đi." Anh kéo cánh tay tôi, giật mạnh lôi tôi về với thực tại.

Chúng tôi cùng đi bộ theo lối mòn, trước hết là đi quanh sân bóng chày, sau đó qua sân bóng đá có rào quanh. Cách xa xa khoảng vài trăm bộ là trại tù nữ. Hai nơi này được ngăn cách bởi hai hàng rào dây kẽm gai bao quanh sân và phần còn lại của khu nhà tù nam. Chúng tôi đi bộ qua khỏi sân quần vợt và vài sân chơi bóng ném, rồi cuối cùng là hai sân chơi bóng rổ. Mọi người đều chơi vui vẻ và hành xử như thể họ đang vui hưởng cuộc sống. Thật là cảnh khó tin. Nhưng điều khó tin hơn nữa chính là việc tôi chẳng thấy có lính gác nào cả, trừ một người canh cửa.

Khi chúng tôi đi hết một phần ba vòng, tôi nói với mấy anh chàng cùng đi là tôi sẽ tới đống tạ ngay giữa sân. Đống tạ nằm ngay giữa sân lại có rào cao tới ba mét bao quanh thì chẳng có gì là hấp dẫn cả. Những quả tạ, đĩa tập, băng ghế, rào chắn cùng một số tạ trên thanh luyện tập vung vãi trên những tấm chiếu nhựa rách che sàn sân tập. Loại trang thiết bị này hẳn đã qua nhiều thập niên rồi. Sắt đã rỉ sét, rạn nứt và sứt mẻ cả. Các thanh ngang thì đã cong, còn ghế ngồi thì lung lay. Hiếm có ghế ngồi nào còn nệm, gỗ bị phơi trơ trọi, bể nát. Thiết bị có vẻ như đã bị hư nát rồi được tù nhân tìm cách sửa chữa—có thể là vì nhà tù không thay thiết bị mới. Quả tạ trong một số thanh tạ được hàn lại do các móc cài bị gãy.

Đây không phải là phòng tập tư, nhưng chắc chắn là hơn mấy cái thùng sữa nhét đầy những sách và chổi với những bịch nước cột chặt hai đầu. Tôi thấy có chiếc ghế trống nên nằm xuống nhìn lên bầu trời— vẫn còn kinh ngạc vì vẻ đẹp bên trên. Lúc tôi thở ra, hơi sương từ miệng tôi từ từ hòa nhập vào bầu trời đêm. Tôi đặt tay lên thanh tạ giá lạnh rồi từ từ nhấc nó ra khỏi giá gác. Đã khá lâu rồi tôi mới được chạm vào vật nặng. Tôi hạ thấp thanh ngang, rồi tập cho tới lúc thấm mệt. Tôi nằm đó, im lặng nhìn lên bầu trời và lắng nghe âm thanh trong sân, những âm thanh thật hay từ mọi người.

Tôi nghĩ, *có lẽ ở đây vẫn có hy vọng. Có lẽ tôi vẫn còn tương lai.*

Tôi nán lại đó thêm một lát—và mỉm cười. *Vâng, chỉ là có lẽ thôi.* Tôi đặt lại tay lên thanh tập; hít vào thật sâu hơi thở tươi mát từ không khí Kentucky; rồi bắt đầu một loạt động tác mới.

25

Tia Hy Vọng

Angela, ngày 14 tháng 3 năm 1999

Một sáng Chúa Nhật mùa xuân tươi đẹp ở Kentucky, lúc vợ chồng tôi rời khỏi khách sạn để tới nhà tù thăm Christopher. Cháu đã ở Lexington suốt hai tuần nay và đã ghi tên chúng tôi vào danh sách thăm nuôi. Lái xe ngang qua núi đồi chập chùng cùng những cánh đồng xanh lơ pha lẫn màu lá, lòng chúng tôi ngập tràn cảm xúc. Đây sẽ là lần đầu tiên chúng tôi được thăm Christopher mặt đối mặt, không có tấm kính che chắn hoặc viên chức bên tòa án.

Chuyến đi đưa chúng tôi ra ngoài ranh giới thành phố Lexington để vào vùng đồng quê với cảnh sắc tươi đẹp. Không khí tươi mát và những giọt sương còn đọng lại trên các cánh đồng trĩu nặng sương đêm. Chúng tôi biết sẽ phải điền giấy tờ, phải bước qua các máy dò kim loại, cùng nhiều thủ tục khác tốn nhiều thời gian, cho nên muốn tới đó thật sớm. Giờ thăm nuôi bắt đầu từ 8 giờ 30 sáng Chúa Nhật hôm đó, và chúng tôi lái xe vào trại tù lúc 7 giờ 45 phút.

Chúng tôi ngạc nhiên là chẳng có lính canh kiểm soát khi chúng tôi lái xe ngang qua bờ tường thấp bằng gạch có ghi đó là Trung Tâm Y Khoa Liên Bang ở Lexington. Chồng tôi lái xe thêm nửa dặm xuống con đường dẫn vào bãi đậu xe trống dành cho khách. Một tòa nhà khổng lồ gạch đỏ sừng sững như pháo đài kéo dài chiếm nguyên chiều dài ba bãi đậu xe và sừng sững bốn tầng lầu. Toàn khu được vây quanh bởi hai loạt hàng rào cao mười hai bộ bằng dây kẽm gai bên trên và chen giữa.

Chúng tôi đậu xe rồi đi bộ tới cửa ra vào, lúc ấy chưa mở. Có bảng ghi giờ thăm nuôi và một bàn nhỏ với nhiều loại giấy tờ để điền vào. Chúng tôi bắt đầu điền các mẫu giấy tờ, và không lâu sau đó, nhiều người cũng tới xếp hàng sau lưng chúng tôi. Đúng 8 giờ 30 phút, một lính canh mở cửa. Anh ta cho mười người đầu tiên vào, và bắt đầu tiến trình vào thăm. Lúc này, hàng chục người đang chờ bên ngoài cửa. May mắn là chúng tôi đứng đầu hàng.

Vợ chồng tôi đưa cho lính canh ngồi ở bàn các tờ khai đã điền cùng với thẻ căn cước công dân. Chúng tôi ký vào sổ ghi tên cùng số đăng ký của Christopher: 49311-019. Sau khi xác nhận tên chúng tôi trên danh sách khách thăm nuôi, chúng tôi bước vào một phòng nhỏ, nơi để mọi món đồ cá nhân, bao gồm túi xách, chìa khóa xe và điện thoại cầm tay của tôi vào một hộc. Chúng tôi chỉ được mang theo một bao nhựa trong suốt đựng một cuộn tiền xu cùng chìa khóa hộc chứa vật dụng cá nhân của mình. Sau hết, chúng tôi đứng tựa lưng vào tường trước cánh cửa sắt của lối vào, chờ có đủ người xếp hàng rồi cả nhóm mới được cùng bước qua cánh cửa thăm nuôi.

Vợ chồng tôi nhìn ra sau khi một phụ nữ mặc váy ngắn với áo sát nách ngồi vào bàn. Bà mỉm cười khi trao cho lính canh căn cước công dân cùng các tờ khai đã điền xong.

Lính canh nhìn bà từ trên xuống dưới rồi nói: "Thưa bà, tôi rất tiếc bà không được vào. Bà phải mặc váy dài quá đầu gối mới được."

Bà ấy nói: "Anh nói nghiêm túc đấy chứ?", nụ cười tan biến trên gương mặt. "Mong anh hiểu cho, tôi chẳng còn gì khác để mặc."

"Có một cửa hàng tiết kiệm ngay dưới đường, cách đây khoảng tám cây số."

Môi dưới của người phụ nữ bắt đầu run rẩy. "Anh ơi, anh không biết đâu. Tôi chẳng có xe, tôi chỉ gom đủ tiền đón xe về lại trạm Greyhound. Mong anh xem tôi như trường hợp ngoại lệ giúp."

Người lính canh nhìn dòng người đang xếp hàng. "Xin bà tránh qua dùm cho."

Bà ấy nói: "Nhưng tôi ở tận Mississipi tới đây. Tôi dành dụm mới có đủ tiền. Tôi tận dụng mấy ngày nghỉ phép và năm nay tôi không còn cơ hội nào khác để thăm chồng tôi."

"Thưa bà, tôi thực sự rất tiếc. Nhưng tôi không phải là người đưa ra qui định." Lính canh nói.

Họ nói tới nói lui, rồi một lính canh khác bước tới phụ giúp. Tôi thực sự mong họ cho bà vào. Lòng tôi đồng cảm với bà khi bà bắt đầu khóc.

Nhưng trước khi chứng kiến kết quả sau cùng, thì một lính canh ra dấu cho nhóm chúng tôi đứng tựa lưng sát tường. Chúng tôi xếp hàng đi vào phòng giữa, và một lính canh phía sau tấm kính dày của cửa sổ ấn vào nút để đóng cánh cửa đầu tiên. Khi cánh cửa đầu tiên đóng, thì cánh thứ hai dẫn vào phòng khách mở ra. Chúng tôi xếp hàng đi vào một căn phòng lớn có đủ bàn ghế.

Tôi nhận ra một bàn nhỏ trong góc gần cửa sổ, chồng tôi với tôi cùng đi thẳng tới đó. Chúng tôi ngồi chờ, mắt nhìn chăm chú vào một cánh cửa màu trắng đối diện với căn phòng. Mắt những người thăm nuôi tràn trề hy vọng và không khí háo hức. Tôi nhướng cổ lên, lo lắng tìm bóng dáng con trai chúng tôi.

Khi cánh cửa bắt đầu hé mở thì vợ chồng tôi đã đứng lên. Một bé gái xinh xắn với tóc thắt bím la to: "Mẹ ơi! Ba kìa! Ba kìa!" Cánh cửa mở hẳn rồi vài người đàn ông mặc quần ka-ki cùng áo sơ-mi ka-ki được ủi thẳng thớm bước ra. Một trong số họ có cha của bé gái. Cháu chạy nhanh tới rồi nhảy vào vòng tay cha, hét lớn "Ba ơi! Ba ơi! Ba ơi!"

Những người đàn ông khác bước ra và được chào đón bằng nước mắt lẫn những vòng tay ôm nồng ấm. Trước đây tôi cứ nghĩ tù nhân là những con người xấu xa nhất có thể nghĩ ra: sát nhân, hiếp dâm, trộm cắp, băng đảng... những con quái vật. Nhưng giờ đây, khi chúng tôi chứng kiến cảnh gia đình đoàn tụ, tôi nhận ra rằng những con người này không phải là quái vật. Đứng trước mặt tôi là những người cha, người anh em, người chồng và những người con trong gia đình. Bạn sẽ thấy thật diệu kỳ về những chuyện xảy ra với mình khi những điều không mong đợi giáng xuống trên gia đình bạn.

Cuối cùng thì Christopher cũng xuất hiện. Hàm răng cháu sáng bóng toe toét cười tới mang tai. Cháu nhướng người ra ôm hôn bố cháu và tôi. Hiển nhiên là cháu ăn nhiều và mập ra—trông ra dáng và chững chạc hơn hình ảnh mà tôi từng thấy cháu trong suốt một thời gian dài. Cháu đã tăng 9kg trong vòng bốn tháng. Hiện tại do cháu luyện tập thể thao, ăn một ngày ba bữa và ngủ điều độ, nên cơ thể lấy lại những cơ bắp đã bị đánh mất lúc chơi ma túy. Trông cháu giống như một người hoàn toàn mới.

Chúng tôi ngồi nghe Christopher kể về Lexington và những điều tốt đẹp hơn rất nhiều so với những nơi cháu từng trải qua trước đó. Cháu giải thích rằng những trại giam trước đó là dành cho người chờ kêu án hoặc người mang án nhẹ. Còn các nhà tù như Lexington lại dành cho người lĩnh bản án lâu hơn. Nhà tù có nhiều lợi điểm hơn trại giam, như là có quán cà phê, sân giải trí, nhà nguyện, thư viện, cửa hàng bán đồ thủ công theo sở thích và còn nhiều điều nữa. Sau khi Christopher trải qua nhiều tuần ở Atlanta, nghe như cháu thực sự thích ở đây hơn.

Cháu cũng giải thích rằng mọi người ở đây đều phải có một công việc. Mỗi tù nhân trước tiên phải phục vụ ăn uống trong ba tháng, nhưng vì Christopher bị nhiễm HIV nên cháu được miễn làm chuyện bếp núc. Mặc dù chúng tôi biết khả năng Christopher làm lây nhiễm cho thức ăn là rất ít nếu không nói là không có, nhưng cháu không than phiền, do nhiều bạn của cháu phải có mặt ở nhà bếp trước 5:00 giờ mỗi sáng. Thay vào đó, cháu làm thư ký trong cửa hàng ống nước. Cháu thích được bận rộn và được ra khỏi buồng giam của mình mỗi ngày. Thời khóa biểu hàng ngày giúp thời gian qua nhanh hơn, cháu nói vậy.

Chúng tôi tới các máy bán hàng để chọn bất kỳ món gì Christopher muốn. Dù rằng thức ăn ở đây không lành mạnh lắm, nhưng đa dạng, điều Christopher vốn không có được trong quán tự phục vụ của nhà tù. Chúng tôi có gửi cho Christopher một ít tiền, và cháu đã có thể mua những món từ quầy phục vụ tù nhân. Đối với nhiều bạn tù, đây là món xa xỉ.

Trước khi tới, tôi sợ sẽ không có đủ chuyện nói cho hết chuyến viếng thăm kéo dài sáu tiếng rưỡi. Nhưng có quá nhiều chuyện cần đề cập. Ngoài những câu chuyện Christopher kể cho chúng tôi nghe về Lexington, chúng tôi cũng kể cho cháu về cuộc sống ở nhà và trong văn phòng cùng nhóm nhỏ của chúng tôi trong hội thánh cũng như nhóm học Kinh thánh BSF. Cứ thế, hết ngày lúc nào chúng tôi chẳng hay biết.

Lính canh gọi lớn tiếng thông báo: "Còn ba mươi phút nữa!"

Có điều tôi muốn hỏi Christopher trước lúc ra về. Tôi quay sang phía cháu, không biết nên mở lời thế nào. "Con biết không, mấy năm qua bố và mẹ đã trưởng thành và xét lại mình rất nhiều. Thật không dễ, nhưng bố mẹ nhìn lại những sự việc xảy ra với mẹ từ thời còn bé. Bố và mẹ giải quyết nhiều chuyện trong hôn nhân. Và mẹ cũng nhớ lại rồi đánh giá toàn bộ những năm tháng làm mẹ nữa. Mẹ muốn làm tốt hơn, và cách duy nhất để cải thiện là biết những điểm yếu và lầm lỗi của mình."

Christopher có vẻ hơi ngạc nhiên về điều tôi đang nói. Tôi nói tiếp. "Dù sao, mẹ đã suy nghĩ nhiều và cầu nguyện, và Đức Chúa Trời đã làm sáng tỏ vài điều. Bố cũng đã giúp mẹ nhìn thấy vài điểm mù... nhưng mẹ muốn nhờ con giúp." Tôi nhìn con trai rồi đặt bàn tay mình lên cánh tay con. "Mẹ thực sự muốn biết. Điều gì lẽ ra mẹ đã phải làm để giúp con lớn lên mà mẹ đã không làm được? Làm sao để mẹ thực hiện tốt hơn vai trò làm mẹ?"

Tôi dành thời gian cho những lời đó lắng đọng. Tôi biết điều này vô cùng xa lạ đối với bất kỳ bậc cha mẹ nào là người Hoa, nhưng tôi cảm thấy đây là phần quan trọng trong tiến trình chữa lành. Tôi muốn Christopher thực tế và thành thật đối với tôi.

Cháu suy nghĩ về điều này một hồi rồi đáp: "Khi con lớn lên—và ngay cả những năm khó khăn của con—con ước gì mẹ lắng nghe tiếng lòng của con hơn là lời nói của con."

Vợ chồng tôi ngồi trong im lặng, suy tư về điều Christopher nói. Đó là câu nói mang nhiều ý nghĩa. Là cha mẹ, vợ chồng tôi thường phản ứng thật nhanh. Chúng tôi nghe những lời khó nghe của Christopher hoặc thấy thái độ khiếm nhã của cháu, rồi phản ứng lại mà không cố gắng tìm hiểu điều gì đang thật sự diễn ra bên trong. Đôi lúc con cái chúng ta dùng những ngôn từ hoặc giọng điệu truyền đạt điều hoàn toàn khác với điều chúng đang tranh chiến bên trong—đó có thể là sợ hãi, bất an hoặc đau đớn. Tôi nhận ra đây là bài học lớn cho mình, là điều có thể áp dụng trong mọi mối quan hệ của tôi.

Người lính canh nói lớn: "Còn năm phút nữa hết giờ thăm nuôi."

Đã gần ba giờ rồi. *Thời gian biến đi đâu nhanh thế?*

Trong lúc các gia đình cùng bạn bè chung quanh chúng tôi bắt đầu nói lời tạm biệt, chúng tôi thấy niềm phấn khởi của buổi sáng biến thành nỗi buồn áp đảo. Nhiều người trong số những tù nhân này sẽ không gặp gia đình ít nhất là một năm nữa. Bé gái đang ôm cổ ba sẽ cao thêm vài phân nếu năm sau gặp lại. Lệ lăn dài trên má mẹ của bé trong khi cô ấy gắng sức gỡ những ngón tay của con gái ra khỏi cánh tay ba bé—thật khó biết ai nắm tay ai chặt hơn, người cha hay là cô con gái.

"Vậy là... con sẽ gặp lại bố mẹ ngày 10 tháng 4 phải không?" Christopher hỏi, xác nhận ngày tháng chúng tôi đã ấn định trước đó.

"Dĩ nhiên rồi, Christopher ạ. Bố mẹ sẽ có mặt ở đây."

Chúng tôi hôn nhau và rơi lệ trong khi chào tạm biệt nhau. Nói lời tạm biệt không hề dễ, nhất là khi tôi mới bắt đầu cảm nhận những năm tháng xa cách nhau đã qua. Nhưng biết rằng chúng tôi sẽ lại gặp nhau một tháng sau—chưa tính các cuộc điện thoại—khiến cuộc chia tay dễ dàng hơn nhiều.

Tôi vẫn thắc mắc Christopher đang ở đâu về mặt thuộc linh, cháu đang ở đâu trong mối quan hệ với Đấng Christ, đang ở đâu trong việc tận hiến mọi sự cho Đức Chúa Trời—kể cả khía cạnh tình dục của cháu. Chồng tôi và tôi có thể nhìn thấy những thay đổi bên ngoài, nhưng còn tiến triển bên trong thì sao?

Tôi vui vì Christopher không còn chơi ma túy và mối quan hệ với chúng tôi gần gũi hơn nhiều. Nhưng tôi có cầu nguyện cụ thể xin Đức Chúa Trời làm bất kỳ điều gì để đem con trai chúng tôi về với Ngài—không phải với chúng tôi, không phải thoát khỏi ma túy, không phải thoát khỏi tình trạng đồng tính... mà là về với Cha.

Ba năm trước, tôi có nói với trưởng khoa nha ở Louisville rằng điều quan trọng không phải là Christopher trở thành nha sĩ, mà quan trọng hơn, ấy là Christopher trở thành môn đồ Đấng Christ. Thậm chí khi nghe tuyên án Christopher, tôi còn đứng trên bục làm chứng và yêu cầu chánh án đừng cho con trai tôi bản án ngắn hạn cũng đừng cho cháu bản án quá dài. Tôi mong chánh án cho Christopher bản án đủ lâu để con trai chúng tôi chịu dâng hiến đời mình cho Đức Chúa Trời.

Và giờ đây, sau khi đã ổn định trong nhà tù Lexington, liệu Christopher có bắt đầu hành trình đó hay không?

Đây là những điều chồng tôi và tôi lo lắng trong nhiều tháng, kể từ khi Christopher mới bị tống giam—và nhất là mấy ngày trước cuộc viếng thăm này. Nhưng chúng tôi quyết định trao hết mọi sự trong tay Cha dấu yêu của mình và thỏa lòng với điều đó.

Trong lúc chúng tôi bước về phía cửa, Christopher quay lại nhìn chúng tôi và nói: "Bố mẹ này! Con sẽ đứng ở cửa sổ lầu ba của đơn vị con, cho nên bố mẹ hãy nhìn lên con khi bố mẹ vào khu đậu xe nhé. Con sẽ vẫy tay."

Lúc tới xe của mình, chúng tôi kiếm tìm giữa những cành cây trơ trọi và liếc nhìn lên trong ánh nắng xế chiều để tìm ra dãy cửa số tầng ba. Cuối cùng anh Leon thấy ai đó vẫy vẫy bên cửa sổ. Anh chỉ cho tôi xem. Một chiếc sơ mi trắng vẫy tay qua lại, rồi vợ chồng tôi vẫy tay đáp lại.

Khi ngồi vào xe và nhìn lại phía sau, chúng tôi thấy chiếc áo sơ mi ấy vẫn tiếp tục vẫy. Chiếc áo ấy cứ vẫy vẫy mãi—giống như lá cờ trắng đầu hàng, giống như tia hy vọng tươi sáng.

26

Cố Gắng Vượt Qua

Christopher, tháng 6 năm 1999

Phải có khoảng năm chục tù nhân tụ tập gần lối ra duy nhất của khu Bluegrass. Vài phút nữa là tới giờ di chuyển có kiểm soát, là lúc chúng tôi được mười phút để di chuyển từ nơi này sang nơi khác. Một bạn lớn tiếng gọi, át tiếng la hét: "Ê, Chris, mày có tham gia ban hát ca đoàn không đó?" Có tin đồn là tôi biết chơi dương cầm. Vì thế đám bạn trong nhà nguyện thuyết phục tôi gia nhập ca đoàn.

Tôi đáp lại: "Không. Đang đi gặp bác sĩ đây. Nhắn giúp với Brian là tôi sẽ không tới nhé?"

Tôi không thích bỏ tập hát với ca đoàn. Đó là một trong những hoạt động nổi bật trong tuần của tôi. Trong số khoảng ba mươi thành viên thì đa số là người Mỹ gốc Phi. Trước đây tôi từng tham gia ca đoàn, nhưng không có ca đoàn nào giống như thế này. Đây là những tài năng thật – những tài năng chưa được mài giũa. Tôi không biết có ai trong số này thực sự được đào tạo hay không, đa số đều không biết đọc nhạc. Nhưng họ lại hát được! Làm thành viên trong nhóm này thực sự là điều rất thú vị.

Nhưng không phải hôm nay. Bác sĩ chuyên về bệnh truyền nhiễm đang có mặt ở đây, cho nên tôi phải tới bệnh viện để kiểm tra và lấy kết quả xét nghiệm máu.

Phòng chờ phía trước tiếp tục đông kín người trong khi chúng tôi chờ đồng hồ điểm 10:00 giờ trước giờ mở cửa. Lính gác ngồi tại bàn ngay giữa phòng chờ, thậm chí còn không rời mắt khỏi tờ báo để nhìn lên. Mặc dù việc di chuyển có kiểm soát được ấn định là đúng 10:00 giờ nhưng thực tế thì nó bắt đầu và kết thúc khi Người Chỉ huy ra lệnh. Khi kim chỉ phút trên đồng hồ chỉ đúng số mười, tôi cảm thấy đám đông càng lấn sát cửa, ai cũng nôn nóng nhào tới trước. Chúng tôi náo núc, hết nhìn đồng hồ tới nhìn lính canh. Cuối cùng thì máy thu và phát vô tuyến xách tay của anh ta bắt đầu hoạt động. Giọng nói the thé vang lên qua máy phóng thanh: "Bắt đầu mười phút di chuyển! Bắt đầu mười phút di chuyển!"

Lính canh đứng lên, thậm chí không thèm nhìn vào đám tù, lần tìm chìa khóa từ xâu chìa khóa khổng lồ, rồi mở khóa cửa. "Di chuyển!" Anh ta hét lớn với giọng ra lệnh, như thể chúng tôi không nghe được vậy. Anh ta mở toang cửa rồi tránh khỏi lối đi trong lúc tù nhân xếp hàng đi nhanh qua cửa—thận trọng bước nhanh tối đa, bởi lẽ không được phép chạy.

Tại các lối đi, tù nhân chen chúc nhau rẽ sang nhiều hướng. Vài người mang theo những túi đựng đồ giặt trống trơn tiến về cửa hàng với những danh sách những thứ cần mua—kem đánh răng, xà phòng, bơ đậu phộng, cá mòi hộp, đĩa nhạc, thậm chí cả radio hoặc cặp ống nghe và dĩ nhiên sản phẩm chủ yếu cho tù nhân: cá thu và mì gói.

Tiến về hướng khác là những tù nhân ôm các túi ngập đồ giặt. Họ là mối ganh tị của đám bị giam, mới một giờ trước còn ở quầy phục vụ tù nhân, thì bây giờ đã được mang hàng hóa về phòng giam. Một chàng trai trẻ vừa đi qua với một bịch cà-rem gói kín bằng nhiều lớp giấy vệ sinh để giữ lạnh được lâu.

Hai anh chàng Tây Ban Nha khiêng một xô nước đá với những lon soda. Họ sẽ bán thức uống có ga ướp lạnh ấy cho mấy anh chàng trong khu giải trí, đổi một lon soda lấy một cặp tem ba mươi ba xu, loại hạng nhất—mỗi con tem giá hai mươi lăm xu tính theo tiền giá chợ đen cho bạn tù. Số nước ấy giá vốn là ba mươi sáu tem, rồi được bán mỗi lon trong số hai mươi bốn lon đó với giá hai con tem. Lời ba đô mỗi lần bán có vẻ không nhiều, nhưng cũng không tệ trong một thế giới mà đồng lương chuẩn cho mỗi giờ làm là mười lăm xu.

Bán soda chỉ là một trong số nhiều cách xoay sở đang diễn ra. Đúng như lời họ nói: "Ai cũng tìm cách xoay sở." Tôi may mắn đủ để kiếm gần ba mươi xu mỗi giờ với công việc dịch vụ-khách hàng tại UNICOR—chương trình đào tạo nghề cho tù nhân. Tôi có được công việc này sau chín mươi ngày làm việc trong cửa hàng. Còn đa số tù nhân kiếm được từ mười hai đến mười bảy xu một giờ thì chỉ vừa đủ để mua nhu yếu

phẩm trong cửa hàng dịch vụ. Đó là xà phòng, dầu gội, bàn chải răng
và kem đánh răng. Nếu cần mua giày chơi quần vợt hoặc áo thun lá với
giá hai mươi hoặc ba mươi đô, thì hầu như không thể nào để dành đủ
tiền mua—trừ khi bạn tìm cách xoay xở.

Trước khi tôi kiếm được việc làm ở UNICOR, bố mẹ tôi có gửi tiền
cho tôi lúc cần, nhưng chắc chắn là tôi thuộc thành phần thiểu số. Gia
đình của đa số tù nhân nam không có khả năng gửi hoặc không muốn
gửi tiền cho họ. Nếu bạn cần thứ gì ngoài nhu yếu phẩm thì bạn phải
tự xoay xở. Một số người lãnh việc giặt ủi—giặt đồ, xếp đồ và ủi đồ với
giá bốn tem thưởng cho một lần. Họ làm việc rất đàng hoàng. Áo sơ-
mi, đồ lót, vớ ngắn, cùng áo thun lá của bạn được xếp ngay ngắn trên
ngăn của bạn theo từng loại. Những người khác thì quét phòng và dọn
giường cho bạn mỗi ngày. Có một anh chàng bán món chả làm bằng
gạo tấm. Món ăn tuyệt ngon—nhất là đối với mấy anh chàng thường
ngày chỉ ăn cho qua bữa. Và dĩ nhiên có những món bất chính, như bán
thức ăn lấy cắp từ nhà bếp hoặc bán rượu lậu hay ma túy. May mắn là
tôi đã tránh xa được ma túy—và thậm chí còn hay hơn nữa, chẳng nhớ
nhung gì thứ đó nữa!

Đi bộ từ khu Bluegrass tới bệnh viện mất chưa đầy mười phút. Điều
gây căng thẳng thực sự chính là máy phát hiện kim loại. Mọi người đi
qua tòa nhà chính đều phải đi qua máy này. Có nghĩa là hầu như lúc
nào cũng có một hàng thật dài người đợi đi qua. Ai đứng xếp hàng mà
không kịp đi qua máy phát hiện kim loại trước giới hạn thời gian đi
qua cho phép thì thật xui xẻo. Bạn sẽ bị khóa trong đó và phải nhận
hình phạt. Vì thế, điều cực kỳ quan trọng là phải sẵn sàng khi tới lượt
mình: tháo giày ống, túi quần phải trống. Bất kỳ ai xếp hàng chậm, sẽ
bị phạt nặng bởi những bạn tù phải chờ đợi.

Tôi đi qua các phòng chờ trên đường tới phòng khám bệnh truyền
nhiễm—còn gọi là ID. Đó là lệ thường "nhanh lên rồi đợi chờ" mỗi
ngày. Chẳng hề có ai thích đi thăm bệnh viện mà hầu hết đều tận dụng
thì giờ ấy tối đa để trò chuyện với các bạn tù khác trong phòng. Trong
phòng khám ID thì không như vậy. Phòng chờ im phăng phắc cách kỳ
lạ, chứng tỏ chẳng ai muốn người khác biết đến mình.

Có khoảng hai chục ghế cho vài bệnh nhân. Tôi ngồi vào một góc trống. Chúng tôi cố tình ngồi càng xa nhau càng tốt, và chẳng ai nhìn ai cả. Cũng chẳng ai trao đổi về tình trạng của mình. Mọi người đều biết lý do những người khác có mặt ở đây: hoặc nhiễm HIV hoặc viêm gan C. Nếu bị HIV, bạn không muốn người khác biết. Tin tức lan truyền thật nhanh theo cách truyền miệng trong tù. Vì vậy, trong phòng chờ, tốt nhất là giả vờ như bạn chẳng quen ai—và hy vọng họ cũng cư xử như vậy với bạn.

Cơ thể của một gã cho thấy chứng loạn dưỡng cơ bắp, một phản ứng phụ của thuốc trị HIV khiến bệnh nhân bị má hóp, lưng gù và bụng phình to. Da của một bạn tù khác thì đổi sang màu nâu vàng của người bệnh do suy nhược gan. Một bạn tù khác chuyển giới nam sang nữ, nổi tiếng trong bệnh xá, ngồi trong góc đối diện tôi đang nhai miếng kẹo cao su nhớp nhép trong miệng. Hai cánh tay cô ta đầy sẹo. Tôi không thể không liếc trộm mấy anh chàng này, tự hỏi nếu nhìn về tương lai bản thân mình—không biết còn bao lâu nữa thì kết cuộc của tôi cũng giống như họ.

Thời gian như kéo dài khi chờ đợi. Tôi không thể tránh né cảm giác giống như đang ở trong một phòng khám vô trùng, được đưa vào tù từ *Bay Trên Tổ Chim Cúc Cu*. Tòa nhà này đã hơn sáu chục năm tuổi, và ngoại trừ vài lớp sơn chồng lên nhau, dường như chẳng có gì được nâng cấp kể từ khi xây cất. Không giống các phòng chờ khác, phòng này không có sách báo để đọc, không có cây cảnh để làm cho góc tường ảm đạm tươi sáng hơn, không có bức ảnh nghệ thuật hoặc tấm áp phích treo tường nào. Đơn giản đó chỉ là phòng chờ, và tôi đã quen với điều đó.

Tôi vẫn chưa được gọi trong lần di chuyển mười phút kế tiếp. Có nghĩa là tôi sẽ còn trong bệnh viện ít nhất là một giờ nữa, và không có gì bảo đảm việc kiểm tra của tôi sẽ kết thúc đúng lúc cho lần di chuyển tiếp theo. *Nhanh lên rồi ngồi chờ.*

Cuối cùng bác sĩ mở cửa, nhìn vào bảng ông đang cầm và đọc "49311-019." Trong những tình huống như vậy, tôi không hối tiếc vì mình là một con số.

Tôi theo ông vào phòng kế bên và ngồi trên bàn khám. Bác sĩ nhìn vào tấm giấy trên bìa kẹp hồ sơ của ông, rồi nhìn tôi, sau nhìn lại bìa kẹp hồ sơ. "Mức độ của anh không nặng lắm," ông nói. "Bạch cầu trong máu anh khá gần với mức bình thường: số lượng CD4 là 708. Tám trăm tới một ngàn hai là bình thường." Ông rất giỏi nhưng không thân thiện lắm.

Bác sĩ nói tiếp: "Còn về tải lượng vi-rút, thì không bao giờ là số không, nhưng không tệ lắm: 6,450." Ông xoa cằm giống như đang suy nghĩ về một vấn đề.

"Nghe này, ừm..."—ông phải nhìn xuống tấm bìa để đọc tên tôi— "...Yuan. Anh khỏe đủ để được chọn dùng thuốc hoặc chờ xem sao."

Tôi nói: "Thật ra, mẹ tôi đang tìm hiểu giùm tôi. Bà có liên hệ với vài chuyên gia HIV và gửi cho họ số liệu của tôi. Nhiều người trong số họ khuyến cáo rằng ở giai đoạn này tôi có thể chờ." Mẹ có cho tôi biết những điều bác sĩ nói với bà ấy là cách đây vài năm thì người ta tự động tiếp tục tiến trình tích cực dùng thuốc như thường lệ, nhưng những loại thuốc đó khá có hại—đôi khi còn hại hơn cả bản thân căn bệnh ấy. Tôi may mắn được lựa chọn.

Bác sĩ gật đầu.

"Vì thế bố mẹ và tôi đã bàn về vấn đề này, và chúng tôi muốn chờ."

Bác sĩ nói: "Vậy là tốt rồi. Nhưng anh phải duy trì được kết quả các xét nghiệm máu như thế này. Mỗi ba tháng. Đừng bỏ qua cuộc hẹn nào với bác sĩ ở đây."

Tôi gật đầu, tự nghĩ: *Mình còn chỗ nào để đi nữa đâu?*

Bác sĩ vẫn mải miết nhìn vào sổ ghi chép. Không nhìn lên, ông nói: "Tôi chắc chắn... um ... tôi chắc chắn là anh biết chuyện này rồi... nhưng um... dù sao tôi cũng cần phải báo trước... vì tôi biết mọi chuyện xảy ra trong nhà tù ở đây." Ông có vẻ hơi khó xử và lúng túng. Sau cùng ông nhìn tôi rồi buột miệng nói: "Không chấp nhận tình dục không an toàn, nhớ không? Và không được dùng chung kim chích."

"Dạ. Tôi hiểu." Tôi nói, cố gắng không cười lớn.

Nơi đây không phải là Phòng Khám Mayo, nhưng ít ra cũng là nơi chăm sóc y khoa. Hơn nữa, đây là những quyết định khá quan trọng, và tôi thật biết ơn mẹ tôi đã vì lo cho tôi mà chịu khó tìm hiểu thật nhiều.

Tôi ra khỏi khu khám bệnh và liếc nhìn đồng hồ trong phòng chờ.

Còn mười phút nữa mới được di chuyển. Tôi ngồi xuống, tránh ánh nhìn từ những bệnh nhân khác, và chờ đợi, hy vọng chúng tôi đang đưa ra lựa chọn đúng.

27

Hầu Tòa Vì Lý Do Chính Đáng?

Angela, ngày 8 tháng 8 năm 1999

"Mẹ à, họ sẽ đưa con đi vào sáng ngày mai. Con đã soạn đủ đồ đạc cả rồi."

Kinh ngạc trước mẩu tin bất ngờ, tôi hỏi: "Cái gì? Nhưng con không muốn chuyển trại tù mà, phải không? Thế con sẽ đi đâu?"

Christopher đáp: "Con không biết. Mẹ biết mà, cai tù chẳng bao giờ nói gì cả. Nhưng chắc chắn là con sẽ về lại Lexington vì họ thu gom hết mọi thứ của con và sẽ không cho mang theo, có nghĩa đây không phải là chuyển trại. Nhưng con có cảm giác mình sẽ tới New York."

"New York hả? Để giúp cho vụ án Kareem Abbas ư? Mới tuần trước con có nói với bố mẹ là không chắc họ sẽ sử dụng con mà."

Đã nhiều tháng trôi qua kể từ lần nói chuyện cuối cùng với luật sư của tôi, cho nên Christopher gạt bỏ hy vọng rằng mức án của cháu sẽ được giảm nhằm đổi lấy sự hợp tác trong vụ xử Abbas. Nhưng cho dù cháu có phải lĩnh án sáu năm hay ngắn hơn, thì điều tôi mong muốn hơn hết vẫn là Christopher hoàn toàn dâng đời mình cho Đấng Christ. Tôi không muốn đặt ra thời hạn cho chuyện đó. Nhưng nghe có vẻ Christopher sẽ được đi New York.

Christopher nói: "Dạ, con biết rồi. Thật khó tin, phải không mẹ? Con nghĩ đó là cách Đức Chúa Trời hành động. Ngài thật sự khôi hài, phải không mẹ?"

Tôi chưa từng nghe Christopher nói về Chúa nhiều đến thế và tự nhiên đến thế. Mỗi khi cháu đề cập đến Đức Chúa Trời, thì nó hầu như đều là một điều rất sốc. Chỉ tám tháng trước, cháu vẫn còn tỏ ra hoàn toàn chống đối và hận thù Đức Chúa Trời và Cơ Đốc giáo. Tám tháng! Thật khó tin.

Christopher nói: "Dù sao, con chỉ muốn cho mẹ biết rằng có thể con sẽ không gọi về cho gia đình trong vài hôm. Con không biết mình sẽ dùng phương tiện nào—rất có thể là ngang qua Oklahoma City. Nhưng con sẽ gọi ngay khi có thể. Con yêu ba mẹ."

Khi gác ống nghe, tôi nghĩ về việc Christopher quan tâm tới Chúa nhiều hơn. Dù sung sướng biết cháu mở lòng cho Ngài, tôi vẫn lo về ý định cháu muốn đi New York. Liệu cháu có làm điều đó chỉ vì nghĩ rằng qua đó cháu sẽ được giảm án không? Một mục sư có nói với tôi rằng một khi Christopher hoàn toàn hướng cuộc đời mình về Đức Chúa Trời, thì cháu sẽ được ra tù ngay. Tôi thì chỉ muốn mục tiêu của Christopher là phấn hưng cá nhân, chứ không phải là án tù ngắn hơn.

Thời gian sẽ trả lời.

28

Kẻ Chỉ Điểm Hay Nhân Chứng Sáng Giá?

Christopher, ngày 12 tháng 8 năm 1999

"Đưa tay phải." Một lính canh lăn các đầu ngón tay tôi trên một tấm gỗ trơn láng đầy mực, rồi chuyển mực đó sang một thẻ có dấu in ngón tay. Anh ta kết thúc bằng cách chụm các ngón tay tôi lại rồi ấn tất cả vào phần cuối tấm thẻ để lấy dấu.

Chuyện này đối với tôi giống như thủ tục cũ rích, vì đã trải qua ở R&D rồi —giấy tờ, khám xét quần áo, bổ sung giấy tờ, phỏng vấn, làm thêm giấy tờ và lấy vân tay. Nhưng ngồi trong khám tù—hay như chúng tôi vẫn gọi là chuồng bò—suốt nhiều giờ ở Trại Giam Metropolitan tại Brooklyn sẽ không bao giờ được ghi vào bảng liệt kê những việc tôi thích làm cả.

Trên đường tới Brooklyn, tôi trải qua hai đêm ở Oklahoma City và một đêm ngắn ngủi tại USP Atlanta khó ưa. Hiện tại thì tôi gần như được xem là tù nhân thâm niên. Cho dù tôi bị tống giam mới chỉ tám tháng, nhưng mấy gã mới vào tù cứ hỏi tôi cuộc sống trong tù ra sao. Tôi không ngại chia sẻ điều sẽ diễn ra, nhưng khi họ bắt đầu hỏi tôi sẽ đi đâu, thì sự việc trở nên hơi phức tạp.

Vấn đề là hai loại người tồi tệ nhất trong hệ thống nhà tù chính là đám chỉ điểm và quấy rối trẻ con. Bất kỳ ai hợp tác với chính phủ đều bị xem là loài chuột và bị khinh bỉ hết mức. Điều tôi lo ngại là chính mình đang bị chuyển tới New York để làm công việc đó—tức là giúp kết án Abbas. Tôi từng nghe những câu chuyện kể về những điều đã xảy ra cho những người cung cấp thông tin và tôi không muốn gánh lấy số phận của họ. Do đó tôi không hề cho ai biết nơi tôi nghĩ là mình đang tới.

Cuối cùng khi chiếc Con Air đáp xuống LaGuargia, tôi biết linh cảm của mình là chính xác. Tôi háo hức về khả năng được ra khỏi tù sớm hơn, nhưng còn lý do tôi có mặt ở New York thì phải giải thích sao đây với các bạn tù khác?

"Nào, đứng lên. Chúng ta đi thôi," tên lính canh hét lớn, trong lúc một nhóm nhỏ các tù nhân ra khỏi chuồng bò với tay bị còng và chân mang xích.

Chúng tôi được đưa vào thang máy dẫn lên tầng thứ năm, sau đó di chuyển tới khu xà-lim phía bắc. Một lính canh gọi cho một lính canh khác bên trong để mở cửa. Trong lúc chúng tôi được lùa qua cửa, tôi nhận ra khu xà-lim này không khác gì trại giam ở Atlanta City. Đây không hề là khu xà-lim—bởi lẽ chẳng có xà-lim nào cả. Đây chỉ là căn phòng khổng lồ, giống như một doanh trại quân đội thật lớn, có khoảng một trăm giường và tủ rải rác hoặc nhiều hơn số đó. Phía bên hông phòng là một dãy cầu tiêu và bệ tắm—tất cả đều lộ thiên. Tôi nghĩ, *phải mất một thời gian mới làm quen được cảnh này.*

Tên lính canh trao cho tôi tấm trải giường với một áo gối, sau đó dẫn tôi tới giường—dĩ nhiên là tầng cao nhất. Người mới thì luôn luôn phải nằm trên cao. Dù vậy, tôi thật vui được thấy tấm nệm lò xo thật— giống như những thứ chúng tôi có ở Lexington. Tôi nhanh chóng dọn giường bởi lẽ tâm trí tôi chỉ nghĩ tới một việc thôi. Ngủ.

Tôi nằm xuống, mệt lả và tính nghỉ ngơi, nhưng lại nghe tiếng người ta ca hát và vỗ tay ở góc sau của khu đất trống. Tôi kéo gối trùm đầu lại. *Không phải bây giờ. Không phải tối nay.* Tiếng hát vang lên càng lớn hơn, và chiếc gối mỏng chẳng át được tiếng ồn bao nhiêu. Tôi quăng gối qua một bên, rồi chống một cùi chỏ nhấc người lên. Lúc lắng nghe chăm chú hơn, tôi nhận ra họ đang hát tiếng Tây Ban Nha. Sao lại có một nhóm người gốc Mỹ La-tinh hát hò vào lúc 8:00 giờ tối như vậy nhỉ?

Hiển nhiên là tôi sẽ không ngủ được chút nào trong quang cảnh lộn xộn đang diễn ra, vì vậy tôi xem thử mấy anh chàng này đang làm gì. Họ đang ở bên trong một phòng học, ở góc thật xa của khu đất. Qua cửa sổ, tôi có thể thấy mấy người bên trong đang vỗ và giơ tay lên cao.

Tôi xuống khỏi giường, đi ngang qua nhà kho, đứng bên cửa nhìn qua khung cửa sổ nhỏ. *Nhà thờ chăng?* Tôi hầu như không hiểu lời họ đang hát, nhưng có người ở bên trong nhìn thấy tôi và ra dấu mời tôi bước vào. Tôi lách mình qua cửa và đứng phía sau.

Mọi người trước mắt tôi đều là người nói tiếng Tây Ban Nha. Có khoảng bốn mươi nam giới, và tôi cảm thấy mình hơi lạc lõng. Tôi tiếp tục lắng nghe các bài hát, thỉnh thoảng nghe ra được vài từ *Dios, Senor*. Họ hát xong, thì một bạn tù phía trước đứng lên nói vài lời bằng tiếng Tây Ban Nha, sau đó ra dấu hướng về tôi.

Anh ấy nói "Chào anh!" Giọng New York của anh không thể nhầm lẫn được. "Chúng tôi rất vui gặp anh ở đây." Mấy người khác nhìn về phía tôi, mỉm cười và gật đầu.

Anh nói tiếp: "Tôi có nghĩ tới việc tổ chức lễ nhóm bằng song ngữ. Vì thế tối nay chúng tôi sẽ bắt đầu chuyển ngữ các giờ nhóm sang tiếng Anh." Anh nói tiếng Tây Ban Nha với cả nhóm, và vài ông bắt đầu vỗ tay rồi lớn tiếng đáp lại "A-mennnn!"

Ông giảng một bài hùng hồn và sau khi kết thúc, ông bước ra tự giới thiệu mình với tôi. Tên của ông là Eddy Mendoza. Eddy cùng với em trai của ông là Herman đều là tù nhân. Họ hướng dẫn các buổi nhóm mỗi tối ở 5 North. Họ đưa tôi tới phòng riêng, ở đó họ có thứ gì đó để cho tôi. Họ bảo tôi rằng hễ khi nào có người mới lần đầu tiên tới đây, thì nhà thờ nhóm các chàng trai này ở 5 North—đều tặng đồ dùng cho người mới tới nhằm giúp họ ổn định: dép dùng trong phòng tắm, bàn chải răng, kem đánh răng và xà phòng. Đó là quà chào mừng. Và đó là lần đầu tiên tôi được đối xử như vậy bởi một nhóm bạn tù khác.

Trong lúc nằm trên giường sau khi tắm xong, tôi nghĩ về hoàn cảnh mới của mình và những người tôi vừa gặp. Chắc chắn tôi không mong ước mình được như vậy. Một môi trường hoàn toàn khác, và tôi thường cảm thấy lo âu khi gặp một bối cảnh xa lạ. Nhưng tôi cảm thấy Eddy và Herman là những người có thể hợp với mình. Có thể mọi việc ở đây không tệ lắm. Và quan trọng hơn, chẳng ai hỏi sao tôi lại ở đây. Tôi hy vọng mọi chuyện sẽ cứ như vậy mãi.

Eddy là người giảng đạo thật nhiệt huyết, bày tỏ đức tin mình qua cách sống, vốn hiển nhiên như tiếng tăm của anh trong buồng giam.

Cả Cơ Đốc nhân lẫn bạn tù ngoại đạo ở 5 North đều ngưỡng mộ và kính trọng anh. Tôi bắt đầu dành nhiều thời gian với Eddy và Herman hơn. Đức tin chân thành cùng lòng thương xót họ dành cho người khác đã khiến tôi chú ý.

Eddy muốn bảo đảm các món đồ để tặng cho người mới luôn đầy đủ, nên số tiền chúng tôi dâng hiến trong các buổi nhóm là dành cho việc mua bàn chải, kem đánh răng, xà phòng và dép trong phòng tắm. Eddy còn là người hay cầu nguyện, khẩn cầu với Chúa suốt nhiều giờ mỗi sáng. Anh có nguyên bảng liệt kê những vấn đề cần cầu nguyện từ nhóm thông công nhỏ bé của chúng tôi, và anh cầu nguyện cho các vụ kiện tụng của chúng tôi, cho gia đình, cho các chàng trai khác trong buồng giam kế cận chúng tôi.

Một tối tháng Mười, lúc tôi đang đứng kế bên giường đôi của Eddy sau khi cả hai chúng tôi vừa cầu nguyện xong. Anh quay sang tôi nhưng ngập ngừng như thể đang cố tìm từ ngữ chính xác để nói.

Anh nói: "Chris à, tôi hỏi điều này được không?"

Tôi hơi sợ điều anh sắp hỏi. Cho tới nay, chưa ai hỏi tôi lý do tôi tới New York. Cố gắng che giấu lo lắng của mình, tôi đáp: "Được chứ, chuyện gì vậy?"

"Có bao giờ anh nghĩ tới việc làm người giảng đạo hoặc làm mục sư không?"

Đó là câu hỏi kỳ lạ. Tôi hỏi: "Người giảng đạo hay mục sư hả?"

"Ừ, anh chỉ mới tới đây hai tháng, và tôi từng chứng kiến nhiều người đến rồi đi khỏi nơi này. Nhưng tôi có cảm giác —không chỉ là cảm giác—một ngày nào đó anh sẽ làm mục sư."

Tôi cười lớn. "Tôi à? Làm mục sư hả? Ừm... Tôi không nghĩ như vậy."

"Không, thật đấy, tôi nói nghiêm túc mà. Tôi tin rằng một ngày nào đó anh sẽ làm mục sư." Eddy nói với ý nhấn mạnh thêm.

Tôi tiếp tục tủm tỉm cười—kiểu cười gượng khi bạn không biết phải nói gì.

Anh nói: "Tôi nói thật đấy. Thực ra, tôi muốn mời anh giảng tuần này. Hãy giảng một sứ điệp từ Lời Chúa cho anh em đi."

"Giảng hả? Tuần này sao?" Tôi nhìn Eddy, còn anh thì không cười. "Anh thực sự nói nghiêm túc đấy chứ?"

Eddy nói: "Đúng, nghiêm túc mà! Được không?"

Hẳn là Eddy bị khùng rồi. Có lẽ kiêng ăn cầu nguyện suốt nhiều giờ khiến anh bị loạn trí. Tôi nói: "Để tôi cầu nguyện cho việc này đã." Đó là cách tôi lịch sự khước từ.

Tôi không thực tâm muốn giảng, cũng không nghiêm túc nghĩ mình làm mục sư. Nhưng tối hôm ấy tôi không ngủ được. Trong lúc trằn trọc, tôi nghĩ tới điều Eddy nói. Tôi không thể là người giảng đạo được, nhưng tôi có thể chia sẻ ngắn. Tôi có thể nói chút ít về sự tha thứ, bởi lẽ đó là điều tôi từng vật lộn và cũng là điều nhiều người ở đây phải đối diện. Vài phân đoạn Kinh thánh xuất hiện trong đầu tôi, tôi ngồi dậy để ghi xuống ngay. Tôi không hay biết là mình đang ghi ra dàn bài cùng vài câu Kinh thánh tham chiếu. Cuối cùng lúc cơn buồn ngủ áp đảo tôi, thì một ý tưởng lơ lửng trong trí tôi: *Có lẽ làm mục sư không phải là chuyện xa vời lắm đâu.*

————

Tháng Mười Một, tôi bị chuyển từ MDC Brooklyn tới Trung tâm Cải Tạo Metropolitan (Correctional Center) ở Manhattan. Tôi đã trở thành bạn thân với Eddy và Herman Mendoza và bắt đầu giảng mỗi tuần một lần trong các lễ nhóm ở 5 North. Nhờ nghiên cứu sâu các sứ điệp mà tôi sẽ chia sẻ, cho nên tôi được biết Chúa nhiều hơn. Tôi cảm thấy tâm linh mình đang tăng trưởng. Vì vậy dĩ nhiên là tôi không muốn rời khỏi 5 North. Nhưng tù nhân thì không được biết nơi mình sẽ được chuyển tới.

MCC Manhattan là tòa nhà cũ hơn nhiều, gồm nhiều xà-lim nhốt hai người. Một tối sau khi điểm danh tù nhân lúc 10:00 giờ, bạn cùng xà-lim hỏi tôi có muốn chơi "game" không. Tôi không biết phải trả lời sao. Anh ta tắt đèn, tay cầm một chiếc dép trong phòng tắm. Tôi quan sát anh ta dưới ánh sáng xuyên qua từ cửa sổ nhỏ trên cánh cửa xà-lim của chúng tôi. Nhiều giây trôi qua và toàn cảnh im phăng phắc ngoại trừ âm thanh lách cách bí hiểm. Âm thanh càng lớn và càng nhanh hơn, như thể nó đang tăng lên. *Cái gì vậy?*

Bỗng nhiên mọi đèn trong xà-lim bật sáng, và bạn tù cùng xà-lim với tôi nhảy xuống sàn, dùng dép đập xuống sàn. Anh hét lớn "Cho mày chết!" trong lúc liên hồi đập dép xuống sàn.

Tôi nhìn xuống chân mình. Khắp nơi. Xác gián bị đập vương vãi khắp sàn, còn gián sống thì đang tìm đường chạy trốn. Bạn tù của tôi cố gắng giết càng nhiều gián càng tốt trước lúc chúng biến hết—trốn về lại các hóc tường và phía sau các ngăn tủ. Nhưng chẳng mấy chốc, chúng lại xuất hiện. Tôi rút được kinh nghiệm là lúc đi ngủ, tôi phải nhớ kéo giường cách xa tường và đừng cho trải giường chạm xuống sàn, nếu không thì sẽ có "bạn" lên cùng ngủ chung. Đây chính là thực tại mới của tôi ở MCC Manhattan.

───────

Một sáng nọ tôi tìm lối đi xuống khu sinh hoạt chung. Mấy chàng trai tụ tập thành từng nhóm quanh buồng giam: đây là nhóm nói tiếng Tây Ban Nha, kia là nhóm Mỹ Da Màu, đây là nhóm da trắng, còn kia là nhóm người Hoa. Một người Hoa tinh mắt, khó tính từ bên kia phòng nhận ra tôi và gật đầu ra dấu. Tôi trở thành bạn của anh chàng theo phong cách Bruce Lee này. Trông anh rất to khỏe và dễ khiến người khác sợ hãi. Trên da anh hẳn hình xăm con rồng bằng mực rất ấn tượng. Đầu con rồng bắt đầu trên cánh tay anh còn phần thân thì quấn ngang vai anh kéo dài xuống lưng rồi tới tận chân anh, với chiếc đuôi cuộn tròn quanh mắt cá chân anh.

Có rất đông băng đảng người Hoa ở MCC Manhattan. Không phải người Mỹ gốc Hoa như tôi, mà đến từ Trung Hoa lục địa. Đa số đều biết tiếng Anh rất ít, còn tôi thì từ rất lâu rồi đã quên nói tiếng Quan Thoại. Nhưng đứng về phe họ thì có ít việc phải làm mà lại được nhiều lợi lộc, cho nên tôi trau dồi lại tiếng Hoa của mình.

Chẳng bao lâu, một anh chàng vừa xuất hiện trong khu xà lim đã lang thang ghé vào phòng chung. Da anh đen bóng, với mái tóc rẽ thành nhiều hàng xoắn tít san sát nhau. Anh rất cao, gầy và cố tình ra vẻ ta đây. Anh khệnh khạng đi ngang qua phòng, thẳng tới ti-vi rồi đổi kênh. Xui cho anh ta vì anh ta không biết qui luật nhà tù—trong đó có khoản không bao giờ cho phép chuyển kênh khi người khác đang xem. Tệ hại hơn nữa, đây lại là chương trình truyền hình được người Hoa xem.

Tôi biết sắp có chuyện lớn, nên bỏ ra ngoài. Lạ thay, các bạn người Hoa của tôi cũng làm như vậy. Liệu anh chàng này có thoát khỏi hậu quả từ những hành động ngu xuẩn của mình không? Trước khi tôi bước tới mấy bậc thềm, thì một trong số các anh chàng người Hoa vừa mới đi ra đã quay lại, trên tay cầm cái kéo nhỏ bén như dao cạo. Chỉ trong giây lát, anh ta rạch kẻ làm chuyện khờ dại đó từ đầu tới chân. Cảnh tượng không hề đẹp đẽ chút nào. Một số người phải học theo cách đau đớn như vậy đấy!

———————

Tuy đã có một số bạn ở Manhattan, nhưng tôi vẫn nhớ các anh em Mendoza. Không có nhiều bạn Cơ Đốc trong khu xà-lim ở đây, chỉ khoảng sáu anh chàng gặp nhau mỗi tối, không có người hướng dẫn. May mắn là tôi có ghi lại những bài chia sẻ tôi đã trình bày ở 5 North. Vì thế tôi sử dụng lại và bắt đầu hướng dẫn buổi nhóm mỗi tối.

Do nhóm ít người, nên tôi không gọi việc tôi làm là giảng—có thể đúng hơn là hướng dẫn học Kinh thánh. Dù sao, tôi cũng bỏ ra thật nhiều ngày để chuẩn bị. Nhưng do không được đào tạo về cách đọc Kinh thánh hoặc hướng dẫn học Kinh thánh, cho nên đôi lúc tôi cảm thấy chúng tôi giống như người mù dẫn đường cho kẻ mù. Thế nhưng mấy anh vẫn khích lệ tôi, và thế là nhóm thông công bé nhỏ của chúng tôi phát triển.

Thỉnh thoảng khi có người mới đến nhà tù của chúng tôi, thì họ cũng cùng họp lại với chúng tôi. Chúng tôi chẳng có món đồ nào để chào đón họ, mà chỉ cố gắng dành thời gian bên cạnh họ để giúp họ thích ứng thôi. Thỉnh thoảng tôi dành cơ hội chia sẻ Phúc âm cho họ và thật kỳ lạ, nhiều người trong số họ đã quyết định tin Chúa. Tôi thực sự bắt đầu thấy vui được dự phần trong công việc Chúa ở khu xà lim này, và tôi không thể không nghĩ tới điều Eddy đã nói với tôi. Tuy có vẻ điên khùng thật đấy, nhưng có lẽ ít nhiều cũng chứa đựng sự thật trong đó.

———

Gió tháng Hai thổi qua những nẻo đường New York trong lúc tôi được chuyển tới tòa án liên bang. Đã tới ngày tôi phải làm chứng buộc tội Karem Abbas. Sáu tháng đã trôi qua kể từ lúc tôi tới New York. Tôi đã qua hai tháng đầu tiên với các cảnh sát liên bang để xem xét toàn bộ hồ sơ của tôi—những thứ họ đã tịch thu từ tủ hồ sơ của tôi ở Atlanta hai năm trước. Sau đó chúng tôi tạm nghỉ vài tuần trước vụ xử án, khi chúng tôi dành thời gian chuẩn bị cho việc tôi đứng làm nhân chứng. Phụ tá luật sư biện hộ người Mỹ khởi tố Abbas đã lấy vài tư liệu về tôi rồi phóng lớn, đưa lên tấm poster thật to nhằm trưng bày hình ảnh trong lúc xét xử. Tôi là nhân chứng đầu tiên bị thẩm vấn.

Tôi bước lên bục nhân chứng và thấy Kareem giận dữ nhìn tôi. Tôi biết anh ta sẽ giận tôi, nhưng tôi nhớ lại Ê-phê-sô 5:11: "Đừng tham dự vào những công việc vô ích của sự tối tăm, nên quở trách chúng."

Tôi có mặt ở đó để soi rọi, để làm sáng tỏ mọi sự. Tôi nghĩ. *Ai biết được? Nhà tù có thể có lợi cho Kareem. Nếu không nhờ nhà tù, có thể bây giờ tôi đã chết rồi.* Tôi tin rằng Đức Chúa Trời dùng nhà tù nhằm thực sự cứu vớt đời tôi.

Tôi nói lời tuyên thệ, sau đó về chỗ ngồi trong khi các luật sư bắt đầu xem qua chứng cứ. Rõ ràng là Kareem không có nhiều cơ hội. Họ đã tịch thu được quá nhiều chứng cứ từ tủ hồ sơ của tôi. Mọi việc đã rõ ràng trắng đen. Toàn bộ các trang lịch làm việc hàng ngày cùng sổ cái của tôi đều được dùng làm bằng chứng phơi bày tại tòa án, lộ rõ thời điểm, món hàng cùng số lượng tôi đã mua từ Kareem Abbas.

Khi luật sư của Abbas bước lên để kiểm tra chéo, luồng cảm giác bối rối bao phủ cả người tôi. Đây là lần đầu tiên tôi đứng trên bục nhân chứng. Vị luật sư rút ra vài trang từ lịch làm việc hàng ngày của tôi, rồi bắt đầu đặt câu hỏi.

"Theo chứng từ của anh, thì anh có mua ketamine, thuốc lắc và ma túy từ Mr. Abbas ở đây tại New York vào ngày 18 tháng 6 năm1997. Có đúng không?"

"Dạ, đúng."

"Vậy thì anh giải thích thế nào về việc lịch làm việc hàng ngày của anh không cho thấy anh đã có mặt ở New York? Thực ra, mấy ngày quanh 18 tháng 6, tài liệu cho thấy anh đã có những cuộc hẹn và hoạt động ở Atlanta. Nhưng chẳng có gì ở New York cả. Anh giải thích thế nào về sự việc này?"

Tim tôi như ngừng đập. Chúng tôi đã xem đi xem lại cái lịch này suốt nhiều giờ; tôi đã thuộc lòng ngày nào giờ nào mình đã làm gì rồi. Tôi biết chắc mình đúng. Tôi đã có mặt ở New York ngày 18 tháng 6 để mua bán với Kareem. Tôi xem lại thật kỹ trang lịch làm việc hàng ngày từng được luật sư biện hộ cho Abba trình cho bồi thẩm đoàn xem. Nụ cười thỏa mãn lan tỏa trên khuôn mặt anh. Nhưng sau đó tôi nhìn thấy chữ gì đó nơi góc tờ poster.

Tôi nhìn luật sư biện hộ rồi nói: "Thưa ông, với lòng trân trọng... tôi mong ông vui lòng xem ở góc trái bên trên của trang đó trong lịch làm việc hằng ngày của tôi, đó không phải là năm 1997 mà là năm 1996. Chính đó là lý do khiến nó không khớp với lời truy tố về việc Kareem và bản thân tôi đã làm."

Luật sư mím môi thật chặt và đường gân trên trán ông nổi lên thật rõ. Ông chằm chằm nhìn tôi, sau đó bối rối nhìn thẩm phán. Ông nói: "Tôi không còn câu hỏi nào nữa."

Tôi nghe nói vụ xét xử kéo dài thêm một tuần nữa với các nhân chứng là những bạn tù đang hợp tác với chính phủ. Cuối cùng, Abbas bị kết tội. Một cảm giác kỳ lạ xâm chiếm tôi khi nghe tin. Tôi không còn bực tức anh ta về chuyện anh ta lừa gạt tôi nữa. Ngược lại, tôi hy vọng điều này sẽ dẫn tới kết quả tốt đẹp hơn cho anh ta—giống như nhà tù đã trở thành điều ích lợi cho tôi vậy.

Nhưng điều tốt đẹp nhất ra từ tất cả sự việc này chính là sau cùng tôi đã được rời khỏi New York để về lại Lexington. Trước tiên, tôi phải dừng ở Atlanta để nghe phán quyết bản án giảm nhẹ do bên khởi tố của Abbas đưa ra bởi việc tôi hợp tác với chính phủ. Rõ ràng tôi không mong đợi quay về USP Atlanta. Nhưng tôi đã không được gặp cha mẹ tôi suốt hơn sáu tháng, từ lúc tôi ở New York, và họ sẽ có mặt trong ngày tôi nghe tuyên án ở Atlanta. Tôi thật nóng lòng được gặp họ.

29

Hoàn Toàn Phi Thường

Angela, ngày 17 tháng 4 năm 2000

Vợ chồng tôi quay lại phòng xử án ở Toà nhà Liên bang Richard B. Russell ở Atlanta. Chỉ mới mười lăm tháng trước đó, tôi từng ngồi trong căn phòng này và xin thẩm phán đừng kết án Christopher ở tù quá lâu hay quá ngắn – làm sao đủ để Đức Chúa Trời thay đổi cuộc đời cháu.

Vụ án Kareem Abbas ở NewYork đã xong, còn Christopher được đưa đến Atlanta để nghe giảm án. Luật sư của Christopher giải thích với chồng tôi và tôi rằng cơ hội để thẩm phán rút ngắn bản án của con trai chúng tôi hầu như là bằng không. Vị thẩm phán này hiếm khi đưa ra bản án giảm nhẹ, còn luật sư khởi tố cháu, bà O'Brien, thì không nhượng bộ nếu chưa tranh đấu quyết liệt.

Khoảng nửa giờ trước, chúng tôi đã có thể thăm Christopher qua ô cửa kính dày, và cháu đã nói một điều vẫn còn đọng lại trong tâm trí tôi: *"Thật sự con sẽ không sao nếu thẩm phán không giảm án cho con. Con hài lòng với cuộc sống hiện tại của con-trong nhà tù."* Điều này khiến tôi ngạc nhiên, nhưng đó chính là điều tôi đang cầu xin. Điều cháu nói tiếp theo còn làm tôi ngạc nhiên hơn.

> "Bố mẹ à, gần đây con đã cầu nguyện rất nhiều, và cảm thấy Chúa kêu gọi con vào công tác phục vụ. Con không biết điều này có nghĩa là gì. Nhưng con nhận ra rằng việc con ở đâu-ở tù hay được tự do-không quan trọng. Con sẽ phục vụ Chúa."

Ngồi trên chiếc ghế gỗ trong phòng xử án, tôi vẫn không thể tin những lời được thốt ra từ miệng của Christopher. Còn chồng tôi cũng ngạc nhiên y như tôi vậy. Chúng tôi biết đã có sự khác biệt trong Christopher; cháu đang dạy và hướng dẫn học Kinh thánh. Hầu hết thời gian chúng tôi nói qua điện thoại là nói về những điều cháu đang dạy. Và chúng tôi chia sẻ với cháu những điều mình học được từ BSF. Christopher thường đưa những điều chúng tôi chia sẻ qua điện thoại vào sứ điệp của mình trong tù. Chúng tôi biết đã có sự khác biệt, nhưng chúng tôi không nhận ra khác biệt ở mức độ nào... cho đến ngày hôm nay.

Những cánh cửa bằng gỗ nặng nề mở ra và viên cảnh sát trưởng bước vào phòng xử án, theo sau là Christopher. Cháu mỉm cười với chúng tôi khi đi ngang qua chiếc bàn bên phải, cạnh luật sư của cháu. Đối diện họ là bà O'Brien, luật sư khởi tố, ngồi bên cánh trái phòng xử cùng với bà Peters, luật sư khởi tố trong vụ xử Abbas ở New York. Bà Peters đã đích thân bay đến để làm chứng cho Christopher. Luật sư của chúng tôi nói rằng suốt những năm hành nghề, ông chưa từng thấy bên nguyên tố nào từ một vùng khác đến để xác nhận lời chứng của tù nhân.

Trong khi Christopher đứng đó, tôi chú ý thấy bà O'Brien cứ nhìn cháu. Bà đã không gặp Christopher kể từ khi khởi tố cháu mười lăm tháng trước, và đôi mắt bà mở to như thể kinh ngạc lắm. Christopher hoàn toàn là một con người khác với trước kia-và điều đó được thấy rõ qua sự bình tĩnh của cháu.

Dẫu vậy, bà O'Brien thông minh đến kinh ngạc; bà luôn luôn nói mà không cần nhìn xuống tờ giấy được viết thành từng đoạn văn ngay ngắn. Ấn tượng duy nhất của bà về Christopher là đó là một kẻ nghiện ngập, một tên tội phạm buôn ma tuý. Chắc chắn cách đây mười lăm tháng bà không hề có chút tôn trọng nào dành cho cháu.

Thẩm phán bước vào phòng xử và phiên toà bắt đầu. Sau phần chào hỏi ban đầu, ông cho bà O'Brien được nói trước.

Bà nói: "Thưa ngài thẩm phán, thật ra tôi muốn chuyển giao cho bà Peters, là người đã thụ lý vụ khởi tố ở New York, để bà có thể giải thích chi tiết về sự hợp tác của ông Yuan."

Bà Peters bắt đầu thuật lại với thẩm phán rằng khi bà O'Brien mô tả Christopher cho mình, thì bà Peters đã e ngại việc dùng cháu làm nhân chứng. Nhưng sau khi làm việc với cháu, bà nhận thấy cháu là người hoàn toàn khác với mô tả của bà O'Brien. Bà nói Christopher đã cung cấp thông tin quý giá và đã rất hợp tác, đáng tin cậy, tập trung, nói chuyện rõ ràng và có lẽ là nhân chứng chính của bà. Bà nói thêm rằng vụ án sẽ gặp khó khăn nếu không có lời làm chứng của Christopher.

Bà Peters kết luận "Kareem Abbas dính líu đến việc phân phối hành trăm ngàn viên ma tuý, có lẽ kể từ đầu thập niên chín mươi. Chúng tôi rất may mắn khi anh Yuan xuất hiện."

Tiếp theo là phần trình bày của luật sư của Christopher. Ông đứng dậy và chỉ vào con trai chúng tôi. "Người đang đứng trước mặt quý vị hôm nay thật sự là một con người hoàn toàn khác với người đã đứng trước mặt quý vị vào ngày 9 tháng 1 năm 1999-người quý vị đã kết án tù bảy mươi hai tháng. Nếu ngài thẩm phán cho phép, thì mẹ bị cáo đang có mặt ở đây muốn được trình bày với ngài về việc này."

Vị thẩm phán gật đầu, thế là tôi được gọi đứng lên. Tôi chậm rãi đứng dậy, hai đầu gối rụng rời trước cơ hội được lên tiếng vì con và làm chứng về ân điển của Chúa. Tôi lóng ngóng cầm tờ giấy trong tay trong lúc tiến lên bục nhân chứng để ngồi xuống.

"Xin bà vui lòng giới thiệu về mình cho quý toà".

"Tôi là Angela Yuan, mẹ của Christopher Yuan." Tôi bắt gặp ánh mắt của chồng tôi và có thêm can đảm để nói mọi điều mình đã chuẩn bị. Tôi nói với toà rằng tôi đại diện cho cả gia đình nói về những thay đổi trong đời sống của Christopher. Tôi kể về lời cầu xin Chúa giúp Christopher quay lại, về những cuộc trò chuyện giữa chúng tôi, về buổi học Kinh thánh do Christopher hướng dẫn trong tù, và về vai trò lãnh đạo của Christopher giữa các bạn tù. Tôi giải thích rằng tôi nhìn thấy trong Christopher sự khôn ngoan và hiểu biết, trong khi trước kia tôi chỉ thấy mất mát và rối ren.

Nhưng đó không phải là tất cả những gì tôi muốn nói với thẩm phán. Tôi quay sang ông và nói: "Cám ơn ông về bản án dành cho Christopher cách đây một năm. Chúng tôi nhìn thấy tác động tích cực từ bản án đó trên cháu. Xin cám ơn ngài thẩm phán."

Vị thẩm phán tỏ ra ngạc nhiên về lời nói sau cùng của tôi. Tôi bước xuống khỏi bục, hít thật sâu, vui mừng vì đã nói xong điều mình muốn nói. Tôi trở về chỗ ngồi, nơi chồng tôi mỉm cười vỗ nhẹ vào tay tôi. Tôi nhìn Christopher, cháu gật đầu cám ơn. Tôi cầu nguyện, *lạy Chúa, xin theo ý Cha chứ không phải theo ý con.*

Bà Peters đã tạo thuận lợi cho luật sư của Christopher khi ông chỉ tóm tắt những điều uỷ viên công tố liên bang đã nói trước khi mạnh dạn thỉnh cầu thẩm phán giảm án dành cho Christopher xuống còn ba mươi sáu tháng. Tôi nghĩ trong lòng *ba mươi sáu tháng, chỉ còn một nửa thôi ư! Khá là lạc quan.*

Thẩm phán nhìn qua bà O'Brien như đợi bà bác bỏ lời đề nghị ấy, nhưng bà im lặng. Chúng tôi có thể nhìn thấy vẻ ngạc nhiên trên gương mặt Christopher khi bà O'Brien ngồi xuống, không tranh cãi đòi giữ y bản án.

Thẩm phán nhìn xuống hồ sơ, rồi nhìn chằm chằm Christopher. Ông thông báo với chúng tôi rằng để được giảm án, không phải chỉ cần có sự hợp tác. Ông chỉ giảm án khi sự hợp tác thật sự phi thường. Ông ngừng lại, tháo kính ra để xuống bàn.

Ông nói: "Tôi tin rằng trong trường hợp này đã thể hiện bằng chứng cho thấy sự phi thường như thế. Tôi chấp thuận đề nghị giảm án và tôi tuyên án ông Yuan ba mươi sáu tháng tù giam dưới sự canh giữ của Cục Nhà Lao."

Ba mươi sáu tháng! Là ba năm! Tôi không thể tin nổi. Không còn bao lâu nữa con trai chúng tôi sẽ được thả... Christopher sẽ trở về.

— 30 —

Tình Dục Thánh

Christopher, tháng 9 năm 2000

Những tiếng nói chuyện oang oang thường dội qua Khu Bluegrass trong Trung tâm Y khoa Liên bang ở Lexington vội im bặt mỗi buổi "điểm danh đứng" (stand-up count) lúc 4:00 giờ chiều. Nghĩa là chúng tôi phải đứng cạnh giường của mình để lính gác điểm danh. Cũng có nghĩa là trong khi chờ để được điểm danh thì chúng tôi phải im lặng. Tù nhân thường than phiền vì công việc bị gián đoạn-họ phải từ ngoài sân đi vào buồng, không được tiếp tục xem ti vi hay đàn đúm với bạn bè. Nhưng tôi thật sự không quan tâm. Đó là lúc hoà bình và yên tĩnh-thứ quý giá trong tù – và đó là lúc tôi có thời gian đứng bên giường mình để suy nghĩ.

Tôi đã bị nhốt tổng cộng hai mươi mốt tháng. Còn mười lăm tháng nữa là kết thúc. Nhưng vì cải tạo tốt nên tôi được giảm thêm năm tháng nữa. Chỉ mười tháng còn lại, tôi sắp được chuyển sang trại tù ở Illinois, rồi sau đó là nhà nghỉ dành cho tù nhân mới được thả (halfway house) ở Chicago.[1] Tôi không thể tin mình được ra tù nhanh như thế... được trở về nhà.

Nghe thật khó hiểu khi cho rằng trở về Chicago là được về nhà. Nhưng đúng là vậy. Chắc chắn đó là điều cuối cùng tôi nghĩ đến ba năm trước khi còn đang sống ở Atlanta, hay ngay cả cách đây hai mươi

---

[1] Christopher đề cập trong chương trước rằng hai loại người tệ nhất trong cấu trúc xã hội của nhà tù là kẻ chỉ điểm và quấy rối trẻ em. Điều này có nghĩa là khi cậu được chuyển trở về Trung tâm Y khoa Liên bang ở Lexington, Kentucky, thì cậu lo lắng các bạn tù ở đó sẽ quấy nhiều cậu về việc cậu làm chứng buộc tội Kareem Abbas. Thì ra một người bạn cũ, cũng là một tù nhân nói với mọi người rằng Christopher là kẻ chỉ điểm. Nhưng may mắn là Christopher không bị quấy rối nhiều vì cháu giữ kín chuyện ra toà làm chứng. Hơn nữa, bạn bè của Christopher là tín hữu nên cũng không quan tâm. Nhìn lại, Christopher thấy Chúa thật đã bảo vệ cháu.

mốt tháng khi tôi mới bị nhốt. Nhưng đã có nhiều thay đổi từ ngày đó-rất nhiều.

Tôi nhìn quyển Kinh thánh nằm bên cạnh. Đó cũng là một thay đổi lớn. Hai năm trước, tôi không hề cầm quyển đó lên. Nhưng bây giờ, tại đây, tôi đang nghiên cứu Kinh thánh, thậm chí còn đang dạy Kinh thánh nữa! Thật là buồn cười. Điều thú vị là ngay cả khi tôi đang buôn ma tuý, tôi vẫn tin có Đức Chúa Trời. Nhưng tôi tin theo suy nghĩ riêng của mình. Trong tù, sau khi đọc Kinh thánh, tôi bắt gặp câu Gia-cơ 2:19 chép rằng "Ma quỷ cũng tin như vậy và run sợ". Tôi nhận ra rằng chỉ tin thôi thì chưa đủ.

Càng học Kinh thánh, tôi càng nhận ra rằng yêu Chúa không phải là điều mình cảm nhận hay suy nghĩ. Trong Tân Ước, tôi đọc được những câu này "Bởi điều này chúng ta biết rằng mình đã nhận biết Ngài: ấy là chúng ta vâng giữ các điều răn Ngài", và "Yêu Đức Chúa Trời tức là chúng ta vâng giữ các điều răn của Ngài" (1 Giăng 2:3; 5:3). Biết Chúa và yêu Chúa đều liên hệ đến sự vâng lời. Trước kia, tôi từng nghĩ mình là người khá tốt. Dĩ nhiên, tôi đang bán ma tuý và chơi ma tuý. Nhưng khi tôi ở tại trại giam Atlanta City thì không còn sản xuất ma tuý, nhưng tôi vẫn muốn chơi ma tuý. Tôi thèm khát nó. Sau đó, khi tôi dâng cuộc đời mình cho Đấng Christ, tôi nhận ra rằng tôi đã để cho ma tuý trở thành thần tượng của mình.

Thờ hình tượng không phải chỉ là thờ một bức tượng được chạm khắc; hình tượng là điều mà tôi cảm thấy mình không thể sống mà không có nó. Với tôi, đó là ma tuý.

Vì quá khứ sử dụng ma tuý, nên tôi bị buộc phải tham dự các buổi họp mặt dành cho người nghiện rượu và nghiện ma tuý tại nhà tù Lexington, và một trong mười hai bước là làm "bảng tự kiểm về bản thân". Khi thực hiện điều này, thần tượng rõ ràng nhất của tôi là ma tuý.

Nhưng qua vài tháng ở tù, tôi không còn thèm thuồng ma tuý đá hay thuốc lắc nữa. Tôi không còn mơ đến việc đạt đến sự thoả mãn tột độ nữa. Tôi không còn ngửi hay nếm ma tuý suốt cả ngày nữa. Tôi tin rằng Đức Chúa Trời đã lấy nó đi một cách dễ dàng và lạ lùng. Tôi biết việc này không phải là chuyện bình thường, vì hầu hết bạn bè của tôi đều tiếp tục tranh chiến sau lần chơi cuối cùng. Nhưng vì lý do nào đó, tôi không cảm thấy bị lôi kéo nữa-có lẽ là vì có những thần tượng khác mà Chúa muốn tôi xử lý.

Một trong những thần tượng đó là niềm đam mê nhạc khiêu vũ và sự quyến rũ của cuộc sống về đêm. Mặc dù âm nhạc và câu lạc bộ tự thân chúng không hẳn là tội, nhưng tôi thường nghĩ về chúng suốt ngày suốt đêm. Khi tôi mua chiếc radio tại quầy bán hàng cho tù nhân ở Atlanta-và sau này ở Lexington-điều đầu tiên tôi làm là tìm các đài phát loại nhạc đó. Âm nhạc đã kéo tôi quay về những năm tháng tôi dành hết thời gian cho các câu lạc bộ, và tôi nhớ lại sự nổi tiếng, vẻ huyền ảo, tiếng "bling-bling". Tôi bắt đầu suy nghĩ, sau khi ra tù, có thể tôi sẽ trở lại với các câu lạc bộ. Nhưng các câu lạc bộ đêm có thể dễ dàng kéo tôi quay lại với ma tuý-mà tôi thì không muốn điều đó.

Vì vậy tôi đã tự hỏi mình *Tôi có thể sống mà không có âm nhạc, không có câu lạc bộ không?* Đó là một câu hỏi khó trả lời, nên tôi quyết định thử không nghe nhạc và không dính líu đến thú vui về đêm. Lúc đầu, thật sự rất khó. Nhưng từ từ nó trở nên dễ dàng hơn, và cuối cùng thì tôi hoàn toàn thoát ra được. Rốt cục, tôi không cần đến chúng. Tôi có thể sống mà không cần âm nhạc, câu lạc bộ và sự quyến rũ của nó.

Tôi nghe tiếng chìa khoá kêu loảng xoảng và tiếng xoay ổ khoá. Cánh cửa lớn bằng kim loại dọc hành lang mở ra. Lính gác hét lớn "Điểm danh!" Tôi đứng cạnh giường, giống như ba bạn tù chung phòng. Tiếng giày lốp cốp nện xuống sàn xi-măng tiến đến gần phòng của chúng tôi. Lúc nào cũng có hai lính canh. Chúng tôi đùa rằng họ cần đến hai mươi người mới đủ tay mà đếm tù nhân trong một hành lang. Sau khi họ đi qua, chúng tôi đứng bên giường mình và chờ người chỉ huy thông báo việc điểm danh đã xong-hoặc thông báo điểm danh lại và thực hiện lại từ đầu. Việc điểm danh kéo dài từ bốn mươi lăm phút đến một tiếng rưỡi-nên tôi có nhiều thời gian để suy nghĩ.

Tôi vẫn đang tự kiểm điểm chính mình. Còn những thần tượng nào nữa trong đời sống tôi? Còn thứ gì khác mà tôi nghĩ mình không thể sống thiếu nó? Tôi thường tự hỏi mình câu này suốt một năm rưỡi. Có vài điều Đức Chúa Trời đã cáo trách tôi, nhưng dường như tôi đang bám chặt lấy một điều cuối cùng. Đó là tình dục. Tôi nghiện sex. Có nhiều bạn tình không biết tên họ tại nhà tắm trong cùng một ngày chẳng phải là chuyện bất thường đối với tôi.

Nhưng bây giờ tôi có thể sống mà không có tình dục không? Điều đó có khả thi không?

Sống mà không có sex-nhất là với một người có quá khứ như tôi-chỉ nghĩ đến thôi cũng đã khó rồi. Ngày xưa, tôi luôn cho rằng mình cần thức ăn và nước thể nào, thì mình cũng cần sex như vậy. Đức Chúa Trời sẽ không đòi hỏi tôi phải từ bỏ sex như cũng Ngài không đòi hỏi tôi phải nhịn ăn hay ngủ-tôi nghĩ vậy.

Nhưng thực tế là trong hai năm qua, tôi đã không sinh hoạt tình dục tích cực như khi tôi chưa vào tù. Tôi đã trải qua nhiều ngày, nhiều tuần và thậm chí nhiều tháng không có sex-và vẫn sống sót! Trong quá trình sống không tình dục đó, tôi không cần đến một thói tật nào khác để lấp vào khoảng trống. Sống không tình dục không phải là hình phạt tàn nhẫn và bất thường. Kiêng cữ không phải là điều bất khả thi hay bất hợp lý. Và khi đọc qua Kinh thánh, tôi nhận thấy có những người suốt cuộc đời không cần đến sex, giống như Chúa Giê-xu – thế nhưng vẫn sống trọn vẹn và khoẻ mạnh. Phao-lô sống độc thân và ông tích cực nói về nếp sống độc thân, sự thánh khiết về tình dục và sự kiêng khem. Có lẽ trước đây tôi đã để cho tình dục trở thành thần tượng. Có lẽ sống mà không có sex không chỉ khả thi, mà còn lành mạnh và tốt cho tôi.

Rõ ràng là Kinh thánh lên án lối sống lang chạ của tôi trong quá khứ, nhưng tôi vẫn thắc mắc bản án dành cho đồng tính luyến ái là gì. Khi tôi tiếp tục đọc Kinh thánh, tôi biết rõ Chúa yêu tôi vô điều kiện. Nhưng tôi cũng gặp một số phân đoạn Kinh thánh dường như lên án điều mà tôi cho là bản chất của mình-tình trạng đồng tính luyến ái. Là một tân tín hữu chưa được huấn luyện về Kinh thánh, nên tôi muốn nghe ý kiến của người khác. Vài tháng trước, tôi có đến gặp một cha tuyên uý và mở lời với ông. Tôi có chia sẻ với ông quá khứ của tôi-một đồng tính nam và hiện đang bị HIV. Tôi lo lắng không biết cha sẽ trả lời như thế nào. Thật là may mắn, ông đã rất nhân từ lắng nghe tôi với lòng trắc ẩn. Rồi ông nói ra điều khiến tôi hoàn toàn ngạc nhiên.

"Thật ra Kinh thánh không lên án đồng tính luyến ái." Ông bước tới kệ sách. "Đây là quyển sách giải thích chi tiết quan điểm này." Ông đưa cho tôi quyển sách, và tôi cầm lấy với hy vọng tìm thấy lý do biện minh từ Kinh thánh cho tình trạng đồng tính.

Tôi ngồi trong khoảnh sân nhỏ của nhà nguyện để đọc, một tay cầm quyển sách của cha cho, một tay là quyển Kinh thánh. Tôi có đủ lý do chính đáng để chấp nhận điều quyển sách khẳng định là Đức Chúa Trời không lên án đồng tính luyến ái và nhân thân đồng tính của tôi. Nếu tôi là một Cơ Đốc nhân và có mối quan hệ đứng đắn với một người nam, thì đó là điều hoàn toàn lý tưởng. Tôi sẽ đến nhà thờ với anh ấy, và thậm chí có thể bắt đầu một gia đình với người đó. Thật là nhẹ nhõm khi hoá giải được việc này.

Nhưng khi tôi bắt đầu đọc cuốn sách ấy cùng các phân đoạn Kinh thánh được nói đến, thì Thánh Linh Đức Chúa Trời cáo trách tôi rằng những điều quyển sách kia khẳng định là xuyên tạc lẽ thật của Đức Chúa Trời. Khi đọc Lời Ngài, tôi không thể phủ nhận những lời lên án rành rành của Ngài đối với tình dục đồng giới. Chưa thể đọc hết chương đầu tiên của cuốn sách đó tôi đã trả lại nó cho cha.

Sau đó, tôi chỉ đọc Kinh thánh thôi, và đọc từng câu, từng đoạn, từng trang Kinh thánh, tìm kiếm lời biện minh từ Kinh thánh đối với vấn đề đồng tính luyến ái. Tôi không thể tìm được lời biện minh nào. Tôi đang ở ngã ba đường, và phải đưa ra quyết định. Hoặc là bỏ Chúa để sống như một người đồng tính-để cho cảm xúc và những đam mê tình dục sai khiến. Hoặc là từ bỏ tình trạng đồng tính – bằng cách tự giải phóng mình khỏi những cảm xúc – và sống như một môn đồ của Chúa Giê-xu Christ.

Quyết định của tôi đã rõ ràng. Tôi chọn Chúa.

Khi tiếp tục đọc Kinh thánh, tôi bắt gặp câu Lê-vi Ký 18:22 và 20:13 – những đoạn Kinh thánh thường được dùng để kết tội người đồng tính là họ sẽ phải nhận số phận kinh khiếp. "Đừng nằm với một người đàn ông như nằm với người đàn bà; đó là điều đáng ghê tởm." Nhưng tôi nhận ra rằng Đức Chúa Trời không nói *người đồng tính nam* và *đồng tính nữ* là đáng ghê tởm. Mà Ngài nói *đó* là điều đáng ghê tởm. Điều Đức Chúa Trời lên án là hành vi, không phải con người. Từ lâu, tôi đã nghe thông điệp từ những Cơ Đốc nhân phản đối đồng tính luyến ái tại các cuộc diễu hành đồng tính rằng Đức Chúa Trời ghét những người như tôi, vì chúng tôi là đáng ghê tởm. Nhưng sau khi đọc những đoạn Kinh thánh này, tôi thấy Chúa không ghét tôi; cũng không định tôi phải chịu số phận khốn khổ. Thay vào đó, Ngài lên án hành vi tình dục, nhưng vẫn muốn có mối liên hệ mật thiết với tôi.

Tôi nhận ra rằng mình có thể sống mà không cần sex, thế khuynh hướng tình dục của tôi thì sao? Nếu tôi từ bỏ khuynh hướng đồng tính luyến ái, thì người khác có nhìn tôi là một người dị tính không? Tôi thật sự tranh chiến với điều này, nhất là suốt năm đầu tiên ở trong tù. Suốt một thời gian rất dài, tôi thật sự tin rằng Chúa đã dựng nên tôi như vậy-một người đồng tính. Tôi đã từng nhiều lần tự bảo mình *tôi là người đồng tính. Tôi được sinh ra như vậy. Tôi là thế đó. Tôi không hề chọn cho mình những cảm xúc này.* Nhưng bây giờ, khi tra cứu Kinh thánh để xem phải sống như thế nào, tôi bắt đầu hỏi mình một câu hỏi khác: *Tôi là ai nếu tách ra khỏi khuynh hướng tính dục của mình?* Tôi không có câu trả lời.

Khi tiếp tục đọc Kinh thánh, tôi nhận ra rằng nhân dạng của tôi không được định nghĩa theo khuynh hướng tình dục. Phao-lô nói trong Công vụ 17:28 "Vì ở trong Ngài chúng ta được sống, hoạt động và hiện hữu." Đấng Christ phải là tất cả-là mọi nhu cầu của tôi. Xu hướng tình dục không phải cốt lõi của bản chất. Nhân dạng chính yếu của tôi không được định nghĩa bởi cảm xúc hay sự hấp dẫn tình dục. Nhân dạng của tôi không phải là "đồng tính nam" hay "đồng tính luyến ái", hay thậm chí "dị tính". Nhưng nhân dạng của tôi trong tư cách con của Đức Chúa Trời hằng sống chỉ có trong Chúa Giê-xu Christ mà thôi.

Đức Chúa Trời phán "Hãy nên thánh, vì Ta là thánh".[2] Tôi từng luôn luôn nghĩ rằng ngược với đồng tính luyến ái là dị tính luyến ái. Nhưng thật ra ngược với đồng tính luyến ái là thánh khiết. Đức Chúa Trời không hề phán "Hãy là người dị tính luyến ái, vì ta dị tính." Ngài phán: "Hãy nên thánh, vì Ta là thánh."

Suốt một thời gian rất dài, tôi không thể nghĩ mình là người "thẳng". Đó là một gánh nặng, vì tôi cảm thấy bằng cách nào đó tôi phải "thẳng" mới làm Chúa vui lòng. Vì vậy, khi biết rằng tôi không cần phải trở

[2] Xem Lê-vi Ký 11:44-45 và 1 Phi-e-rơ 1:16

nên dị tính luyến ái thì thật là một sự giải phóng. Vấn đề là, nếu tôi trở nên "thẳng", thì tôi vẫn phải giải quyết những thèm khát của mình. Do đó, tôi biết mình không nên tập trung vào tình trạng đồng tính luyến ái hay ngay cả dị tính luyến ái, mà chỉ nên tập chú vào một điều Đức Chúa Trời kêu gọi mọi người hướng tới: tình dục thánh. Tình dục thánh không tập chú vào sự thay đổi xu hướng tính dục-tức là trở nên "thẳng"- mà là sự vâng phục. Và tôi nhận ra rằng vâng phục nghĩa là tôi phải vâng lời và trung thành với Chúa-cho dù hoàn cảnh ra sao, cho dù cảm xúc thế nào – đồng tính hay dị tính.

Tính dục thánh nghĩa là một trong hai viễn cảnh sau. Viễn cảnh thứ nhất là hôn nhân. Nếu một người nam kết hôn, người ấy phải hoàn toàn chung thuỷ với vợ. Còn nếu người nữ lập gia đình, thì cô phải hết lòng chung thuỷ với chồng. Ý nghĩ tôi có thể lấy một người phụ nữ nghe có vẻ không khả thi-dù Đức Chúa Trời có thể làm điều không thể. Nhưng sự thật là để lấy vợ, tôi không cần phải bị thu hút bởi phụ nữ nói chung; tôi chỉ cần bị thu hút bởi một người nữ mà thôi. Dị tính luyến ái là một thuật ngữ rộng tập chú vào cảm xúc và hành vi tình dục đối với người khác phái. Nó bao gồm tham dục, ngoại tình và quan hệ tình dục trước hôn nhân - tất cả đều là tội theo Kinh thánh. Đức Chúa Trời kêu gọi những người đã kết hôn đến với điều cụ thể hơn nhiều – *tình dục thánh*. Tình dục thánh nghĩa là tập chú vào toàn bộ những hành vi và cảm xúc tình dục đối với chỉ *một* người, là người phối ngẫu của chúng ta.

Viễn cảnh thứ hai của tình dục thánh là sống độc thân. Người độc thân phải cam kết hoàn toàn trung thành với Chúa qua nếp sống độc thân. Điều này được dạy rất rõ xuyên suốt Kinh thánh, và kiêng cữ không phải là đòi hỏi bất công hay bất hợp lý từ Chúa dành cho người thuộc về Ngài. Độc thân không phải là gánh nặng. Là người thừa kế giao ước mới, chúng ta biết rằng tái sinh, chứ không phải sinh con để cái, mới là điều quan trọng.[3] Nhưng không nhất thiết phải sống độc thân trọn đời. Nó chỉ có nghĩa là thoả lòng với tình trạng hiện tại trong khi chờ đợi hôn nhân đến-mà không để cho việc tìm kiếm hôn nhân làm cho héo hon.

---

[3] Muốn biết thêm ý này, xem Barry Danylak, *A Biblical Theology of Singleness* (Cambridge, UK: Grove Books, 2007), 19.

Tình dục thánh không có nghĩa là tôi không còn cảm xúc hay không còn bị hấp dẫn về tình dục. Nó cũng không có nghĩa là phá hỏng bản năng tình dục của tôi. Đức Chúa Trời dựng nên chúng ta là những hữu thể có giới tính với mong ước tự nhiên là cần có sự thân mật. Và mọi người được tạo dựng để khao khát những mối quan hệ thân mật, được Đức Chúa Trời tôn trọng và không liên quan đến tình dục với người cùng giới. Nhưng vì hậu quả của nguyên tội mà cảm xúc bình thường này đã bị lệch lạc. Tôi tin rằng đồng tính luyến ái (và bất kỳ tội nào khác, chẳng hạn như ganh tỵ, tự mãn, và tham ăn) bắt nguồn từ nhu cầu chính đáng nhưng lại được thoả đáp theo cách không đúng đắn.

Vậy thì, câu hỏi là, nếu tôi tiếp tục có những cảm xúc mà tôi không cầu xin cũng không lựa chọn, thì tôi có vẫn sẵn sàng vâng theo Đấng Christ không? Việc tôi vâng phục Chúa có tuỳ thuộc vào việc Ngài có nhậm lời cầu xin của tôi theo cách tôi nghĩ không? Chúa thành tín không có nghĩa là Ngài loại bỏ mọi hoạn nạn mà là Ngài bồng ẩm chúng ta qua hoạn nạn. Thay đổi không phải là không có tranh chiến; thay đổi là được tự do chọn sống thánh khiết giữa những tranh chiến. Tôi nhận ra rằng vấn đề tối hậu phải là tôi khao khát thuận phục và vâng lời Chúa một cách hoàn toàn và trọn vẹn.

Tôi bị kéo trở về với hiện tại khi nghe tiếng chìa khoá leng keng mở cánh cửa hành lang của khu giam giữ. "Điểm danh xong!" lính gác nói to. Bạn tù chung buồng với tôi nhảy ra khỏi giường và bắt đầu chuẩn bị cho bữa ăn chiều. Tôi ngồi nhìn chằm chằm vào bức tường trong lúc họ đi lấy thức ăn.

Tôi nghĩ mình không thể sống thiếu điều gì? Đây là câu hỏi tôi đã từng hỏi. Cuối cùng, tôi cũng tìm ra vài câu trả lời. Tôi nhận ra rằng có nhiều điều tôi *có thể* sống mà không cần đến-và đó là một sự giải phóng. Tôi không để cho việc nghiện ngập trong quá khứ, những thần tượng ngày xưa, sự hấp dẫn tình dục hoặc bản năng tính dục điều khiển mình.

Điều gì tôi nghĩ tôi không thể sống thiếu nó? Ồ, có một điều, hay cụ thể là một người, mà tôi *biết* không thể sống thiếu-đó là Chúa Giê-xu. Mỗi ngày trôi qua tôi càng cần Ngài hơn.

Chúa ôi, Ngài đủ cho con rồi; Ngài là mọi điều con cần... xin giúp con đừng bao giờ quên điều đó.

31

Được Cứu

Angela, ngày 20 tháng 9 năm 2000

Tôi đưa ống nghe lên tai, thích thú nói chuyện với Christopher trong khi rửa chén bát sau bữa cơm tối.

Cháu nói "Con đang suy nghĩ và cầu nguyện về việc sẽ làm gì khi ra tù vào tháng 7 năm sau. Con nghĩ con sẽ đi học lại. Con có hơn hai trăm giờ ở đại học và tín chỉ sau đại học-nhưng chưa có bằng. Đã đến lúc con phải lấy bằng."

Tôi hỏi: "Thế con muốn học gì? Và con nghĩ mình sẽ học ở đâu?"

"À, con nhận thấy mình thật sự biết quá ít về Kinh thánh. Nếu tiếp tục phục vụ, thì tốt nhất là con nên học thêm về Kinh thánh thay vì chỉ học về tôn giáo như ở trong tù. Con đang suy nghĩ đến việc vào Trường Kinh thánh học. Mẹ có thể gửi cho con thêm thông tin và đơn xin học của trường Kinh thánh ở Chicago có tên là Viện Thánh Kinh Moody không?"

Ống nghe trượt qua lỗ tai, rớt xuống kệ bếp, suýt rơi vào bồn rửa chén. Tôi chụp lấy ống nghe trong khi tay dính đầy bọt xà bông. Trường Kinh thánh ư? Viện Thánh Kinh Moody à? Tôi để ống nghe trở lại lên tai.

"Mẹ ơi, mẹ còn đó không?"

"Có, mẹ đây, xin lỗi con."

"Có chuyện gì thế mẹ?"

"Mẹ làm rớt ống nghe. Mẹ ngạc nhiên khi con muốn học Trường Kinh thánh, mà còn là Viện Thánh Kinh Moody nữa. Sao con biết đến trường Moody thế?"

"Mẹ có nhớ mỗi lần con từ Louisville trở về không? Mẹ và bố mở đài phát thanh Moody trên hệ thống điện thoại nội bộ-mở suốt cả ngày!

Con nghĩ bố mẹ cố tình làm vậy, đúng không?"

Chúng tôi cùng cười, và tôi ngạc nhiên khi hồi đó cháu cũng để ý nghe. Vợ chồng tôi thường nghe đài Moody gần như suốt ngày, ngay cả khi chồng tôi đang khám bệnh. Nhưng chúng tôi đặc biệt muốn Christopher thử nghe đài phát thanh Cơ Đốc, hy vọng có thể gieo hạt giống vào lòng cháu-và đúng như thế! Giờ đây, tôi đang nghe Christopher nói về kế hoạch đi học trường Kinh thánh sau khi ra tù. Tôi chưa bao giờ dám mơ đến việc như thế này xảy ra!

Vợ chồng tôi gọi đến bộ phận tiếp nhận của trường Moody và họ gửi đơn cho Christopher. Khi nhận đơn, cháu đã điền và viết bài luận. Nhưng cháu còn hơi lo lắng về thư giới thiệu. Moody yêu cầu phải có thư giới thiệu của những người đã biết cháu là một Cơ Đốc nhân ít nhất một năm. Christopher không có nhiều lựa chọn trong nhà tù Lexington. Cuối cùng, cháu đã thuyết phục cha tuyên uý, một lính gác và một bạn tù khác viết cho cháu thư giới thiệu. Tôi thắc mắc Moody có thường nhận được những hồ sơ xin học như của cháu hay không!

———

Vào ngày 5 tháng 10, Christopher được chuyển từ Lexington đến trại giam liên bang ở Marion, Illinois. Cục Nhà Tù cấp cho cháu tờ giấy phép, nghĩa là cháu không cần cảnh sát trưởng hộ tống hay bay trên Con Air. Cháu được phép di chuyển bằng máy bay thương mại thông thường. Tôi có thể nghe thấy giọng hân hoan khi cháu gọi điện cho chúng tôi.

"Này, mẹ ơi! Con đang ở phi trường Lexington. Khoảng 7:00 giờ con sẽ làm thủ tục Tiếp nhận và Phóng thích, rồi sau đó lên chiếc xe tải cùng với một lính gác để đưa con tới đây và thả con xuống lúc 8 giờ 15 phút. Nhà tù cho con mười đô la tiền mặt, nên con gọi cuộc gọi bình thường, không phải cuộc gọi người nghe trả tiền. Không phải cuộc gọi có máy theo dõi. Nhưng thích nhất là con không bị còng tay và xích chân nữa; con đang đi bộ như bao người khác! Con bắt đầu cảm thấy như mình được làm người trở lại."

"Thật là tuyệt, Christopher". Chúng tôi tán gẫu thêm một chút, rồi tôi hỏi: "Vậy thì chuyến bay của con có bay thẳng đến Marion không?"

"Dạ không, con phải dừng ở St.Louis, rồi từ đó bay đến Marion. Con phải có mặt ở trại giam lúc 1.05 chiều."

Tôi nghe tiếng loa thông báo trong điện thoại: "Hành khách chuyến bay TWA 4511 chuẩn bị lên tàu bay..."

"Chuyến bay của con đó mẹ. Con phải đi đây. Con sẽ gọi cho mẹ khi đáp xuống St.Louis. Con yêu mẹ."

"Mẹ cũng yêu con, Christopher."

Sau đó cháu có gọi từ St.Louis, rồi gọi lần thứ hai khi chuyến bay đến Marion bị hoãn hai hoặc ba tiếng. Tôi lo ngại việc hoãn chuyến. Tôi nói: "Con phải có mặt ở Marion lúc 1 giờ 05 phút. Vậy rồi có sao không con?"

Christopher trả lời: "Con đã gọi cho họ rồi. Họ nói không sao. Con có hơi sợ-lỡ họ không tin con thì sao? Nhưng may mắn là họ đã biết chuyện hoãn chuyến. Con sẽ có thêm hai tiếng tự do ở đây, và đang tận hưởng từng giây phút đó! Thật là tuyệt khi nhìn người ta đi qua đi lại. Và còn tuyệt hơn nữa khi không có ai nhìn lại con!"

Cháu gọi lại lần nữa từ Marion, cho biết đã ăn ở một nhà hàng Mê-hi-cô tại phi trường.

Tôi hỏi: "Bữa ăn thế nào con?" và cười lớn về niềm vui mà một chuyến bay bình thường đem đến cho con trai tôi.

"Ngon lắm mẹ. Họ đem đến cho con thức ăn ngon. Thật là khác với quán ăn tự phục vụ trong tù! Thôi, con phải đi đây. Một tuần rưỡi nữa bố mẹ vẫn sẽ đến thăm con chứ?"

"Dĩ nhiên rồi".

"Vui quá. Con sẽ gọi mẹ khi con đến trại giam."

"Được rồi. Yêu con, Christopher."

"Con cũng yêu mẹ."

Mười ngày sau đó, tức ngày Chúa Nhật, vợ chồng tôi đến thăm Christopher trong trại giam. Trại giam ở ngay bên cạnh khuôn viên nhà tù được kiểm soát cực kỳ nghiêm ngặt, nơi các tù nhân bị nhốt vĩnh viễn. Khi Alcatraz bị đóng cửa, Cục Liên bang Nhà tù đem tất cả tù nhân ở đây đến "The New Rock". Nhưng ở trại này, mọi thứ hoàn toàn khác biệt. Không có hàng rào, không có dây thép gai, không có tháp canh. Chỉ có một bảng hiệu ghi *Cấm vào.*

Christopher kể chúng tôi nghe ở đây cháu được tự do, không bị kiểm soát khi di chuyển ra sao. Tuy nhiên, thức ăn và các chương trình hoạt động không tốt như ở Lexington, vì ở đây có ít tù nhân hơn. Điều may mắn là có một phòng tập thể dục để cháu tập tạ cùng với một người trước đây là vận động viên bóng đá chuyên nghiệp tên là Hanz và cháu nhanh chóng trở nên vạm vỡ hơn với cân nặng 84kg.

Người quản lý khu trại giam của Christopher cho biết rằng nếu cháu cải tạo tốt, thì sẽ được chuyển đến nhà nghỉ dành cho tù nhân mới được thả ở Chicago vào ngày 15 tháng 2 năm 2001. Mặc dù Christopher vẫn ở dưới sự giám sát chính thức của Cục Liên Bang các Nhà tù, nhưng có khả năng được về nhà mỗi cuối tuần hoặc thậm chí được quản thúc tại gia. Ngày ra trại chính thức của cháu vẫn là ngày 15 tháng 7 năm 2001, nhưng dường như tháng Hai đã là ngày ra tù không chính thức vì cháu có thể hoà nhập trở lại xã hội – và cuộc sống gia đình.

Tháng Hai là chưa đầy bốn tháng nữa, và Christopher được yêu cầu tìm việc làm trong khi ở dưới sự giám sát của nhà dành cho tù nhân mới ra trại. Nhưng vấn đề lớn hơn là cháu sẽ làm gì sau tháng Bảy. Christopher đã điền đơn của trường Moody, và có lẽ chúng tôi sẽ cầm đi nộp khi đến thăm trường vào tháng Ba. Tôi không biết trường Moody sẽ trả lời đơn của Christopher như thế nào. Tôi chỉ hy vọng họ cho con trai chúng tôi cơ hội thứ hai.

———

Đồng hồ báo thức trong khách sạn vang lên, chồng tôi với tay tắt đi. Anh nghiêng mặt đồng hồ lên nhìn: 6:00 giờ sáng.

Chúng tôi đang ở Dallas để dự hội nghị truyền giáo mang tên Diễn Đàn Cho Người Về Đích (Finishers Forum). Đêm trước đó, chúng tôi đã đến sảnh hội nghị trễ vài phút nên cuối cùng phải ngồi tuốt phía sau. Vợ chồng tôi thường là những người ngồi hàng đầu, nên khi ngồi phía sau, chúng tôi phải ráng để nhìn thấy diễn giả. Chúng tôi quyết định chọn chỗ ngồi tốt hơn cho buổi hội nghị lúc 9:00 giờ sáng hôm nay.

Anh Leon thay đồ và đi đến phòng ăn lúc 7:00 giờ. Anh "xí" hai chỗ ngồi tốt nhất trong khán phòng – để quyển Kinh thánh của chúng tôi lên một trong những chiếc bàn tròn ở phía trước. Rồi chúng tôi thong thả đi ăn sáng, quay trở lại khán phòng khi hội nghị chuẩn bị bắt đầu. Khi chúng tôi đến, khán phòng gần như kín người, nhưng vẫn có thể nhìn thấy hai chỗ của chúng tôi-phía trước và chính giữa.

Len lỏi qua đám đông và di chuyển qua những dãy bàn ghế, cuối cùng chúng tôi cũng đến được chỗ của mình và ngồi xuống. Một người đàn ông cao lớn, đẹp trai với phần tóc bạc hai bên thái dương ngồi bên phải chồng tôi. Bên trái tôi là một cặp vợ chồng trông dễ chịu. Chúng tôi chỉ mới ngồi được một chút thì vợ chồng tôi cùng nhìn nhau, cảm thấy có điều gì đó sai sai.

Tôi liếc nhìn bảng tên của người phụ nữ ngồi cạnh mình. *Marge Malwitz*. Tôi nghĩ *mình đã thấy cái tên này ở đâu đó rồi*. Rồi tôi nhìn sang chồng của bà ấy thì nhận ra đó là Nelson Malwitz, người sáng lập dự án Người Về Đích, tổ chức chủ trì hội nghị này. Tôi bắt đầu thấy bối rối. Chúng tôi đã giữ chỗ cho mình ngay tại bàn dành cho diễn giả!

Chồng tôi nhận ra sai lầm của chúng tôi ngay lúc tôi cũng nhận ra. Mắt anh mở to, rồi anh nhanh chóng thu dọn Kinh thánh cùng giấy tờ. Anh nói nhỏ với ông bà Malwitz trong lúc đứng dậy khỏi ghế "Xin lỗi, tôi không biết bàn này dành cho diễn giả. Chúng tôi sẽ tìm chỗ khác ngồi."

Bà Malwitz đặt tay lên quyển Kinh thánh của chồng tôi và nói: "Không sao đâu! Đừng đi đâu hết. Chúng tôi muốn quý vị ngồi đây."

Bà tự giới thiệu mình và chồng, ông Nelson. Bà Malwitz nói "Còn người ngồi bên phải anh Leon là diễn giả buổi sáng hôm nay, tiến sĩ Joe Stowell... viện trưởng Viện Kinh thánh Moody."

Tôi đã nghe tiến sĩ Stowell trong nhiều năm, và cũng tham dự vô số hội nghị mà ông làm diễn giả-nhưng tôi chưa bao giờ đến gần ông. Tôi không thể nào kinh ngạc hơn thế. Vợ chồng tôi ngồi bất động. Tiến sĩ Stowell mỉm cười và gật đầu chào chúng tôi. Chúng tôi không xem chương trình trước để biết ai là diễn giả của hội nghị, vì vậy chúng tôi không hề biết ông ấy sẽ ở đây. Chúng tôi ngồi chung bàn với vị đứng đầu ngôi trường mà Christopher đang muốn theo học!

Tiến sĩ Stowell đi lên bục diễn thuyết và bắt đầu nói. Thông thường, tôi cố nắm bắt từng điều ông nói, cho dù là trên đài phát thanh hay tại hội nghị. Nhưng sáng nay, tôi không nghe được chữ nào. Tim tôi đập nhanh, còn tâm trí đầy những suy nghĩ. Tôi biết chẳng phải tình cờ mà chúng tôi ngồi cạnh tiến sĩ Stowell-dù rằng đó là lỗi của chúng tôi. Tôi muốn nói với ông điều gì đó về Christopher. Nhưng tôi nên nói gì bây giờ? Lúc này đây, tôi chẳng nghĩ ra được lời nào để nói. Tôi cầu nguyện xin Chúa cho tôi những lời cần nói, ngắn gọn nhưng đáng nhớ để tiến sĩ Stowell sẽ không quên Christopher. Tôi cầu nguyện và cầu nguyện trong suốt thời gian ông diễn thuyết, xin Chúa cho tôi biết phải nói gì.

Tôi đã dự nhiều hội nghị nên biết rằng người ta xếp hàng dài chờ được nói chuyện với tiến sĩ Stowell khi kết thúc. Từ chỗ tôi ngồi, chồng tôi và tôi rõ ràng sẽ là người đứng đầu hàng. Nhưng tôi không thể nói chuyện lâu với ông-có lẽ chỉ một phút. Tôi không muốn nói thứ tiếng Anh vấp váp hay nói điều gì đó gây bối rối.

Ông tiến sĩ trình bày xong và quay về chỗ ngồi trong khi người dẫn chương trình có vài thông báo và cầu nguyện kết thúc. Tôi cảm thấy như tim mình sắp nhảy ra ngoài. Tôi biết phải nắm bắt cơ hội có một không hai này-nhưng tôi vẫn không biết phải nói gì. Khi người dẫn chương trình cho nghỉ giải lao, tôi nhìn thấy người ta bắt đầu đi về phía tiến sĩ Stowell, tôi lắp bắp "Thưa tiến sĩ Stowell... tôi... tôi muốn hỏi ông một câu ..."

Ông nhìn vào bảng tên của tôi: "Vâng được, thưa bà Yuan".

Tôi hỏi: "Thưa tiến sĩ Stowell, trường Moody có... có chấp nhận tội nhân không?"

Tiến sĩ Stowell khựng lại và nhìn tôi cách khó hiểu.

Tôi nói tiếp "lý do tôi hỏi câu này là vì con trai tôi sắp được ra tù. Và cháu muốn học tại Moody." Tôi giải thích thêm về quá khứ của Christopher và tình hình hiện tại của cháu.

Tiến sĩ Stowell suy nghĩ trong chốc lát, rồi hỏi tôi một câu đơn giản nhưng sâu sắc "Cháu đã được cứu chưa?"

Nụ cười hiện rõ trên gương mặt tôi, và tôi cảm thấy thật nhẹ nhõm. Tôi khoan khoái trả lời: "Cháu đã được cứu rồi. Đã được cứu."

32

Cuối Cùng Cũng Về Nhà

Christopher, ngày 15 tháng 2 năm 2001

Viên sĩ quan ra lệnh "Ký ở đây rồi ghi ngày ở đây", chỉ vào hai hàng trống trên tờ giấy để trước mặt tôi. Tôi đã mong đợi đến ngày này từ lâu rồi, đến nỗi tôi gần như không thể tin được ngày ấy đã tới. Mặc dù đây không phải là ngày chính thức ra tù, nhưng đó là ngày tôi được chuyển qua nhà nghỉ dành cho người mới ra tù ở Chicago. Lần này, bố mẹ đến đón tôi để chở đến nhà nghỉ-sau khi ghé qua nhà của chúng tôi. Tôi rời khỏi nhà cũng lâu lắm rồi, và thậm chí còn lâu hơn nữa kể từ khi tôi thật sự xem nhà là... nhà.

Tôi đặt bút xuống tờ giấy, rồi dừng lại ở dòng đầu tiên. *Tên*. Mọi người luôn gọi là Chris, ngoại trừ với gia đình. Tên khai sinh của tôi là *Christopher* – "người mang hình ảnh Đấng Christ".

Giờ đây, tôi đứng ở ngưỡng cửa của một cuộc sống mới. Có lẽ đây là lúc cần có một tên gọi mới. Hay thật ra có lẽ đây là lúc tôi giành lại tên của mình. Thời gian ở tù về cơ bản đã kết thúc. Buổi chiều hôm đó, tôi đã ở một nơi mới – nửa chặng đường đến với sự tự do. Tôi sắp sửa ký vào dòng có nhiều dấu chấm.

Christopher. Tên gọi nghe không hoàn toàn tự nhiên. *Christopher*. Mỗi lần nghe đến tên này, tôi cảm thấy hơi kỳ quặc. Nhưng có lẽ cảm giác đặc biệt đó là lời nhắc nhở rằng tôi không còn là tôi của ngày xưa nữa. Tôi không còn là Chris. Tôi sẽ là Christopher. Người mang hình ảnh Đấng Christ.

Tôi quăng chiếc túi đi biển bằng vải bạt đựng các vật dụng cá nhân lên chiếc xe tải màu trắng, rồi leo ra phía sau. Người cai tù ngồi ghế cạnh tài xế quay ra sau hỏi tôi: "Anh xong chưa? Chúng ta đi thôi."

Tài xế mở máy xe, và chúng tôi thẳng tiến. Chúng tôi đi qua nhà nguyện, toà nhà bằng thép nơi người ta đến thăm tù nhân, biển báo

Cấm vào, nhà tù được kiểm soát nghiêm ngặt, nhà canh gác và cuối cùng là chòi của lính gác. Tôi có thể nhìn thấy chiếc Honda của bố mẹ dừng bên cạnh cổng trước. Bố và mẹ đang đứng đó chờ tôi. Tôi mỉm cười. Thế là hết. Thời gian trong tù của tôi đã chấm dứt-và một cuộc sống hoàn toàn mới đang bắt đầu.

Khi chiếc xe phanh gấp để dừng lại, tôi nhảy ra và đi thẳng tới chỗ bố mẹ. Họ ôm chầm lấy tôi trong nước mắt và tiếng cười. Mẹ tôi choàng lên người tôi chiếc áo khoác để che chiếc áo tù bằng vải ka-ki. Khi ấy, tôi nghĩ đến người cha của đứa con trai hoang đàng, chạy đến gặp con mình khi người con ấy cuối cùng từ xứ xa trở về: "Hãy mau lấy áo tốt nhất mặc cho nó."[1] Tôi kéo chiếc cổ áo lại chặt hơn, cảm nhận hơi ấm và tình yêu trong đó.

————

Những cánh đồng ngô rộng lớn ở Illinois dần biến mất ở hai bên đường cao tốc liên bang khi chúng tôi lái xe hướng về nhà. Tôi thường xem những khoảng không gian rộng lớn ở Illinois là điều bình thường, nhưng bây giờ - khi nhìn qua tấm gương trong veo mà không có chấn song hay mắc lưới nào-chúng càng trở nên tươi đẹp hơn bao giờ hết.

Trên đường đi, chúng tôi nói chuyện rất ít. Tôi không thể tin mọi sự đã kết thúc. Không còn còng tay. Không còn xiềng xích. Không còn lính canh. Không còn những buổi điểm danh đứng. Tôi chìm ngập trong sự tự do của một khởi đầu mới. Tôi không thể nói nên lòng biết ơn của tôi đối với việc Chúa làm trong cuộc đời tôi-và đối với bố mẹ tôi, những người có lý do chính đáng để từ bỏ tôi. Nhưng họ đã không làm như vậy.

Tôi nhìn mẹ. Bà đang tựa đầu, mắt nhắm lại và nụ cười mãn nguyện ngời sáng trên gương mặt. Tôi chợt nhận ra ý nghĩa của những việc họ đã làm cho tôi. Hẳn bố mẹ đã lo lắng ngày đêm. Có lẽ họ đã phải đối diện với sự chỉ trích và trịch thượng của những người trong cộng đồng. *"Ồ, họ là phụ huynh có thằng con trai phải ngồi tù."*

———————

[1] Lu-ca 15:22

Và bố mẹ đã bỏ hàng giờ cầu nguyện vì tôi. Tôi nhìn thấy hai đầu gối của mẹ hoá nâu và chai sạn vì quỳ gối cầu nguyện. Còn các trang Kinh thánh của bố sờn rách vì lần mở những lời hứa của Đức Chúa Trời. Bố mẹ làm những điều này vì tôi, đứa con trai đã bỏ nhà đi cách đây gần 8 năm, hét lên rằng nó có một gia đình thật là những bạn bè đồng tính. Nhưng gia đình thật của tôi hoá ra là chính gia đình mình đang có. Tôi báo đáp bố mẹ như thế nào đây?

Tôi giơ tay tới trước và bóp nhẹ vai mẹ. Bà quay sang tôi mỉm cười.

"Cám ơn bố mẹ", tôi nhìn cả hai người và nói "Cám ơn bố mẹ nhiều lắm."

———

Chúng tôi phải mất gần 6 tiếng để lái xe về nhà ở vùng ngoại ô Chicago. Khi chúng tôi lái xe chầm chậm qua phía trước nhà, tôi nhìn cây thông to lớn trong sân. Có một chiếc ruy-băng to màu vàng được cột quanh thân cây.

"Cột dây ruy-băng vàng quanh cây sồi già..."[2] Cũng lâu lắm rồi tôi mới lại nghĩ đến câu nói xa xưa đó. Thật là một câu chuyện rất hay và cảm động về một tù nhân trở về nhà. Anh ta nói người yêu cột một dây ruy-băng quanh thân cây trong sân nhà nếu cô vẫn còn muốn anh quay về. Nếu không có chiếc ruy-băng cột trên cây thì anh sẽ bảo tài xế chạy luôn mà không dừng lại. Khi họ đến gần con đường dẫn vào nhà, anh chàng hồi hộp mở to mắt nhìn. Rồi anh nghe thấy tiếng các hành khách trên xe reo mừng vì không phải chỉ có một dây ruy-băng mà là hàng trăm dây ruy-băng vàng được cột quanh cây sồi.

Khi tôi nhìn hai đầu ruy-băng vàng bay bay trong gió, tôi nhận ra cuộc đời mình thật giống bài hát đó biết bao. *"Đã ba năm rồi. Em có còn muốn anh quay về?"* Cách đây ba năm, căn hộ của tôi ở Atlanta bị khám xét, còn tôi thì bị quẳng vào tù. Tôi không xứng đáng với tình yêu thương của bố mẹ, nhưng họ đều muốn tôi quay về và đã chờ đợi

---

[2] Irwin Levine và L. Russell Brown, "Tie a Yellow Ribbon Round the Old Oak Tree", được thu âm năm 1973 bởi Dawn featuring Tony Orlando, Bell Records.

tôi chừng ấy thời gian. Mắt tôi mờ đi và lòng tôi tràn đầy sự biết ơn về ân điển cùng sự tha thứ đã được ban cho tôi. Tôi siết tay mẹ.

Khi chúng tôi đến gần cửa trước, tôi có thể nghe thấy tiếng hát yếu ớt. Tôi nhìn bố mẹ mình với chút bối rối. Họ chỉ mỉm cười-ánh mắt long lanh-và đẩy cửa mở ra. Trong hành lang phía trước là chiếc máy nghe nhạc đang phát bài "Chiếc ruy-băng vàng" phát đi phát lại vì họ ra khỏi nhà sáng hôm qua để đón tôi. Bố mẹ muốn tôi nghe bài hát này đầu tiên khi trở về nhà.

Tôi bước vào rồi nhìn quanh phòng giải trí phía trước. Tôi thấy hơn cả trăm dải ruy-băng vàng được đính đâu đó trên mọi bức tường. Tôi bước đến gần hơn và thấy trên mỗi dây ruy-băng đều có chữ ký cùng vài lời khích lệ.

"Mỗi dây ruy-băng đều có chữ ký của những người đã cầu nguyện cho con suốt nhiều năm qua", mẹ tôi giải thích. "Họ muốn đích thân chào đón con trở về."

Hầu như tôi không thể nghe thêm gì. Thật quá nhiều yêu thương, quá nhiều sự nhẫn nại, quá nhiều sự sủng ái dành cho tôi từ rất nhiều người mà tôi chưa hề gặp. Họ không yêu thương tôi chỉ vì tôi là người như thế nào; họ yêu tôi vì họ yêu Chúa Giê-xu. Và cũng như bố mẹ tôi, họ sẵn sàng cho tôi cơ hội thứ hai.

Mẹ ôm lấy tôi, đôi mắt sáng ngời. "Christopher, chúc mừng con đã về nhà."

Tôi đáp lại, giọng nghẹn ngào "Christopher." Rồi thì thầm "Người mang lấy hình ảnh Đấng Christ".

"Phải rồi, Christopher." Lúc đó, tôi nhận ra rằng hành trình của mẹ cũng kéo dài và đau đớn như hành trình của tôi.

"Con đã về, mẹ à. Con về nhà rồi." Và tôi biết điều mình nói thật đúng trong mọi phương diện. Sau một thời gian dài lạc lối ở xứ xa... thì cuối cùng tôi đã quay về.

Lời Kết

Christopher, ngày 30 tháng 9 năm 2010

Đó là một buổi sáng mùa hè ấm áp ở Indiana, khi tôi rảo bước đến nhà ga Metra. Tôi liếc nhìn đồng hồ 8 giờ 52 phút sáng. Tôi có thể nghe tiếng ầm ầm của chiếc tàu lửa chở người đi làm đang chạy xuống đường ray. Tàu lửa đến thật đúng giờ.

Khi chờ xe lửa dừng lại, tôi đứng ngay trước sân ga dành cho người đi bộ. Đây cũng là sân ga mẹ tôi đã đứng khi bà dự tính kết liễu đời mình vào tháng 5 năm 1993. Nhiều thứ đã thay đổi kể từ ngày ấy.

Mặc dù hôm nay cũng chỉ là một ngày trong số các ngày tôi đến Chicago để dạy tại Viện Thánh Kinh Moody, nhưng có vẻ như tôi mới được ra khỏi tù ngày hôm qua. Tháng 3 năm 2001, tôi đã nộp đơn cho Moody – hồ sơ hoàn chỉnh với các thư giới thiệu từ cha tuyên uý, quản giáo và một bạn tù. Cũng trong ngày đó, mẹ và tôi ở lại khu học xá để tham dự buổi nhóm của vị hiệu trưởng, để có thể nghe tiến sĩ Joe Stowell giảng. Chúng tôi đã quyết định sẽ đến chào ông sau khi kết thúc bài giảng.

"Tôi không biết ông còn nhớ tôi không, nhưng vợ chồng tôi đã gặp ông tại Diễn Đàn Dành Cho Người Về Đích vào năm ngoái. Tôi có hỏi không biết trường Moody có chấp nhận tội nhân không." Mẹ tôi mỉm cười. "Tội nhân đó đây này."

Tiến sĩ Stowell vẫn nhớ đã gặp bố mẹ tôi tại hội nghị. Mẹ tôi có nói với ông rằng tôi đã được chuyển sang nhà nghỉ dành cho tù nhân mới ra trại và tôi đã thích nghi tốt ra sao với cuộc sống bên ngoài. Ông đã ân cần ghi xuống tên tôi, và kể từ đó ông trở thành người bạn, người khích lệ tôi trong chức vụ Chúa đặt để. Sau khi chính thức được phóng thích khỏi nhà nghỉ dành cho tù nhân mới ra trại và nhà giam liên bang vào tháng Bảy năm 2001, tôi bắt đầu trở thành sinh viên bán thời gian của Viện Moody. Mùa xuân năm 2002, tôi chuyển vào ở trong khu học xá như một sinh viên trọn thời gian.

Bốn năm sau, tôi tốt nghiệp chương trình cử nhân Kinh thánh, chuyên về âm nhạc và ngôn ngữ Kinh thánh. Tôi tiếp tục học về giải kinh nguyên ngữ, bao gồm tiếng Hi-bá-lai và Hy Lạp, tại Wheaton College với tư cách người nhận học bổng của Charles W.Colson dành cho cựu tội phạm. Đây là học bổng duy nhất dành cho cựu tội phạm.[3]

Mặc dù tôi chưa bao giờ theo đuổi điều này nhưng Đức Chúa Trời bắt đầu mở ra những cánh cửa để tôi chia sẻ câu chuyện về ân điển của Ngài trong cuộc đời tôi lẫn cuộc đời của bố mẹ tôi. Khi tôi ra tù, bạn bè của bố mẹ mời tôi làm chứng trong nhóm nhỏ của họ và tại những buổi điểm tâm của nhóm nam giới. Rồi ngày càng có nhiều buổi nói chuyện hơn nhờ người này truyền miệng cho người kia. Ngày nay, mục vụ diễn thuyết của tôi đã trải rộng khắp cả nước và đến với bốn lục địa. Thật buồn cười khi nhớ lại những lời có vẻ điên rồ của Eddy Mendoza khi tôi bị giam ở Brooklyn. Tôi nghĩ anh ấy đã nói đúng!

Năm 2007, sau khi tốt nghiệp cao học tại Wheaton College, tôi biết Đức Chúa Trời đã kêu gọi tôi vào mục vụ diễn thuyết về các vấn đề liên quan đến tính dục và HIV/ AIDS. Nhưng vào những ngày không diễn thuyết thì tôi sẵn sàng với những cơ hội phục vụ khác để được vững vàng trong Lời Chúa. Vì vậy, trong quyền tể trị của Đức Chúa Trời và sự rộng lượng của ban quản trị Viện Thánh Kinh Moody, tôi được mời dạy bán thời gian với tư cách giảng viên thỉnh giảng thuộc khoa Kinh thánh. Moody đã linh động sắp xếp theo lịch di chuyển và diễn thuyết của tôi. Đây là năm thứ tư tôi dạy môn Thánh Kinh Nhập Môn và tôi vô cùng yêu thích công việc đó. Tôi cũng bắt đầu năm đầu tiên của chương trình tiến sĩ mục vụ tại chủng viện Bethel ở St.Paul, Minnesota, nơi tôi sẽ tập trung nghiên cứu về tình dục và tình trạng độc thân.

Bố mẹ tôi hết sức hỗ trợ tôi trong suốt thời gian tôi học ở Moody và Wheaton, và họ là nguồn khích lệ rất lớn cho tôi trong mục vụ diễn thuyết. Nhưng chúng tôi biết đường đời là cả một thách thức. Di chuyển dài ngày có thể rất mệt mỏi, nhất là khi căn bệnh HIV khiến cơ thể tôi

---

[3] Muốn biết thêm thông tin về học bổng Charles W. Colson Scholarship dành cho cựu tù nhân học tại Wheaton College, xin xem www.bgcprisonministries.com/index.php?id=83 [inactive].

ngày càng yếu đi. Vì vậy, tôi nhờ mẹ cùng đi với tôi và là người bạn của tôi trong chức vụ. Trên đường đi, bà giúp tôi thực hiện trách nhiệm giải trình và liên tục cầu nguyện cho tôi. Mẹ là và mãi là chiến binh cầu nguyện của tôi!

Mẹ tôi không chỉ cùng đi với tôi, mà tôi còn xem bố mẹ là những cộng sự trong chức vụ. Nhiều lần, tôi diễn thuyết chung với bố mẹ. Chúng tôi là diễn giả tại Hội thánh Cộng đồng Willow Creek năm 2006 và Saddleback Church năm 2007, và Đức Chúa Trời tiếp tục mở cho tôi những cánh cửa để nói chuyện tại những buổi hội họp, chẳng hạn các hội nghị dành cho nam giới và mục sư thuộc Viện Moody và Hội nghị Urbana của Nhóm Thông Công Sinh Viên Tin Lành.

Đức Chúa Trời đã gìn giữ sức khoẻ của tôi. Mặc dù tôi nhận biết những giới hạn về thể chất và mau mệt, nhưng tôi vẫn không dùng thuốc.[4] Tôi tiếp tục đi gặp bác sĩ mỗi ba tháng để xét nghiệm máu, và trong mười ba năm qua tôi đã ăn uống điều độ, ngủ đủ, tập thể thao và dùng thuốc đông y để duy trì sức khoẻ. Tuy nhiên, nhiều khả năng tôi sẽ phải bắt đầu uống thuốc vì HIV tiếp tục tàn phá hệ miễn dịch của tôi. Nhưng cuộc sống của tôi ở trong tay Cha, và tôi biết rằng mỗi ngày là một món quà-rằng là con của Chúa, tôi phải sống mỗi ngày với tinh thần gấp rút.

Chiều nay, từ khu học xá của Moody tôi sẽ đến Wheaton College. Tôi nằm trong Nhóm biệt phái của Hiệu trưởng về Đồng tính luyến ái, và chúng tôi sẽ có buổi gặp gỡ vị tân hiệu trưởng, tiến sĩ Philip Ryken. Tôi khá gắn bó với Wheaton College, đồng thời cũng phục vụ trong ban cựu sinh viên, nằm trong Nhóm Biệt phái của Hiệu trưởng về AIDS, và ở trong Uỷ ban tư vấn Học bổng Colson. Sau một ngày dài, tôi sẽ về nhà-ngôi nhà tôi đã quay về cách đây chín năm.

Thật khó quên được ngày tôi trở về nhà, với căn phòng khách phía trước đầy những chiếc ruy-băng vàng. Mỗi lần nghĩ đến điều này, sự thương xót của Chúa lại tràn ngập trong tôi, và tôi được nhắc nhở về

---

[4] Thuốc điều trị HIV được gọi là ARV (antiretroviral drugs-thuốc kháng vi-rút). Việc chữa trị còn được gọi là Liệu pháp kháng vi-rút có hoạt tính cao (HAART). Một khi bắt đầu dùng thuốc này thì không thể ngừng. Thường sẽ có những tác dụng phụ, nhưng may mắn là các loại thuốc mới thì ít tác dụng phụ hơn và ít đau đớn hơn.

tình yêu vô điều kiện của bố mẹ dành cho tôi. Bố mẹ sẽ luôn luôn đứng ở cửa với đôi tay dang rộng, sẵn sàng chào đón tôi trở về, như Cha trên trời vậy. Tôi biết tôi luôn luôn có thể quay về.

Dành cho người học

Sự Cầu Nguyện, Sự Cứu Chuộc và Tình Dục Thánh

Tám Bài Hướng Dẫn cho *Trở về từ xứ xa*

Đối với nhiều người, không có chuyện tích Thánh Kinh nào có sức thu hút hơn truyện người con trai hoang đàng (xem Lu-ca 15:11-32). Đứa em trai vô ơn từ bỏ gia đình trong khi người anh có trách nhiệm vẫn ở lại nhà. Điều thường bị bỏ qua trong truyện ngụ ngôn của Chúa Giê-xu là: người anh cũng là người con hoang đàng. Cả hai đều cần được cha yêu thương, như mỗi chúng ta đều khao khát vòng tay rộng mở đợi chờ của Ngài.

Chuyện kể trong *Trở về từ xứ xa* là câu chuyện có thật về việc Đức Chúa Trời tìm kiếm và cứu vớt hai kẻ hư mất (xem Lu-ca 19:10): một bà mẹ quá quẫn trí đã quyết định tự sát, và đứa con trai đang mải mê theo đuổi lạc thú, tiền bạc, cùng sự thành công thì bị bắt giữ, bỏ tù và mắc phải căn bệnh đe dọa tính mạng. Cả hai mẹ con đều xuống tới đáy vực sâu, rồi cả hai đều quay về với Đức Chúa Trời ở những thời điểm khác nhau. Những đổi thay trong cuộc đời họ thật quá đỗi diệu kỳ.

Phần hướng dẫn thảo luận này nhằm giúp bạn tìm ra những bài học cho chính cuộc đời mình. Tất cả chúng ta đều đã đi hoang và mọi người đều muốn quay về. Cho dù bạn từng là con trai hay con gái hoặc là bậc phụ huynh hoang đàng, thì phần hướng dẫn này cũng sẽ giúp bạn hiểu sâu hơn lòng thương xót, ân điển, tình yêu cùng sự tha thứ của Đức Chúa Trời. Tám bài hướng dẫn nghiên cứu có thể dùng theo nhiều cách khác nhau: hoặc chia sẻ với một người bạn bên tách cà phê, hoặc trong một nhóm trang trọng hơn, một buổi thảo luận ở câu lạc bộ đọc sách hoặc nhóm nghiên cứu nhỏ chẳng hạn. Các câu hỏi này rất hữu ích cho những ai muốn biết Chúa cách thân mật hơn, như Cha yêu dấu của mình vậy.

Mỗi tuần tập trung vào vài chương trong sách. Hãy thoải mái nhấn mạnh những chủ đề và câu hỏi đụng chạm trực tiếp nhất vào cuộc sống của bạn. Các câu hỏi nhằm khuyến khích thảo luận cởi mở, không nhắm vào ai cả. Mục tiêu là để chia sẻ với người khác trong khi bạn đào sâu mối quan hệ giữa mình với Đức Chúa Trời.

Tuần Một

Đọc chương 1 tới chương 5 trước khi thảo luận.

1. Lúc bắt đầu câu chuyện của Angela Yuan, vợ chồng bà đang lục đục trong hôn nhân. Nhưng lúc mới cưới, họ rất yêu thương nhau. Ở những lĩnh vực nào của cuộc sống, bạn thấy niềm đam mê của mình đã trở nên nguội lạnh? Bạn nghĩ vì sao điều ấy xảy ra trong hôn nhân, trong mối quan hệ tình yêu, trong tình bạn, hoặc trong bất kỳ mối quan hệ nào? (*chương 1*)

2. Sau khi Leon và Angela tìm thấy bằng chứng là sách báo khiêu dâm trong phòng con trai là Christopher, họ đã đối chất với con. Nhưng cuộc chuyện trò đã không được suôn sẻ. Phản ứng đầu tiên của Angela, của Leon, của Christopher về mặt tình cảm là gì? Bạn sẽ đáp ứng ra sao nếu mình là phụ huynh? là con trai (hoặc con gái)? (*chương 1*)

3. Angela phủ nhận tình trạng đồng tính luyến ái của Christopher trước khi cậu chính thức công khai điều đó với cha mẹ mình. Vì sao việc Angela không nhìn nhận sự thật như vậy là thiếu lành mạnh? Bạn đang né tránh những vấn đề nào trong cuộc sống mình? Làm sao để chúng ta đối diện sự thật và khước từ cách sống tránh né như vậy? (*chương 1*)

4. Từ góc nhìn của Angela, con trai đã khước từ bà. Từ góc nhìn của Christopher, thì mẹ cậu đã tống khứ mình ra khỏi gia đình. Cả hai đều bị tổn thương và cả hai đều cảm thấy mình là nạn nhân. Điều này thường xảy ra khi cả hai bên có những cách nhìn hoàn toàn khác nhau. Hãy cho một thí dụ cho thấy điều này cũng đã xảy ra với bạn. Nêu ra vài cách giúp chúng ta nhìn nhận quan điểm của người khác một cách tốt hơn. (*chương 2*)

5. Khi lớn lên, Christopher cảm thấy mình giống như một kẻ bên lề xã hội. Khi trưởng thành và được cộng đồng đồng tính chấp nhận,

chàng yêu thích cảm giác được hoàn toàn chấp nhận. Cộng đồng Cơ Đốc phải là nơi mà mọi người đều có thể đến và cảm thấy được chấp nhận. Làm sao để hội thánh có thể tỏ ra ân cần hơn trong khi vẫn trung thành với sứ điệp lẽ thật và sự cứu chuộc? Bạn có thể làm gì để giúp hội thánh mình bày tỏ tinh thần tiếp đón ân cần hơn? (*chương 2*)

6. Angela đã trải qua tuổi thơ cô đơn vì mẹ của bà không có mặt ở nhà để chăm sóc sau khi bà đi học về. Kết quả là Angela tự hứa với bản thân sẽ mang lại cho chính gia đình mình một cuộc sống hoàn toàn khác. Hãy kể ra vài kinh nghiệm tích cực từ thuở ấu thơ mà bạn muốn lặp lại trong gia đình riêng của mình, và kể lại những kinh nghiệm bạn muốn thay đổi (*chương 3*).

7. Ngay khi Christopher sung sướng với ý nghĩ mình được thoát khỏi sự kìm kẹp lẫn ảnh hưởng của cha mẹ, thì được nghe mẹ anh nói rằng bà yêu thương anh—cho dù anh có như thế nào. Có bao giờ bạn từng viết thư tuyệt giao với ai đó, thì lại được người ấy nói lời xin lỗi và tìm cách hàn gắn mối quan hệ không? Có ai trong cuộc đời mà bạn cần tìm cách hòa giải không? (*chương 4*)

8. Christopher hết sức khao khát những mối quan hệ. Đôi lúc chúng ta cũng tha thiết theo đuổi những mối quan hệ tới mức mối quan hệ ấy trở thành thần tượng, điều này xảy ra như thế nào? Làm sao để tránh tình trạng này? (*chương 4*)

9. Angela quyết định không để cho thái độ thô bạo của Christopher điều khiển bà. Bằng cách nào chúng ta để cho hành động, thái độ cùng lời nói của người khác ảnh hưởng đến mình? Xin cho thí dụ. Bạn chiến thắng điều này bằng cách nào (nếu đã từng giải quyết được vấn đề)? (*chương 5*)

10. Angela tìm ra giải pháp nhờ đọc quyển sách Cơ Đốc mỏng về đồng tính luyến ái. Khi bà gọi số điện thoại ghi ở bìa sau của sách, người phụ trách mục vụ này nói bà không thể nào thay đổi được Christopher. Bà không đồng ý với ông. Bạn cảm thấy thế nào về câu nói của ông và phản ứng của Angela? Chúng ta có thể thay đổi con cái, người phối ngẫu của mình không? Nếu không thay đổi được ai đó, thì chúng ta nên làm gì? (*chương 5*)

11. Trong lúc đọc về loài chim bách thanh, Angela bị cáo trách về

việc tự cho mình là công chính. Bạn có bao giờ gắng sức cho mình là đúng nhờ đánh bại ý kiến của người khác không? Về sau, Angela nhận biết tội lỗi của riêng mình không hề kém nghiêm trọng so với của Christopher. Nếu bạn có con trai hoặc con gái lạc lối, thì bạn thấy mình có lỗi ra sao so với lỗi của con mình? (*chương 5*)

Tuần Hai

Đọc chương 6 tới chương 9 trước khi thảo luận.

1. Trong chương 6, Christopher kể về một người đã dùng lời phê phán cùng chiêu trò làm người khác sợ hãi để thuyết phục rằng cậu có thể thay đổi khuynh hướng tính dục của mình. Tại sao điều này không hiệu quả? Bản thân bạn có bao giờ gặp người tìm cách buộc bạn phải thay đổi để đáp lại điều người đó mong mỏi nơi bạn không? (*chương 6*)

2. Khi Angela trở về nhà ở Chicago, bà sợ mình có thể quay lại lối sống cũ và cảm thấy muốn bỏ cuộc. Khi bạn thấy muốn bỏ cuộc, thì điều gì khiến bạn vẫn tiếp tục? Cho những thí dụ cụ thể. (*chương 7*)

3. Về đến nhà, Angela dành riêng căn phòng cầu nguyện làm nơi tương giao ý nghĩa với Chúa mỗi sáng. Bạn đã có hoặc muốn tạo những thói quen nào hằng ngày để duy trì mối tương giao sống động với Đấng Christ? Bạn đã có hoặc đã dành riêng nơi nào để cầu nguyện và/hoặc học Kinh thánh chưa? (*chương 7*)

4. Trong *chương 8*, Christopher kể anh đã gặp một người tên Kevin và chuyện tình lãng mạn diễn ra. Bạn cảm thấy thế nào về câu chuyện này? Nếu bạn muốn giúp người đồng tính gặp Chúa, thì bạn có nghĩ phản ứng của bạn trước câu chuyện này sẽ làm tổn hại hay hỗ trợ cho sứ mạng của bạn không? Nếu bạn là người đồng tính hoặc bạn bị lôi cuốn bởi người đồng tính và bạn muốn hiểu sự kêu gọi của Chúa trong cuộc đời mình, thì phản ứng của bạn đối với câu chuyện này sẽ giúp ích hay làm tổn hại như thế nào đến việc bạn tìm kiếm Chúa? (*chương 8*)

5. Kevin cho rằng Kinh thánh lên án đồng tính luyến án và từ chối thảo luận vấn đề này trong khi vẫn tiếp tục mối quan hệ với Christopher. Trong những lĩnh vực nào, bạn có khuynh hướng làm ngược lại những

xác tín bên trong và không chịu làm theo lẽ thật của Đức Chúa Trời? Bạn lập luận ra sao khi làm ngơ các lời dạy của Thánh Kinh trong trường hợp vâng lời Chúa sẽ gây khó khăn, lúng túng hoặc bất tiện cho bạn? (*chương 8*)

6. Angela nói hôn nhân của bà mang đặc điểm như sau: "Những vấn đề không giải quyết được dường như định nghĩa cuộc sống chung của chúng tôi." Cuộc sống cùng các mối quan hệ của bạn được định nghĩa bởi những vấn đề không giải quyết được nào? Bạn có thể giải quyết hết bằng cách nào? (*chương 9*)

7. Là dân nhập cư, Leon và Angela đối mặt với nhiều dị biệt văn hóa và áp lực gia đình gần như đẩy họ tới bờ vực ly hôn. Những vấn đề nào về văn hóa hoặc gia đình gây căng thẳng trong cuộc sống của bạn? Bạn có thể làm gì để cất bỏ những áp lực đó? (*chương 9*)

8. Angela không hề hay biết những cãi vã giữa bà với chồng bà đã ảnh hưởng Christopher ra sao—cho tới khi bà thấy bức vẽ của Christopher lúc còn bé. Làm sao để bạn biến mái ấm của mình thành chỗ trú ẩn cho mọi thành viên trong gia đình, nơi họ cảm thấy an toàn, thấy được yêu thương và trân quí? (*chương 9*)

9. Đây là lời khuyên đáng tin cậy cho bậc phụ huynh: món quà quí nhất bạn có thể trao cho con cái là yêu thương mẹ (hoặc cha) của chúng—và bày tỏ cho con cái thấy điều đó. Làm sao để bạn yêu thương người phối ngẫu toàn vẹn hơn, và làm sao bạn có thể giúp con cái thấy rõ điều đó? (*chương 9*)

Tuần Ba

Đọc từ chương 10 tới chương 13 trước khi thảo luận.

1. Chỉ trong vòng vài tuần, Christopher đi từ việc sử dụng tới buôn bán ma túy. Và khi buôn ma túy, cậu trở thành người nghiện ma túy. Bạn có thấy những trường hợp tội lỗi nhanh chóng chiếm hữu cuộc đời bạn hoặc cuộc đời người khác chưa? Hãy giải thích. Bạn nghĩ vì sao Christopher lại dễ rơi vào cạm bẫy của ma túy và tiệc tùng đến như thế? (*chương 10*)

2. Bên ngoài một tiệc xiếc qui mô (phục vụ đồng tính nam), Christo-

pher gặp thành phần diễu hành là những Cơ Đốc nhân. Những người diễu hành cho rằng họ đang tôn cao chân lý; tuy nhiên đó là chân lý không có lòng thương xót. Làm sao Cơ Đốc nhân có thể tránh phá vỡ sứ điệp của chân lý bằng việc tách sứ điệp ra khỏi lòng thương xót, hay ngược lại, câm nín đối với lẽ thật của Đức Chúa Trời, nhân danh lòng thương xót và tình yêu thương? (*chương 10*)

3. Sứ điệp được những người phản kháng ấy rao giảng không phải là Phúc âm. Hãy đưa những thí dụ cho thấy Cơ Đốc nhân có thể rao truyền tin vui của Phúc âm bằng cách cân bằng lẽ thật với lòng thương xót. Bạn có thể nghĩ tới ai đó cần nghe bạn chia sẻ tin mừng của Đức Chúa Trời không? (*chương 10*)

4. Christopher gọi điện báo cho bố mẹ biết nhà trường đang tính đuổi học cậu. Angela và Leon đối diện với một quyết định cam go: họ nên "giúp" con mình, hay nên tin tưởng nhường chỗ cho ban điều hành nhà trường đưa ra quyết định thích hợp nhất? Nếu can thiệp, hẳn là họ đã giúp con mình làm điều gây tổn hại cho con. Giúp người thân như vậy là ngăn cản họ đối diện hậu quả từ lựa chọn của họ, né tránh học hỏi từ lỗi lầm, để rồi cuối cùng ôm lấy rắc rối. Chúng ta có những cách nào để "giúp" người thân của mình theo kiểu như vậy? Làm sao để tình trạng này sẽ không xảy ra? (*chương 11*)

5. Christopher bất mãn khi Angela nói với chủ nhiệm khoa của trường mình rằng mối quan hệ với Đức Chúa Trời là điều ưu tiên hơn cả. Hãy so sánh tấm gương nói điều chân thật này (*chương 11*) với những người diễu hành bên ngoài tiệc xiếc (trong *chương 10*). Cho vài thí dụ từ chính cuộc sống của bạn về một trong hai trường hợp ở đây. (*chương 11*)

6. Christopher kể câu chuyện về ngôi sao khiêu dâm mà anh kết thân cuối cùng đã mang bệnh và cô đơn trong một bệnh viện ở Chicago. Bạn nghĩ vì sao chẳng có ai tới thăm anh này trong bệnh viện, ngoại trừ ông bà Yuan? Đức Chúa Trời dùng tình huống này để làm gì trong cuộc đời Christopher? Bạn có thể làm gì cho những kẻ ốm đau, cô đơn và có nhu cầu trong cuộc sống? (*chương 12*)

7. Khi Christopher phát hiện có thể mình đã bị lây nhiễm HIV, điều kỳ lạ là cậu vô cùng bình tĩnh và thậm chí còn cam chịu. Thường những

người sống không có Đấng Christ đều nuôi nhận thức rằng chúng ta có mặt trên đời này chỉ để sống rồi chết, cho nên mình hãy thoải mái mà sống. Bạn có biết ai sống theo triết lý đó không? Cơ Đốc nhân có thể đến với những người đó bằng cách nào? (*chương 12*)

8. Angela trải qua những khoảnh khắc ấu thơ kinh khiếp khi chứng kiến mẹ làm tình ngay trên giường ngủ của mình. Nỗi nhục âm thầm này vẫn ám ảnh bà mãi cho tới lúc bà trao dâng hết mọi trải nghiệm đó cho Chúa. Hiện tại bạn vẫn còn giữ những bi kịch hoặc vết thương quá khứ nào trong lòng? Điều gì ngăn cản bạn từ bỏ chúng? Bạn đã có thể trao dâng những bi kịch cùng vết thương nào cho Đức Chúa Trời? (*chương 13*)

9. Đức tin của Angela đã lan tỏa và dẫn đến việc cha của bà cũng bước vào mối liên hệ với Chúa Giê-xu. Bạn có quen biết ai cũng có đức tin lan tỏa như thế không? Chúng ta có thể học được những điều cụ thể nào từ họ? (*chương 13*)

Tuần Bốn

Đọc chương 14 tới chương 17 trước khi thảo luận.

1. Christopher bắt đầu việc buôn bán ma túy như thể đó là công việc chính đáng với giờ làm việc và sổ sách tài chính đàng hoàng. Có vẻ như cậu không thấy điều đó là sai quấy. Do đâu con người có thể dấn thân làm chuyện sai quấy mà quên rằng việc làm của họ không chỉ bất hợp pháp mà còn làm buồn lòng Đức Chúa Trời? (*chương 14*)

2. Bà Angela gửi thiệp cho Christopher, nhưng cậu lại không thèm mở ra xem mà quăng đi hết. Dẫu vậy, bà Angela cũng đang gieo giống— Christopher biết mẹ không bỏ mình. Những phương cách hiệu quả nào giúp chúng ta đến với những con người dường như không thể tiếp cận được? Làm thế nào để chúng ta có thể kiên trì và liên tục gieo giống trong cuộc đời họ? (*chương 14*)

3. Bà Angela đau lòng thất vọng khi Christopher không đến phi trường trong chuyến bay về thăm nhà vào dịp Giáng Sinh. Và bà lo rằng sự việc đó cũng sẽ lặp lại khi bà cùng với ông đi Atlanta thăm Christopher. Bà Angela đã xử lý nỗi thất vọng đó ra sao? Ông Leon đã

xử lý ra sao? Bạn sẽ xử lý thế nào khi người thân thiếu quan tâm và công khai khước từ bạn? (*chương 15*)

4. Christopher có biệt tài làm ngơ cha mẹ và thích cãi cọ. Nếu bạn có đứa con nổi loạn, thì bạn sẽ xử lý tình huống này như thế nào? (*chương 15*)

5. Bạn phản ứng ra sao khi nghe chuyện Christopher vào phòng vệ sinh của nhà thờ để hút ma túy? Cháu thay thế sự thờ phượng Đức Chúa Trời chân thật bằng sự tôn sùng cảm giác bay bổng. Bạn giải thích điều này như thế nào? Điều (những điều) nào trong cuộc sống của bạn cạnh tranh với việc bạn thờ phượng Đức Chúa Trời? (*chương 16*)

6. Bà Angela cảm thấy khó lòng tiếp xúc với Christopher và hoàn toàn tuyệt vọng. Vợ chồng bà không biết phải xử lý ra sao. Nếu đi hướng này, con đường sẽ dẫn họ tới tuyệt vọng. Còn nếu đi hướng kia, thì sẽ dẫn tới hy vọng. Bạn có bao giờ thấy mình đứng ở ngã ba đường như thế không? Bạn đã đi tới theo hướng nào? (*chương 17*)

7. Đôi khi bà Angela viết lời cầu nguyện của mình xuống, rồi cứ kiên trì lặp lại như vậy suốt nhiều năm. Hãy viết ra lời bạn cầu xin Đức Chúa Trời. Hãy thành thật, ngay thẳng và trong sáng. Hãy bắt đầu lời cầu xin đó và biến nó thành một phần trong việc làm hằng ngày của bạn. Cũng hãy chia sẻ lời cầu nguyện với một ai đó—bạn cùng cầu nguyện, người cố vấn, hoặc thành viên trong nhóm học Kinh thánh với bạn. (*chương 17*)

8. Bà Angela không mong muốn điều gì khác hơn là được biết Christopher đã tiếp nhận Đấng Christ. Cha mẹ thường cầu nguyện nhiều cho việc học hành, nghề nghiệp, sức khỏe, v.v. của con cái. Tuy nhiên, lại dành ít thì giờ cầu nguyện cho mối quan hệ giữa con cái mình với Đấng Christ. Ngay cả trong lúc trò chuyện, cũng ít dành thì giờ nói về những chuyện thuộc linh trong khi lại dành nhiều giờ hơn để nói về việc học, việc làm, bạn bè, cùng gia đình. Bạn có cam kết sẽ dành thêm thời gian cầu nguyện cho lợi ích thuộc linh của con cháu mình hay không? Bạn có cam kết trò chuyện với con cháu mình về Đức Chúa Trời nhiều hơn không? (*chương 17*)

Tuần Năm

Đọc chương 18 tới chương 21 trước khi thảo luận.

1. Chứng nghiện ma tuý của Christopher ngày càng tồi tệ hơn. Bạn cảm thấy thế nào khi bạn của Christopher lên cơn nghiện? Bạn có đồng ý rằng tất cả chúng ta đều có khuynh hướng nghiện (ghiền) theo cách nào đó, dù lớn hoặc nhỏ hay không? Bạn đã hoặc đang chiến thắng (những) chứng nghiện nào? Điều gì đã giúp bạn chiến thắng? (*chương 18*)

2. Sau khi căn hộ của Christopher bị cảnh sát khám xét, cậu biết là mình đang bị theo dõi. Nhưng ngay cả điều đó cũng chẳng thay đổi thói quen của cậu được bao nhiêu. Thay vì bỏ ma túy, cậu lại gian dối trong việc xét nghiệm nước tiểu. Bạn hoặc ai đó bạn quen biết có bao giờ bị cám dỗ làm chuyện sai quấy, ngay cả khi biết mình có thể bị bắt giữ không? Làm thế nào kháng cự lại động cơ xấu ấy và làm điều đúng? (*chương 18*)

3. Bà Angela nhiều lần cầu xin Đức Chúa Trời: "Xin Ngài làm bất cứ điều gì" để con trai của bà nhận biết Đấng Christ. Bạn có muốn Đức Chúa Trời "làm bất cứ điều gì cần thiết" trong cuộc đời mình cùng cuộc đời của những người thân yêu không? Tại sao có hoặc tại sao không? (*chương 19*)

4. Angela bắt đầu liệt kê những phước hạnh ngay cả lúc hoàn cảnh của bà có vẻ u ám. Hãy liệt kê những cách Đức Chúa Trời đã ban phước cho bạn—cho dù bạn trải qua một ngày vui hay không. Hãy chia sẻ phước hạnh với bạn bè hoặc thành viên trong gia đình hay những người trong nhóm của bạn. Cố gắng biến việc làm này thành công việc thường lệ mỗi ngày. (*chương 19*)

5. Lúc tỉnh giấc trong nhà tù, Christopher tưởng mình đang gặp ác mộng. Nhưng cháu bắt đầu tìm thấy hy vọng khi khám phá ra cuốn Kinh thánh trong thùng rác. Đã bao giờ bạn từng cảm thấy cuộc đời mình như cơn ác mộng chưa? Từ đâu bạn đã tìm thấy hy vọng để tiếp tục hành trình của mình? Hãy chia sẻ với nhóm điều gì là hiệu quả nhất trong việc mang lại hy vọng cho bạn. (*chương 20*)

6.Bà Angela, trước đây vốn chưa từng đến thăm nhà tù, cảm thấy thật là bối rối khi lần đầu đi thăm Christopher. Nhưng bà nương cậy vào lời hứa của Đức Chúa Trời trong Ê-sai 41:10: "Đừng sợ, vì Ta ở với con." Đức Chúa Trời đã từng ở với bạn lúc bạn không biết chắc về bước đi kế tiếp của mình là khi nào? (*chương 21*)

7. Mối quan hệ giữa Christopher với mẹ căng thẳng tới mức gần như đứt hẳn, nhưng khi bà Angela viếng thăm con trong nhà tù, bà đã phá vỡ sự căng thẳng. Thậm chí bà hỏi có thể cùng cầu nguyện với con được không, do không biết chắc con mình sẽ phản ứng ra sao. Bạn có bao giờ bước tới trong đức tin như vậy chưa? Có ai từng tử tế như thế với bạn chưa? Kết quả ra sao? (*chương 21*)

8. Đức Chúa Trời có từng báo cho bạn biết phải tiếp cận ai đó chưa? Đó là ai và Ngài muốn bạn làm gì cho người đó? Tuần này hãy tìm cách liên hệ qua tin nhắn, điện thư, điện thoại hay trực tiếp đến thăm người đó. Hãy chia sẻ kế hoạch của bạn với nhóm. Tuần sau, xin chia sẻ kết quả (chương 21)

Tuần Sáu

Đọc chương 22 tới chương 25 trước khi thảo luận.

1. Thảo luận lúc Christopher nhận kết quả dương tính HIV. Bạn có hiểu được phản ứng về mặt tình cảm của cậu ở chương 12 khi phát hiện Derek bị lây nhiễm không? Cậu có thay đổi thái độ khi biết mình dương tính với HIV không? (*các chương 12* và 22)

2. Bạn phản ứng ra sao khi thấy Christopher bị HIV? Bạn phản ứng thế nào khi bạn thân của mình cho biết người ấy đã bị nhiễm HIV? Bạn cảm thấy ra sao về việc ôm hôn hoặc ăn chung với người bị nhiễm HIV? Bạn có thể làm gì để giúp hội thánh lo cho người bị nhiễm HIV? (*chương 22*)

3. Angela nói về tình trạng HIV của Christopher: "Ác mộng tồi tệ nhất bây giờ đã trở thành hiện thực." Ác mộng tồi tệ nhất của bạn là gì, và bạn có cho là nó sẽ trở thành hiện thực không? Bạn đang làm gì để chuẩn bị cho điều đó? (*chương 23*)

4. Trải nghiệm của Christopher trong tù là những lần khám phải cởi bỏ quần áo đầy nhục nhã, những khoảng thời gian hối hả lẫn chờ

đợi đến tê liệt tâm trí, cho đến sự cô đơn đau đớn và những phút giây hứng khởi hiếm hoi. Quyển sách này đã làm thay đổi cách nhìn của bạn về hệ thống nhà tù Hoa Kỳ như thế nào? (*chương 24*)

5. Bà Angela thường nghĩ rằng tù nhân là những quái vật, nhưng sau khi con trai ở tù thì bà bắt đầu xem họ như những con người. Bạn có những định kiến nào về tù nhân? Làm thế nào để bạn trở nên quen thuộc hơn với tập thể đó? Những cách nào giúp chúng ta nhận ra thành kiến kín giấu của mình? (*chương 25*)

6. Khi lần đầu tiên đến thăm Christopher trong tù, bà Angela thừa nhận bà chưa phải là người mẹ hoàn hảo. Bà nhờ con trai cho bà biết những yếu điểm của bà. Có bao giờ bạn yêu cầu được nghe những lời phê bình mang tính xây dựng không? Bạn có cho rằng mình giỏi chấp nhận lời phê bình mang tính xây dựng không? Kể ra những cách giúp bạn cởi mở đón nhận những lời phê bình như vậy. (*chương 25*)

7. Christopher nói: "Con muốn mẹ lắng nghe tiếng lòng của con hơn là lời nói của con." Thường những đứa con ngỗ nghịch khao khát được chú ý và yêu thương, nhưng chỉ toàn nhìn thấy sự giận dữ lẫn thái độ khước từ. Hãy kể ra vài cách bạn học tập lắng nghe hơn là chú tâm vào lời nói. Điều gì giúp bạn bảo đảm sự truyền thông rõ ràng để nêu rõ những vấn đề tiềm ẩn bên dưới? Những cách nào giúp bạn bày tỏ tình yêu vô điều kiện mà vẫn đưa ra được những ranh giới thích hợp và hậu quả nếu cần? (*chương 25*)

8. Bà Angela yêu cầu thẩm phán cho Christopher "một bản án vừa đủ lâu"-đủ lâu để Đức Chúa Trời thay đổi cuộc đời của cậu. Bạn nghĩ gì về giải pháp của bà? (*chương 25*)

9. Chúa Giê-xu phán: "Ta ở tù, các ngươi thăm viếng Ta." Kinh thánh nói gì về tù nhân và cách Cơ Đốc nhân nên đối xử với họ (xem Hê-bơ-rơ 13:3)? Bạn có biết ai đó đang ở tù mà bạn có thể thăm viếng không? Có trại giam hoặc nhà tù nào gần để bạn tự nguyện thăm viếng không? Điều gì đang ngăn cản bạn? (*chương 25*)

Tuần Bảy

Đọc chương 26 tới chương 29 trước khi thảo luận.

1. Christopher nói lúc ngồi trong phòng chờ, cậu ta cùng các bệnh nhân khác trong phòng khám bệnh lây nhiễm cố gắng không tiết lộ bản thân. Bạn nghĩ những ảnh hưởng nào có thể xảy ra nếu tình trạng sức khỏe trong tù của họ bị lan truyền rộng rãi? Bạn nghĩ trong hội thánh của bạn có những người đang che giấu điều mà họ sợ sẽ bị dùng để chống lại họ không? Hội thánh của bạn có thể làm gì để bảo đảm với mọi người rằng họ được an toàn khi họ mở lòng? *(chương 26)*

2. Bà Angela không chắc Christopher có nên đồng ý làm chứng để buộc tội người bị cáo buộc cung cấp ma túy, với hy vọng bản án của mình sẽ được giảm nhẹ không hay nên đi theo ý Chúa. Bạn có biết người nào (có lẽ là chính bạn) có những quyết định được dẫn dắt bởi lợi ích cá nhân thay vì sự hướng dẫn của Chúa không?

3. Eddy, người bạn tù ở New York, khích lệ Christopher suy nghĩ đến việc được kêu gọi trở thành người rao giảng Phúc âm. Bạn có bao giờ nhận ra sự kêu gọi trong cuộc đời của ai đó chưa? Nếu có, tuần này hãy khuyến khích người đó tìm kiếm ý muốn Chúa. (chương 28)

4. Có bao giờ bạn cảm nhận sự kêu gọi từ Đức Chúa Trời chưa? Mọi tín nhân đều được kêu gọi phục vụ trong lĩnh vực nào đó ngay chỗ họ đứng. Đức Chúa Trời hướng dẫn bạn làm điều gì? Bạn đáp ứng sự kêu gọi đó như thế nào? (hay điều gì đang ngăn cản bạn đáp ứng?) (chương 28)

5. Bạn nghĩ gì về quyết định muốn làm chứng chống lại Abbas của Christopher? Hãy xem xét mọi hàm ý—sự an toàn của bản thân, bị ảnh hưởng đến danh tiếng, vâng Lời Đức Chúa Trời. Bạn có cho là cậu đã có quyết định khôn ngoan không? Bạn sẽ làm gì nếu ở trong hoàn cảnh như vậy? *(chương 28)*

6. Khi nghe tuyên án lại, Christopher nói với bố mẹ: "Dù con có ở đâu—trong tù hay bên ngoài—cũng không quan trọng, con vẫn sẽ phục vụ Chúa." Bạn có tinh thần sẽ phục vụ Chúa bất chấp hoàn cảnh của mình không? Hay bạn bảo: "Ngay khi ổn định được cuộc sống, nuôi dạy con cái, trả xong nợ nần, vân vân, *lúc ấy* tôi sẽ hầu việc Chúa"? *(chương 29)*

7. Bạn có nghĩ rằng trong cương vị là phụ huynh bà Angela đối diện với sự xấu hổ vì Christopher ở tù không? Khi con cái lạc lối, bạn có cho

rằng cha mẹ phải chịu trách nhiệm về hành động của con mình không? Tại sao có và tại sao không? Nếu có đứa con hoang đàng, bạn có thấy nhục nhã không? Dù rằng cha mẹ chịu trách nhiệm nuôi dạy con cái, thì ngay cả cha mẹ hoàn hảo cũng có thể có con phản loạn (thí dụ, Đức Chúa Trời với A-đam và Ê-va). Bạn có sẵn sàng gạt bỏ mặc cảm tội lỗi đó không? Tại sao có, và tại sao không? *(chương 29)*

Tuần Tám

Đọc chương 30 cho tới hết phần kết trước khi thảo luận.

1. Christopher nói cuối cùng cậu nhận ra rằng đối với bản thân mình, "nhà" là ở Chicago cùng với cha mẹ. Đối với bạn, nhà là ở đâu? Đó có phải là nhà của bạn theo đúng nghĩa hay không? *(chương 30)*

2. Christopher định nghĩa thần tượng là "điều tôi nghĩ mình không thể sống khi thiếu nó." Bạn có từng tự hỏi: *Điều tôi nghĩ tôi không thể sống được nếu thiếu nó là gì* không? Hãy suy nghĩ kỹ câu này và làm bảng tự kiểm. Hãy chia sẻ kết quả với nhóm, hoặc chia sẻ một điều trong quá khứ mà nay bạn đã được giải thoát. *(chương 30)*

3. Cha tuyên úy trong hệ thống nhà tù nói với Christopher rằng Kinh thánh ủng hộ các mối quan hệ đồng tính, nhưng qua việc đọc Kinh thánh cá nhân, Christopher thấy kết luận trái ngược. Đặt trong ngữ cảnh rộng lớn về giới tính, Đức Chúa Trời chỉ cho phép quan hệ tình dục trong trường hợp nào? Điều kiện này có cụ thể về giới tính không? Hãy sử dụng Kinh thánh để hỗ trợ cho câu trả lời của mình. *(chương 30)*

4. Bạn hiểu khái niệm của Christopher về tình dục thánh—đối lập với dị tính luyến ái—vốn là ước muốn của Đức Chúa Trời đối với mọi người theo Ngài như thế nào. Bạn tin rằng Đức Chúa Trời tạo dựng mọi người đều là dị tính luyến ái (chỉ cảm thấy hấp dẫn tình dục với người khác giới-ND), hay chỉ khái niệm tính dục thánh mới được Ngài chấp nhận? Cần nhớ rằng dị tính luyến ái nói chung bao gồm những tội như ngoại tình và tham dục. Cũng cần nhớ rằng Chúa Giê-xu không hề kết hôn, và theo Ma-thi-ơ 22:30 thì trên thiên đàng sẽ không có hôn nhân. *(chương 30)*

5. Buộc ai đó phải sống độc thân—dù chỉ một thời gian hoặc suốt đời-có quá đáng hay không? Nếu được kêu gọi sống độc thân, bạn có chấp nhận được không? Tại sao được và tại sao không? Bạn vui với những người bạn muốn sống độc thân hay bạn thúc ép họ kết hôn? (*chương 30*)

6. Christopher viết: "Thay đổi không phải là thiếu phấn đấu; thay đổi là tự do lựa chọn sự thánh khiết giữa những tranh chiến của chúng ta." Phải chăng mục tiêu của bạn chỉ là tránh làm một số điều nào đó (đồi bại, nghiện ngập, tội lỗi), hay mục tiêu của bạn là sống thánh khiết? Bạn nghĩ gì về điều này? (*chương 30*)

7. Christopher nhận biết Kinh thánh không hề nói người đồng tính là "đáng ghê tởm." Tuy nhiên, Đức Chúa Trời không chấp nhận tình dục đồng tính. Bạn nghĩ gì về người đồng tính? Bạn bực tức khi nghĩ tới vấn đề này, hay lòng bạn tan nát vì họ? Hãy thảo luận. (*chương 30*)

8. Christopher nhận biết nhân thân của cậu là ở trong Đấng Christ, chứ không ở trong những cảm xúc, tranh chiến hoặc khuynh hướng tình dục của mình. Bạn đặt nhân thân của mình trên điều gì? Bạn có thỏa lòng sống như một Cơ Đốc nhân và được mọi người biết như vậy, hay là bạn cảm thấy cần phải thêm nhiều cách nhận diện lâu bền hơn thế? (*chương 30*)

9. Christopher trở về nhà và ngập tràn cảm xúc khi cậu nhìn thấy hơn một trăm dải băng màu vàng. Có ai đó cần bạn chào đón khi về nhà không? Hay là bạn cần bày tỏ cho người bạn, người phối ngẫu hoặc đứa con xa lạ biết rằng chính họ được chào đón lúc quay về không? Bạn có thể làm điều đó ngay hôm nay được không? (*chương 32*)

10. Đọc lại toàn bộ quyển sách này và nghĩ đến nhiều khoảnh khắc phản ánh câu chuyện ngụ ngôn của Chúa Giê-xu về người con trai hoang đàng. Ví dụ như khi Christopher lìa bỏ gia đình để sống một mình ở Louisville, Christopher tham dự tiệc tùng ở Atlanta và khắp xứ trong các tiệc xiếc, việc bà Angela rộng mở vòng tay chờ mong tại phi trường nhưng Christopher không có mặt trên chuyến bay, việc bà Angela và ông Leon dành sẵn áo khoác cho Christopher khi cậu được ra khỏi tù. Bạn còn có thể nghĩ thêm những chi tiết nào khác nữa không?

11. Khi đọc xong quyển sách này, điều gì làm thay đổi cách bạn cảm

nhận hoặc suy nghĩ về tình dục đồng tính, những người có tình cảm với người đồng giới, hoặc cộng đồng đồng tính ? Bạn nghĩ gì về người nghiện ngập hoặc tội phạm hiện nay? Bạn đã học được gì, và quan điểm của bạn đã thay đổi ra sao sau khi đọc quyển sách này?

www.ingramcontent.com/pod-product-compliance
Lightning Source LLC
Chambersburg PA
CBHW031128090426
42738CB00008B/1009